ஒரு தந்தையின் நினைவுக்குறிப்புகள்

ஒரு தந்தையின் நினைவுக்குறிப்புகள்

பேராசிரியர் டி.வி. ஈச்சரவாரியர்

1921 அக்டோபர் 28இல் சங்ஙறயில் வாரியத்து கிருஷ்ணவாரியர் - திருவுள்ளக்காவு வாரியத்து கொச்சுக்குட்டி வாரஸ்யார் தம்பதிகளின் மகனாகத் திருச்சூர் சேர்ப்பில் பிறந்தார். கொச்சிப் பிரதேசத்து மக்கள் மன்றத் தொகுதியின் ஒரு தொண்டனாகவும் பிறகு பொதுவுடைமைக் கட்சியின் ஆதரவாளராகவும் தன் பொது வாழ்க்கையைத் துவக்கினார். திருச்சூர் செயின்ட் தாமஸ் கல்லூரி, எரணாகுளம் மகாராஜா கல்லூரி, சிற்றூர் அரசினர் கல்லூரிகளில் இந்தி மொழி ஆசிரியராகப் பணிபுரிந்தார். நெருக்கடிநிலைப் பிரகடனம் செய்யப்பட்ட காலத்தில் காவல் துறையால் சித்திரவதை செய்யப்பட்டு மரணமடைந்த தன் மகன் ராஜனைத் தேடியலைந்த பிரச்சனைகளினூடேயும், தொடர்ந்து நீதி கேட்டுச் சட்டரீதியிலான போராட்டங்களினூடேயும் கேரளத்தின் மனித உரிமைகளுக்கான போராட்டங்களின் மிக முக்கிய மையமாக ஈச்சரவாரியர் கவனம் பெற்றார்.

மனைவி ராதா வாரஸ்யார் உயிருடன் இல்லை.

ராஜன் நீங்கலாக ரமா, சாந்தினி என்ற குழந்தைகள்.

குளச்சல் யூசுஃப்
மொழிபெயர்ப்பாளர்

குமரி மாவட்டம், குளச்சலில் பிறந்தவர். தற்போது நாகர்கோவிலில் வசித்து வருகிறார். வைக்கம் முகம்மது பஷீரின் படைப்புகள் உட்பட முப்பதுக்கும் மேற்பட்ட நூல்களைத் தமிழில் மொழி பெயர்த்துள்ளார். செம்மொழித் தமிழாய்வு மத்திய நிறுவனத்துக்காக நாலடியார் அறநூலை மலையாளத்திலும் மொழியாக்கம் செய்துள்ளார். மொழிபெயர்ப்பிற்கான சாகித்ய அகாதெமி, தொ.மு.சி. ரகுநாதன், ஆனந்த விகடன், உள்ளூர் பரமேஸ்வரய்யர், வி.ஆர். கிருஷ்ணய்யர், நல்லி திசையெட்டும், ஸ்பாரோ கவிக்கோ உட்பட பல்வேறு விருதுகள் பெற்றுள்ளார்.

மின்னஞ்சல்: kulachalsmyoosuf@gmail.com

அலைபேசி : 99949 23926

ஒரு தந்தையின் நினைவுக்குறிப்புகள்

(ராஜன் கொலை வழக்கு)

பேராசிரியர் டி.வி. ஈச்சரவாரியர்

தமிழில்: குளச்சல் யூசுஃப்

காலச்சுவடு பதிப்பகம்

ஒரு தந்தையின் நினைவுக்குறிப்புகள் ◆ அனுபவப் பதிவு ◆ ஆசிரியர்: பேராசிரியர் டி.வி. ஈச்சரவாரியர் ◆ மலையாளத்திலிருந்து தமிழில்: குளச்சல் யூசுஃப் ◆ © டி.வி. ஈச்சரவாரியர் ◆ முதல் பதிப்பு: டிசம்பர் 2005, திருத்திய மறுஅச்சு: ஏப்ரல் 2007, ஐந்தாம் (குறும்) பதிப்பு: ஜூலை 2022 ◆ வெளியீடு: காலச்சுவடு பப்ளிகேஷன்ஸ் (பி) லிட்., 669 கே. பி. சாலை, நாகர்கோவில் 629001.

oru tantaiyin ninaivuk kuRippukaL ◆ Memoirs ◆ ti.vi. iiccaravaariyar ◆ Translated from Malayalam by Colachel Yoosuf ◆ © T.V. Eachara Varier ◆ Language: Tamil ◆ First Edition: December 2005, Reprinted with corrections: April 2007, Fifth (Short) Edition: July 2022 ◆ Size: Demy 1 x 8 ◆ Paper: 18.6 kg maplitho ◆ Pages: 208

Published by Kalachuvadu Publications Pvt. Ltd., 669 K.P. Road, Nagercoil 629 001, India ◆ Phone: 91-4652-278525 ◆ e-mail: publications @kalachuvadu.com ◆ Cover Photo: Ranjithkumar ◆ Cover Design: Santhosh ◆ Printed at Clicto Print, Jaleel Towers, 42 KB Dasan Road, Teynampet Chennai 600018

ISBN: 978-81-89359-85-0

07/2022/S.No. 196, kcp 3667, 18.6 (5) uss

நெருக்கடிநிலைப் பிரகடனத்தின்போது
சித்திரவதை அனுபவித்தவர்களுக்கு

நன்றி :

ஜோனி - கரண்ட் புக்ஸ்
திருச்சூர்

உள்ளடக்கம்

முன்னுரை	11
முகவுரை	19
காத்திருந்த இலைச்சோறு	21
அம்மா ஒப்படைத்த பாரம்	27
சி. அச்சுத மேனோன்	31
பயணம் தொடர்கிறது	36
கக்கயம் முகாம்	42
சட்டம் பலியிடப்படும்போது	45
ஏ.கே.ஜி.யின் கடிதம்	49
குறிப்பிட்ட விஷயம்	54
மனிதாபிமானம் இழந்த காவல்துறை அதிகாரிகள்	57
நெருக்கடிநிலையின்போது சட்டம் - ஒழுங்கு	61
ஆள் கொணர்வு மனு	65
வழக்குக்கெதிரான நடவடிக்கைகள்	69
கோயமுத்தூர் விசாரணை	77
இழப்பீடு கோரும் வழக்கு	82
ராஜன் நினைவகம்	84
நெருக்கடிநிலைப் பிரகடனம் குறித்து...!	88
யாரோடும் பகையில்லாமல்	92

பிற்சேர்க்கை

1. ராஜன் - புகைப்படங்களினூடே	105
2. ஆள் கொணர்வு மனுவின் மீதான தீர்ப்பு	115

முன்னுரை

தார்மீக அடிப்படையிழந்த அரசமைப்பின் தீவினைகள் நிரபராதியான குடிமக்களின் வாழ்க்கையை எவ்வாறு சிதைக்கும் என்பதன் சரித்திரசாட்சி ஈச்சரவாரியர். அவரது ஒரே மகன் ராஜன் நெருக்கடிநிலைக் காலத்தில் காவல்துறையினரால் கைதுசெய்யப்பட்டான். அதற்குப் பின் அவனுக்கு என்ன நேர்ந்தது என்று தந்தைக்கோ உலகுக்கோ தெரிவிக்கப்படவில்லை. மகன் என்ன ஆனான் என்று தேடி அலைக்கழிவதே அந்த வயோதிகத் தகப்பனின் வாழ்நாள் சம்பவமாயிற்று. ஓயாத அந்த அலைச்சலின் அனுபவங்களைப் பொதுச் சமூகத்தின் கவனத்துக்கு உட்படுத்தும் நோக்கில் எழுதப்பட்டவை ஈச்சரவாரியரின் நினைவுக்குறிப்புகள். ஒரு தகப்பன் தனது மகனைப் பற்றி நினைவுகூரும்போதே ஓர் அரசு தனது குடிமக்களுக்குச் செய்த சதியும் அவர்கள் மீது நடத்திய வன்முறையும் கலந்த ஓர் இருண்ட காலகட்டம் வெளிப்படுகிறது. விடுதலைக்குப் பிந்தைய இந்தியாவில் அதிகாரபீடம் நடத்திய அரசு பயங்கரவாதத்தின் சான்று இது.

இந்திய விடுதலைக்குப் பின்பு நாட்டில் மூன்று கட்டங்களில் நெருக்கடிநிலை நடைமுறைப்படுத்தப்பட்டிருக்கிறது. இந்தியா – சீனப் போரின்போதும், இந்தியா – பாகிஸ்தான் போரின்போதும் தேசத்தின் பாதுகாப்புக்கு அந்நிய சக்திகளால் அபாயம் நேரிடக்கூடும் என்ற முன்னெச்சரிக்கையின் பேரில் நெருக்கடிநிலை பிரகடனப்படுத்தப்பட்டது. இந்த இரண்டு சந்தர்ப்பங்களிலும் பொதுமக்களின் அன்றாட வாழ்வோ அடிப்படை உரிமைகளோ பெரும் பாதிப்புக்குள்ளாகவில்லை. இத்தனைக்கும் அரசியலமைப்பு குடிமக்களுக்கு வழங்கியிருக்கும் அடிப்படை உரிமைகளை – சட்டத்தின்

முன் அனைவரும் சமம், பேசுவதற்கும் கருத்துக்களை வெளிப் படுத்துவதற்குமான சுதந்திரம், அமைதியாகக் கூட்டம்கூடு வதற்கான சுதந்திரம், நாட்டின் எந்தப் பகுதிக்கும் சென்று வருவதற்கான சுதந்திரம், தொழில்புரிவதற்கான சுதந்திரம், மதச் சடங்குகளைப் பின்பற்றுவதற்கான சுதந்திரம் ஆகிய வற்றை – தற்காலிகமாக ரத்துசெய்யவும் நெருக்கடிநிலைச் சட்டத்தில் அனுமதிக்கப்பட்டிருந்தது. எனினும் குறிப்பிட்ட இரு சந்தர்ப்பங்களிலும் மக்கள் உரிமையை அவமதிக்கும் வகையில் நெருக்கடிநிலை கோரமுகம் கொண்டதாக இருக்க வில்லை. தனிமனித உரிமையோ, சட்டத்தின் தவறான நடவடிக்கையால் பாதிக்கப்பட்ட பிரஜை அதை நீதிமன்றத் தில் கேள்விக்குட்படுத்தும் உரிமையோ பறிக்கப்படவில்லை.

1975 ஜூன் 26 அன்று மூன்றாம்முறையாக நாட்டில் நெருக்கடிநிலை பிரகடனப்படுத்தப்பட்டது. உள்நாட்டுக் குழப்பங்களால் நாட்டின் இறையாண்மைக்கு ஆபத்து நேர்ந்திருப்பதாகச் சொல்லப்பட்டது. அப்போதைய பிரதமர் இந்திரா காந்தி நாடாளுமன்ற உறுப்பினராகத் தேர்ந்தெடுக்கப் பட்டது செல்லாது என்று அலகாபாத் நீதிமன்றம் தீர்ப்பு அளித்திருந்தது. அதைத் தொடர்ந்து நிலவிய அரசியல் தடுமாற்றங்களைச் சமாளிக்க நெருக்கடிநிலை அறிவிக்கப்பட் டது. அதிகாரத்தை வலுப்படுத்திக்கொள்வதற்காக அரங் கேற்றப்பட்ட தந்திர நாடகம் அது. அந்த நாடகத்தில் ஜன நாயகத்தின் காவல் அமைப்புகளாக அதுவரை கருதப்பட்ட எல்லா மையங்களும் முடமாயின. நீதிமன்றங்கள் ஊமைக் கூடங்களாயின. ஊடகங்கள் அரசாங்கத்தின் ஒத்துக் கருவி களாயின. காவல்நிலையங்கள் வதைக்கொட்டடிகளாயின.

இந்த மூன்றாவது நெருக்கடிநிலைக் காலந்தான் அதற் குரிய சட்டங்களை மூர்க்கமாக நடைமுறைப்படுத்தியது. குடிமக்களை இருண்ட முற்றங்களில் அலைய விதித்தது. அவ்வாறு அலைய நேர்ந்த குடிமக்களில் ஒருவர்தான் பேராசி ரியர் ஈச்சரவாரியர்.

கோழிக்கோடு பொறியியல் கல்லூரியில் படித்துக்கொண் டிருந்த இறுதியாண்டு மாணவனான ஈச்சரவாரியரின் மகன் ராஜன் 1976 மார்ச் 1ஆம் தேதி மாநிலக் காவல்துறையினரால் கைது செய்யப்பட்டான். கல்லூரி விடுதி வாசலில் அவன் கைதுசெய்யப்பட்டு காவல்துறையினரின் வேனில் கொண்டு செல்லப்படுவதை நேரில் கண்ட சாட்சிகள் இருந்தனர். கல்லூரி முதல்வரால் தகவல் தெரிவிக்கப்பட்டு, பதறி ஓடிவந்த அந்தத் தகப்பனுக்கு மகன் என்னவானான் என்று தெரிந்து கொள்ள முடியவில்லை. மக்கள்மன்ற உறுப்பினர்களையும்

அதிகாரிகளையும் சந்தித்து மன்றாடினார். பலனில்லை. அன்று மாநிலத்தின் உள்துறை அமைச்சராகவிருந்த கே. கருணாகரனை அணுகி இறைஞ்சினார். மாநில உள்துறைச் செயலர், காவல்துறை டி.ஜி.பி., காவல்துறை உயரதிகாரிகள் உட்பட அனைவரிடமும் மனு சமர்ப்பித்துக் கெஞ்சினார். எல்லாம் வீண். இந்திரா காந்தி நடைமுறைப்படுத்திய நெருக்கடிநிலை குடியுரிமையை வேரோடு பிடுங்கியிருந்தது என்பதன் அப்பட்ட மான உண்மை ராஜன் சம்பவத்தில் வெளிப்படுகிறது. ஒரு நபர் தவறான நடவடிக்கை மூலம் கைதுசெய்யப்படுகிறார். ஆனால் அவர் கைதுசெய்யப்பட்ட விவரம் அவரது குடும்பத் தினருக்கோ அவரைச் சார்ந்தவர்களுக்கோ தெரிவிக்கப்பட வேண்டும் என்ற அடிப்படை உரிமையும், தவறான கைது நடவடிக்கையை எதிர்த்து நீதிமன்றத்தை அணுகலாமென்ற உரிமையும் மறுக்கப்பட்டிருந்தது. இந்த நிராதரவான சூழல் தான் ஈச்சரவாரியரை நிலைகுலையச் செய்தது. மகன் ராஜனுக்கு என்ன நேர்ந்தது என்று தெரிந்துகொள்வதற்காக நீதிமன்றத்தை அணுகவும் ஏறத்தாழ ஓராண்டுவரை காத்திருந்தார்.

நெருக்கடிநிலை தளர்த்தப்பட்டு ஜனநாயக அமைப்புகள் மீண்டும் செயல்படத் தொடங்கிய கட்டத்தில் – 1977 பிப்ரவரி 25 – ஈச்சரவாரியர் கேரள உயர்நீதிமன்றத்தில் ஆள் கொணர்வு மனுவைத் தாக்கல் செய்தார். நெருக்கடிநிலைக் காலம் நீங்கியதும் சமர்ப்பிக்கப்பட்ட முதல் ஆள் கொணர்வு மனு என்பதோடு நெருக்கடிநிலைக் காலக் கொடுமைகளில் வெளியுலகுக்குத் தெரியவந்த முதல் சம்பவமும் அதுவாகவே இருந்தது.

நேரடியான சாட்சிகள் முன்பாகக் கோழிக்கோடு பொறி யியல் கல்லூரி விடுதியிலிருந்து காவல்துறையினரால் கைது செய்யப்பட்ட ராஜனை நீதிமன்றத்தில் ஆஜர்படுத்தும்படி மனுவில் கேட்டுக்கொண்டிருந்தார் ஈச்சரவாரியர். அந்தக் கைதுக்கு உத்தரவாதிகளான மாநிலத்தின் அன்றைய உள்துறை அமைச்சர் கே. கருணாகரன், உள்துறைச் செயலர், மாநிலக் காவல்துறை இயக்குநர், உயர் போலீஸ் அதிகாரிகள் ஆகியவர் களுக்கு எதிரானதாக இருந்தது புகார். அப்படி ஒரு கைது பற்றித் தனக்கு எந்தத் தகவலும் அளிக்கப்படவில்லை என்று கருணாகரன் வாக்குமூலம் வழங்கினார். அப்படி ஒரு கைது நிகழ்ச்சி நடக்கவேயில்லை என்று காவல்துறையும் மாநில அரசும் கைவிரித்தன. விடுதியிலிருந்து கைது செய்யப்பட்ட ராஜன் கோழிக்கோடு அருகில் கக்கயம் விருந்தினர் மாளிகை வளாகத்தில் அமைக்கப்பட்டிருந்த காவல்துறையின் தற்காலிக

விசாரணை முகாமுக்குக் கொண்டுசெல்லப்பட்டதையும், முகாமில் புலிக்கோடன் நாராயணன் என்ற காவல்துறை ஆய்வாளரின் மேற்பார்வையில் ஆறு காவலர்கள் அடங்கிய குழு அவனைச் சித்திரவதைக்குள்ளாக்கியதையும் நேரில் கண்ட சாட்சிகள் வாக்குமூலமளித்தனர். அப்படி ஒரு கைதுச் சம்பவம் நடைபெறவே இல்லை என்று அரசுத் தரப்பு வலுவாக மறுத்தது. இந்த மறுப்பு உண்மையானால் ராஜன் நீதிமன்றத்தின் முன்னிலையில் ஆஜர்படுத்தப்படவேண்டும் என்று நீதிமன்றம் உத்தரவிட்டது. அதைத் தொடர்ந்து நடந்த நீதிமன்ற அமர்வு கேரளத்தின் சட்டவியல் வரலாற்றில் குறிப்பிடத்தகுந்ததாயிற்று.

இரண்டாம் அமர்வில் சட்டவிரோதமான போலீஸ் காவலில் ராஜன் இறந்துபோனதாகக் கே. கருணாகரன், காவல்துறை இயக்குநர் வி.என். ராஜன், உள்துறைச் செயலர் எஸ். நாராயணசாமி ஆகியோர் ஒப்புதல் வாக்குமூலம் அளித்தனர். நீதிமன்ற நடவடிக்கையைத் தொடர்ந்து சம்பவத்துக்குத் தலைமைதாங்கிய காவல்துறை துணை இயக்குநர் ஜெயராம் படிக்கல் பதவிநீக்கம் செய்யப்பட்டார். ஆய்வாளர் புலிகோடன் நாராயணன் கைதுசெய்யப்பட்டார். நீதிமன்றத்தின் கடுமையான விமர்சனத்துக்குள்ளான காவல்துறை இயக்குநர் ராஜன் மாநில அரசுப் பணியிலிருந்து விடுவிக்கப்பட்டு மத்திய அரசுப் பணிக்கு அனுப்பப்பட்டார். நீதிமன்றத்தில் பொய்யான வாக்குமூலம் வழங்கிய கருணாகரன் அரசியல் எதிர்ப்புக் காரணமாகப் பதவியேற்ற ஒரே மாதத்தில் முதலமைச்சர் பதவியை இழந்தார்.

கேரள உயர்நீதிமன்றத்திலும் பின்னர் கோயம்புத்தூர் நீதிமன்றத்திலும் நடந்த ராஜன் வழக்கு வலுவான சாட்சியங்கள் இல்லாமையால் முழுமையடையாமல் முடிக்கப்பட்டது. நீதிமன்றம் ஈச்சரவாரியருக்கு இழப்பீடு வழங்க மாநில அரசுக்கு ஆணை பிறப்பித்தது. எல்லாம் முடிந்தது. ஆனால் அந்த வயோதிகத் தகப்பன் எல்லா அதிகார அமைப்புகளின் முன்னிலும் எழுப்பிய கேள்வி மட்டும் பதிலளிக்கப்படாமல் நின்றது. 'ராஜனுக்கு என்ன நேர்ந்தது?' சம்பவம் நடந்து முப்பதாண்டுகள் கடந்த பின்னும், அரசியலில் மாற்றங்களும் நீதியமைப்பில் விழிப்பும் ஏற்பட்ட பின்னும் அந்தக் கேள்விக்குப் பதில் கண்டடையப்படவில்லை.

❍

காவல்துறையினரால் கக்கயம் முகாமுக்குக் கொண்டு செல்லப்பட்ட ராஜன் சித்திரவதை செய்து கொல்லப்பட்டான்

என்பதற்குச் சாட்சிகள் இருந்தனர். ஆனால் சடலம் என்ன செய்யப்பட்டது என்பது அரசுக்கும் காவல்துறைக்கும் மட்டுமே தெரிந்திருந்த ரகசியம். இறந்து போன பிள்ளையைக் கடைசியாக ஒருமுறை பார்க்கவோ, இறுதிச் சடங்குகள் நடத்தவோ அந்தத் தகப்பனுக்கும் குடும்பத்தினருக்கும் வாய்க்க வில்லை. ராஜனின் சடலம் எவ்வாறு மறைக்கப்பட்டது என்பது இன்றும் தொடரும் புதிர். கக்கயம் முகாமில் இறந்த ராஜனின் உடல் ஏதோ அத்துவானக் காட்டில் எரித்துச் சாம்பலாக்கப்பட்டது என்று கருதப்படுகிறது. அண்மையில் மனித உரிமை அமைப்புகள் ராஜன் சம்பவத்தைக் குறித்து மறுவிசாரணை நடத்தி உண்மையை வெளிக்கொணர வேண்டுமென்ற கோரிக்கையை முன்வைத்துள்ளன. ஆனால் புதையுண்ட உண்மைகளை அகழ்ந்தெடுக்க எந்த அரசு முன்வரும்?

ராஜனின் சடலம் என்ன ஆனது என்பதைப் போலவே ராஜன் ஏன் கைது செய்யப்பட்டான் என்பதும் அரசுக்கும் காவல்துறைக்கும் மட்டுமே தெரிந்த மர்மம். ராஜன் ஒரு நக்சலைட் என்று காவல்துறையால் குறிப்பிடப்பட்டான். காயண்ண என்ற இடத்திலிருந்த போலீஸ் ஸ்டேஷனை நக்சலைட் அமைப்பைச் சேர்ந்த சிலர் ஆக்கிரமித்து அங்கிருந்த துப்பாக்கிகளைப் பறிமுதல் செய்த நிகழ்ச்சி அதற்குச் சில நாட்களுக்கு முன்னர் நடந்திருந்தது. அதில் தொடர்புடைய ராஜன் என்பவரைத் தேடிய காவல்துறை ஈச்சரவாரியரின் மகன் பி. ராஜனைக் குற்றவாளியாக்கியதாகக் கருதப்படுகிறது. கல்லூரி வாழ்வில் இடதுசாரி மாணவரமைப்பின் அனுதாபி யாக இருந்ததைத் தவிர அவனுக்கு அரசியல் செயல்பாடுகள் எதுவும் இருக்கவில்லை. ஆள் கொணர்வு மனு விசாரணை யின்போது நீதிமன்றம் விமர்சித்ததைப்போல 'சட்டத்துக்குப் புறம்பான கைது' (unlawful custody) தான் அந்த இளைஞனைக் கொன்றது. அன்று உள்துறை அமைச்சகத்துக்குப் பொறுப்பாக இருந்த கே. கருணாகரனும் முதல்வராக இருந்த சி. அச்சுத மேனோனும் இந்த விவகாரம் பற்றித் தாங்கள் அறிந்திருக்க வில்லை என்றே சாதித்தனர். மக்களால் தேர்ந்தெடுக்கப்பட்ட பிரதிநிதிகள் தங்களது தார்மீகப் பொறுப்பை எந்த அளவுக்குக் கொண்டிருந்தார்கள் என்பதற்கான பகிரங்க உதாரணம் இது.

முப்பதாண்டுகளாக ராஜனின் தலைமறைவு என்றே அரசும் காவல்துறையும் காங்கிரஸ் கட்சியும் மழுப்பி வந்தன. ராஜனின் இறப்பைத் தனது வாயால் வெளிப்படுத்தியவர் கே. கருணாகரன். இந்தப் பின்புலத்தில்தான் மனித உரிமை ஆர்வலர்கள் மறுவிசாரணை நடத்த வேண்டுமென்ற கோரிக்

கையை எழுப்பியுள்ளனர். காவல்துறையினரின் அத்துமீறலை நியாயப்படுத்தும் வகையில் வெளிப்பட்டதே கருணாகரனின் வாய்ச்சொல். அதில் தவறுக்கு வருந்தும் உணர்வோ பச்சா தாபமோ இல்லை. இந்த நோக்கில் ராஜனின் மரணமும் கருணாகரனின் நியாயப்படுத்தலும் இறந்த காலத்தின் நிகழ்ச்சி மட்டுமல்ல; இன்றும் தொடரும் அரசு பயங்கரவாதத்தின் நிகழ்காலமும்கூட. ராஜனுக்குப் பதில் வேறு ஒருவர் பலியாகிக் கொண்டிருக்கலாம். கருணாகரனுக்குப் பதில் வேறு ஒருவர் சித்திரவதைக்குப் பொறுப்பாளியாக அதிகாரம் நடத்திக் கொண்டிருக்கலாம்.

ஈச்சரவாரியரின் நினைவுக்குறிப்புகள் சமகாலத்துடன் பொருந்துவது இவ்வாறுதான். ராஜனைப் போன்று அதிகாரத்தின் ராட்சதக் கால்களால் மிதித்து அழிக்கப்பட்ட மனித உயிர்கள் ஏராளம். அந்த ஜீவன்களுக்கு ஈச்சரவாரியரைப் போன்ற கல்வியறிவு பெற்ற, அயராமல் உரிமைக்காகப் போராடும் ஒரு பாதுகாப்பாளர் இல்லை. ஆனால் ஈச்சரவாரியரின் இந்த நூலைப் படிக்கும்போது நாமறிந்திராத அந்தத் துயர முகங்களும் அவர்களது அவலங்களும் தவிர்க்க இயலாமல் நினைவுக்கு வரும்.

காணாமற்போன மகனைத் தேடியலைந்த ஒரு தகப்பனின் வேதனை அனுபவங்களின் குறிப்புகள் இவை. மறைக்கப்பட்ட சில உண்மைகளை அவர் தனது எழுத்துக்கள் வாயிலாகச் சமூக மனச்சான்றின் முன்னால் பகிரங்கப்படுத்துகிறார். கொஞ்சம் கவிதைகள் எழுதிய, பிள்ளையைப் பாசத்துடன் பிடித்து நடத்திய, முதுமை நடுங்கச் செய்திருக்கும் போதும் மனித உரிமைகளுக்காக ஆவேசத்துடன் உயர்கிற அந்தக் கைகளின் தீண்டலில் நீறு பூத்துக் கிடக்கும் நினைவின் கனல்கள் சுவாலையாகப் படர்கின்றன.

❍

மலையாள மொழியில் வெளிவந்த வாழ்க்கைச் சரிதங்களில் சிறந்தது என்று கேரள சாகித்திய அக்காதெமி விருது பெற்றிருக்கும் தருணத்தில் ராஜன் சம்பவம் மீண்டும் விவாதப் பொருளாகியிருக்கிறது.

ராஜன் மறைவு விவகாரத்தைக் குடியுரிமைப் பிரச்சனையாகவும், நெருக்கடிநிலைக் கால ஜனநாயக அழிப்புக்கு எதிரான போராட்டமாகவும் மார்க்சியக் கம்யூனிஸ்ட் கட்சியே முன்னெடுத்துச் சென்றது. ஈச்சரவாரியர் தொடுத்த வழக்குகளுக்கு ஆதரவளித்தது. நிதியுதவி செய்தது. அந்தப் பிரச்சனையை முன்வைத்தே அரசியல் வெற்றிகளையும்

பெற்றது. அண்மைக் காலம்வரையும் ராஜன் பிரச்சனையை மனித உரிமைகள் மீது அதிகார வர்க்கம் நிகழ்த்திய அத்து மீறலாகக் கருதியது. ஆனால் இன்று காட்சிகள் மாறிவிட்டன.

நெருக்கடிநிலைக் காலத்தில் எந்த அதிகார அமைப்பு இடதுசாரிகளை ஒடுக்கியதோ, எந்தக் கருணாகரனின் காவல் துறை ராஜன்களைச் சித்திரவதை செய்து காணாமற் போக்கியதோ அதே அதிகார அமைப்புடன் முப்பதாண்டுகளுக்குப் பின்னர் மார்க்சிஸ்ட் கம்யூனிஸ்ட் கட்சி சமபந்தி போஜனம் செய்கிறது. அதே கருணாகரனுடன் தோள்சேர்த்து நின்று சிரிக்கிறது. ராஜன் பிரச்சனையில் கருணாகரன் அப்பாவி. அன்று அவர் இருந்த காங்கிரஸ் கட்சியின் ஆணையைத்தான் கருணாகரன் அமல்படுத்தினார் என்று புனிதப்படுத்துகிறது. ஈச்சரவாரியர் வஞ்சிக்கப்பட்டது ஒருவரால் மட்டுந்தானா?

அதிகார மையங்களின் வஞ்சனை குறித்து அனுபவங்களின் அடிப்படையில் நம்மை இந்நூல் எச்சரிக்கிறது. அதைப் பொருட்படுத்தாமலிருந்தால் நமது ஆதார உரிமைகளை இழந்தும் அன்புக்குரியவர்களைக் காணாமற் போக்கியும் தீவினைகளின் கொடும்மழையில் வீணாகக் காத்திருக்க நேரிடும். நாம் என்ன செய்யப் போகிறோம்?

திருவனந்தபுரம் **சுகுமாரன்**
31 அக்டோபர் 2005
(இந்திரா காந்தியின் 21ஆம் நினைவு நாள்)

முகவுரை

'ஒரு தந்தையின் நினைவுக் குறிப்புகள்' எனும் இந்த நூலில் ராஜனைத் தேடியலைந்த என் பயணத்தினிடையே நடந்த சம்பவங்களைக் குறித்த சரியான உண்மைகளைத் தெரிவித்திருக்கிறேன். இதில் எனக்கு மூன்று முதலமைச்சர்களைக் குறிப்பிட வேண்டியிருக்கிறது. அச்சுத மேனோன், கே. கருணாகரன், ஏ.கே. ஆன்டனி ஆகிய மூன்று முதலமைச்சர்கள். அவர்களைப் பற்றிய விமர்சனத்தினூடே எனக்குச் சில உண்மைகளைப் பகிரங்கப்படுத்த வேண்டிய தேவை தவிர்க்க இயலாதது. இது அவர்களை வருத்தப்படச் செய்திருந்தால் மன்னிக்கவும். இவர்களிடமிருந்து நான் அனுபவிக்க நேர்ந்த விஷயங்களைப் பற்றி மட்டுமே இதில் குறிப்பிட்டுள்ளேன்.

பேராசிரியர் டி.வி. ஈச்சரவாரியர்

காத்திருந்த இலைச்சோறு

1976 மார்ச் 10, திருவனந்தபுரம் மன்மோகன் பாலஸ், ஆர்ப்பாட்டங்கள் எதுவுமின்றி அமைதியுடனிருந்தது. நெருக்கடிநிலையின் ரகசியச் சாயலை உணர்ந்தது போல் சரித்திரப் புகழ்பெற்ற அந்த பங்களா அமைதியாக இருந்தது. முதலமைச்சரின் இல்லமான அந்த பங்களாவில் கதர் ஆடை அணிந்தவர்கள் வாய்மூடி மௌனம் பூண்டிருந்தார்கள்.

உள்துறை அமைச்சர் கருணாகரனின் அறைக்குள் பிரவேசிக்க அதிக நேரம் காத்திருக்க வேண்டி வரவில்லை. அது நான் தட்டும் கடைசிக் கதவுகளிலொன்று. கருணாகரனின் வீடு. கோழிக்கோடு ரீஜனல் என்ஜினீயரிங் கல்லூரி தங்கும் விடுதியின் முன்னால் வைத்து போலீஸாரால் பிடித்துச் செல்லப்பட்ட என் மகனைத்தேடி. என்னுடன் இன்னும் இரண்டு பேர் இருந்தார்கள். கோழிக் கோடு ஆர்.சுரேந்திரன் என்ற என் முன்னாள் மாணவனும், எரணாகுளம் வெண்ணலையைச் சேர்ந்த என் நண்பரான ஒரு பேராசிரியரும். கருணாகரனின் நெருங்கிய நண்பர் அந்தப் பேராசிரியர்.

கோழிக்கோட்டிலிருந்து அதிகாலையில் புறப்பட்ட நானும் சுரேந்திரனும் விடியும் வேளையில்

எரணாகுளம் நார்த் ரெயில்வே ஸ்டேஷனுக்கு வந்து சேர்ந்தோம். பொழுது நன்றாக விடிவது வரையிலும் கொசுக்கடியையும் அதிகாலைப் பனியையும் தாங்கியபடி சிமென்ட் பெஞ்சில் படுத்திருந்தோம். மனம் வெதும்பிக்கொண்டிருந்தது. மூன்று, நான்கு கிலோ மீட்டர் தூரத்தில் செளகிருத நிலையத்தில் இப்போது ராஜனின் அம்மாவும் சகோதரிகளும் நிம்மியாகத் தூங்கிக்கொண்டிருப்பார்கள்... வெளிச்சம் பரவத் தொடங்கும்போது வெண்ணலையை அடைந்தோம். பேராசிரியரைப் பார்த்து விவரங்களைச் சொன்னேன். அவர் உடனேயே எங்களுடன் புறப்பட்டார். ராஜன் காணாமல் போன செய்தி அவரையும் பாதித்திருந்ததாகத் தோன்றியது. கருணாகரனின் வீட்டு உள் அரங்கு வரை செல்ல அனுமதியுள்ளவர் பேராசிரியர். கருணாகரனின் இல்லத்தரசி கல்யாணிக் குட்டியம்மையும் பேராசிரியரிடம் அன்பு கொண்டவர்தான்.

திருவனந்தபுரத்திற்கு வந்து சேர்ந்ததும் பேராசிரியர், மன்மோகன் பாலசிற்குச் சென்று முதலமைச்சருடனான மறுநாள் காலை 10 மணி சந்திப்புக்கு ஏற்பாடு செய்தார். சி.வி. சத்திரத்தில் நாங்கள் தங்கியதாக ஞாபகம். மன்மோகன் பாலசின் உள் அரங்கிலிருந்து வாய் நிறைந்த சிரிப்புடன் கருணாகரன் நடந்து வந்தார். என்னைக் கண்டதும் அவர் முகத்தில் ஒரு கணம் வேதனை படர்ந்தது போல்... இல்லை, எனக்கு அப்படித் தோன்றியதாக இருக்கலாம். நான் மனதைக் கட்டுப்பாட்டுக்குள் வைக்க முயற்சி செய்தேன். அவர் என்னை நெஞ்சாரத் தழுவிக்கொண்டார்.

"ஏன் சார், இந்த விஷயத்தை எனக்கு முன்கூட்டியே தெரிவிக்கலை? நான் அறிஞ்சிருந்தா இதை உடனேயே சரி செய்திருக்கலாமே." கருணாகரன் ஒரு வினாடி நிறுத்தினார். என் மனதில் ஒரு மின்னல் கீற்று...

"அப்புறம்... ராஜன்ங்குற பேரைக் கேக்கும்போது ரொம்ப பரிச்சயமுள்ளதாத் தோணுது. ஏதோ அவன் சீரியஸான ஒரு கேசுல சிக்கியிருக்கிறாப்ல."

நான் கருணாகரனைப் பார்த்துக் கைகளைக் கூப்பினேன்: என் குரல் இனம் தெரியாத உணர்ச்சிக் கொந்தளிப்பில் இடறியது.

நான் சொன்னேன்: "இல்லை. அவன் அந்த மாதிரி யெல்லாம் எதுவும் செய்யமாட்டான். அவனால செய்யவும் முடியாது. காயண்ண போலீஸ் ஸ்டேசன்ல பிரச்சனை நடக்கும்போது அவன் ஃபாரூக் காலேஜ் யூத் ஃபெஸ்டிவல்ல

இருந்தான். அவன் என்ஜினீயரிங் காலேஜ்ல ஆர்ட் அசோசியேசன் செகரட்டரியாக இருக்கிறான்."

கருணாகரன் என் தோளில் கை வைத்து மிருதுவான குரலில் சொன்னார். "நான் உடனே விசாரிச்சிட்டு தகவல் தெரிவிக்கிறேன். என்னால செய்ய முடிஞ்சதை நான் நிச்சயமாச் செய்வேன். எனக்கும் பேராசிரியருக்குமான தொடர்பு சாதாரணமானதல்லவே!" நான் மீண்டுமொரு முறை கை கூப்பித் தொழுதேன். மன்மோகன் பங்களாவின் முற்றத்தில் விழுந்த வெயிலில் என் கண்கள் பனித்தன. என் பழைய மாணவனும் இப்போது கோழிக்கோடு பல்கலைக்கழகத்தின் ஆய்வு மாணவனுமான சுரேந்திரனின் கைகள் என்னைச் சுற்றிப் பிணைத்திருந்தன. எதிர்ப்பார்ப்பின் கடைசித் துரும்பும் கைவிட்டுப் போய்விடுமோ?

1976 பிப்ரவரி 26 அன்றுதான் நான் என் மகன் ராஜனைக் கடைசியாகக் காண்கிறேன். அவன் அப்போது கோழிக்கோட்டிலிருந்து 13 கி.மீ. தூரத்திலுள்ள சாத்தமங்கலம் ரீஜனல் என்ஜினீயரிங் காலேஜில் இறுதியாண்டு மாணவன். நான் கோழிக்கோடு அரசு கலை அறிவியல் கல்லூரியில் இந்திப் பேராசிரியர். முதலக்குளத்தின் அடுத்த ஜெனரல் ஆஸ்பத்திரியின் எதிர்ப்புறமிருக்கும் கேரள பவன் விடுதியில் நான் தங்கியிருந்தேன். ராஜன் அடிக்கடி என்னை வந்து பார்ப்பான். செலவுக்குக் கொஞ்சம் பணம் கேட்டு அவன் அன்று கடைசியாக வந்திருந்தான். பிப்ரவரி 26 அன்று விடுதியறையில் வைத்துதான் கடைசியாக அவனைப் பார்த்தேன். இரவு மணி 7 இருக்கலாம். பரீட்சைக்கான விடுமுறையின் போது வீட்டுக்கு வந்துவிடவேண்டும் என்று அவனிடம் சொன்னேன். சரி, என்பதாகத் தலையாட்டினான்.

சேர்ப்பில், திருவுள்ளக்காவு வாரியத்தில் நான் பிறந்தேன். இல்லம் பாகப்பிரிவினையானதைத் தொடர்ந்து எரணாகுளம், பரம்பித்தற ரோட்டில், அன்பு இல்லம் என்ற பெயரில் புதிதாக வீடு கட்டிக் குடிபுகுந்தோம். மனைவி ராதா வாரஸ்யாரும் மூன்று பிள்ளைகளும், என் சகோதரி கொச்சம்மிணி வாரஸ்யாரும் அவள் கணவனும் ராதாவின் சகோதரனும் ரெயில்வே உத்தியோகஸ்தனுமான அச்சுதவாரியரும் எங்களுடன் வசித்து வந்தார்கள்.

1976 மார்ச் 1 திங்கட்கிழமை. நான் கல்லூரிக்கு வந்த உடன், ராஜனைப் போலீஸ் பிடித்துக்கொண்டுபோன விவரம் தெரிய வந்தது. இப்போது டி.ஆர்.டி.யில் என்ஜினீயராகப் பணிபுரியும் கர்மசந்திரன் எனும் என் மகனின் சினேகிதன்தான் கல்லூரியில் என்னை அழைத்து விவரம் சொன்னான்.

ஒரு தந்தையின் நினைவுக்குறிப்புகள் ❖ 23

அப்போது மணி பத்துகூட இருக்காது. பிரின்ஸிபாலிடம் அனுமதி பெற்று நான் சாத்தமங்கலத்துக்குச் சென்றேன்.

கல்லூரியின் சுற்றுப்புறம் மயான அமைதியுடனிருந்தது. 29ஆம் தேதி காலையில் ராஜன் கைது செய்யப்பட்டிருக் கிறான். முதல் நாளிரவு ஃபரூக் கல்லூரி விழாவில் பங்கெடுத்து விட்டு அதிகாலையில் விடுதியின் முன் வந்து பஸ்ஸிலிருந்து இறங்கும்போதுதான் கைது நடவடிக்கை. அவனை முதலில் கோழிக்கோட்டிற்கும் பிறகு காயண்ண போலீஸ் ஸ்டேஷன் சூறையாடல் சம்பந்தமான விசாரணைக்கென அமைக்கப் பட்ட கக்கயம் முகாமிற்கும் கொண்டு சென்றதாகத் தகவல் கிடைத்தது. கக்கயம் முகாமிற்குப் போவதால் எந்த பலனு மிருக்காது என்ற விவரம் கிடைத்தும் நான் கக்கயத்திற்கே புறப்பட்டேன்.

மின்சார இலாகாவின், ஆஸ்பெஸ்டாஸ் ஷீட் வேயப் பட்ட பழைய ஒரு கட்டடத்தில் கக்கயம் முகாம் இயங்கி வந்தது. முகாமின் முன்புறம் தடாகம் போன்ற ஒரு நீர்த்தேக்க மிருந்தது. இந்த நீர்த்தேக்கத்தைக் கடக்க மரப்பாலம் போடப் பட்டிருந்தது. அதன் வழியேதான் முகாமுக்குச் செல்லவேண் டும். துப்பாக்கியைத் தோளில் ஏந்திய ஒரு போலீஸ்காரன் எப்போதும் இங்கே சர்வஜாக்கிரதையுடன் நின்றிருந்தான்.

நான் அந்தக் காவலனிடம் சென்று, வந்த காரணத்தைத் தெரிவித்தேன். அவன் மிகுந்த கௌரவம் பாவித்தான். ஆனாலும் ஒரு வார்த்தைகூட மோசமாகப் பேசவில்லை. நேராக முகாமுக்குள் சென்றான். முகாமின் சர்வ அதிகார மும் ஜெயராம் படிக்கல் என்பவரிடம் இருந்தது. திரும்பி வந்த போலீஸ்காரன் முகாமுக்குள் செல்ல எனக்கு அனுமதி இல்லை என்றும், என் மகன் ராஜன் முகாமுக்குள் நன்றாக யிருப்பதாகவும் சொன்னான். மனதிற்குள் ஒரு நிம்மதி பரவியது. அடுத்த நிமிடம் சொன்னேன்: “நான் என் மகனைப் பார்க்கணும்.” அவன் ஒரு பெரும் பாறைபோல் என் எதிரில் நின்றுகொண்டிருந்தான். நான் தனியனாக நின்று குரலெழுப் பினேன். என் குரலை முடிந்தவரை உச்சத்தில் எழுப்பினேன்.

“என்னால் எதுவுமே செய்ய முடியாது.” போலீஸ்காரன் சொன்னான். அவன் முகம் ஏனோ வெளிறிப் போயிருந்ததாக எனக்குப்பட்டது.

“அப்பிடீண்ணா ஜெயராம் படிக்கலையாவது பார்க்க என்னை அனுமதிக்க வேண்டும்.” நான் பிடிவாதமாக நின்றேன்.

ஒரு குழந்தையைப் போன்ற என் பிடிவாதக்குரல் தடாகப் பரப்புகளில் மோதி லேசான அதிர்வுகளாக எதிரொலித்தது.

நீண்ட நேரமாக நான் அந்தக் காவலன் முன் எதிர்பார்ப்புடன் நின்று கொண்டிருந்தேன். அவனுடைய உயர்த்திப் பிடித்த துப்பாக்கி மட்டும் இடையிடையே இடவலமாகச் சாய்ந்து கொண்டிருந்தது. நான் சொல்வதைக் கவனிக்காமலிருக்க அவன் பெருமுயற்சி எடுத்துக்கொண்டிருந்தான். தனியாளாக நின்று யாசிப்பதினிடையே அழுகை வந்து தொண்டையில் முட்டியது. கக்கயம் முகாமின் கொட்டடிகளிலுள்ள இடைவெளிகளினூடே என் மகனின் குரல் அப்பா என்று கூப்பிடுவது போல் உணர்ந்தேன். தளர்ந்து போனதும் நான் திரும்பி நடக்க ஆரம்பித்தேன். மீண்டுமொருமுறை முகாமைத் திரும்பிப் பார்த்தேன். அந்த போலீஸ்காரன், என்னையே பார்த்தபடி நின்றிருந்தவன் என் பார்வை பட்டதும் தன் கண் களைக் குன்றின் மீதான பச்சைப் பரப்பிற்குச் செலுத்தினான்.

கருணாகரனைப் பார்த்தபின் ‘மாத்ருபூமி’ பத்திரிகையின் கோழிக்கோடு செய்தியாளரான சாதிரிக்கோயா என்னை அழைத்தார். கருணாகரனின் ஆத்ம சீடர்களில் ஒருவர் அந்த சாதிரிக்கோயா. அவசரநிலைக் காலகட்டத்தில் வட கேரளத் தின் உள்துறையமைச்சர். ராஜனைப் பற்றிய விவரங்களுக்காக நான் மூன்று முறை அவரைச் சென்று பார்த்தேன். ‘நான் முயற்சி செய்திட்டிருக்கேன்’ என்பதுதான் அவருடைய பதிலாக இருந்தது. ஆனால் இந்த முறை அவர் சொன்னது வேறுபட்ட ஒரு தகவல். நக்ஸல்பாரிகளின் இருப்பிடத்தைக் காட்டுவதற்காக அழைத்துச் செல்லும்போது போலீஸ் ஜீப்பிலிருந்து தப்பி யோடிவிட்டானாம் ராஜன்.

‘உங்களுக்கு இந்தத் தகவல் எப்படிக் கிடைத்தது’ என்று கேட்டேன். ‘ஒரு நம்பத்தகுந்த வட்டாரத்திலிருந்து என்பதை மட்டும் புரிந்துகொண்டால் போதும்’ என்று பதில் சொன் னார், சாதிரிக்கோயா. அந்த நம்பத்தகுந்த வட்டாரம் கருணா கரன் என்பதையும் நான் புரிந்துகொண்டேன்.

சாதிரிக்கோயாவின் தகவல் எனக்குள் எதிர்பார்ப்புகளை உருவாக்கிய அதேசமயம் நம்பிக்கையின்மையின் கருமேகங் களும் என்னுள் இன்னும் அதிகமாக நிரம்பிக்கொண்டது. என் மகன் எங்கே என்ற விசாரணையைத் தொடர்ந்து நடத்திவந்தேன்.

என்ஜினீயரிங் காலேஜ் பிரின்ஸிபால் பேராசிரியர் வஹாபுதீனும் மற்றொரு பேராசிரியரும் கக்கயம் முகாமுக்குச் சென்றிருந்தார்கள். ஜெயராம் படிக்கல் மிக மோசமான முறையில் இந்த மனிதாபிமானிகளை நடத்தியிருக்கிறார். தங்கள் பிரின்ஸ்பால் வந்திருப்பதை அறிந்து கஸ்டடியிலிருக்கும் மாணவர்கள் அவரை ஜன்னல் வழியே எட்டிப்பார்த்திருக்

கிறார்கள். ஆனால் அதில் ராஜனின் முகத்தை அவர் பார்க்கவில்லை.

ராஜன் வந்துவிடுவான் என்பதில் எனக்கு முழு நம்பிக்கையிருந்தது. இரவு எப்போதுமே ஒரு இலைச் சோறு தயாராக வைத்திருக்கும்படி நான் என் மனைவியிடம் சொல்லிவைத்திருந்தேன். அவன் திடீரென்று வந்துவிடுவான். பட்டினி கிடந்து பசித்த வயிற்றுடன், சோர்ந்துபோன சரீரமு மாக அவன் வருவான். அப்போது சாப்பாடு தயாராக இருக்க வேண்டும். நிச்சயமாக அவன் வருவான். அவனால் வராமலிருக்க முடியாது.

நாய்கள் காரணமில்லாமல் குரைப்பதும் ஊளையிடு வதும் காதில் விழும்போது முன்னரங்கின் கதவைத் திறந்து 'அப்பா' என்ற குரல் காதில் விழுகிறதா என்று இருட்டில் செவிகூர்ந்து பல தடவை அப்படியே நின்றிருக்கிறேன். பிறகு கதவை அடைக்காமலேயே படுக்கையில் விழுவேன். 'செல்ல மகனே' என்று அழுகை கமறி நெஞ்சில் உறையும். என் கண்களிலிருந்து நீர்த்துளிகள் வெளிவருவதையும் நான் தடுத்தாக வேண்டும். என் ராதா அவனுடைய அம்மா, இதையெல்லாம் அறிந்துவிடக்கூடாது.

◯

அம்மா ஒப்படைத்த பாரம்

ராஜனின் அம்மா மனநோயாளியாக மாறியது அவன் பிரிவுக்குப் பிறகுதானா என்ற கேள்வியைப் பலமுறை என் நினைவுப் பரப்பிற்குள் கொண்டு வர வேண்டிய தேவை எனக்கு ஏற்பட்டதுண்டு. ஆனால் ராஜனின் பிரிவுக்கு முன்பே அவளுக்குச் சிறு அளவிலான மனச்சிக்கல் காணப்பட்டது உண்மை. என் மூத்தமகள் ரமா பிறந்த 15வது மாதத்தில்தான் ராதாவின் மனரீதியிலான அவஸ்தை எனக்குத் தெரியவந்தது. அதற்காக அளித்த ஷாக் ட்ரீட்மென்டில் அது குணமடையவும் செய்தது. அப்போது ஏழு முறைகள் அந்தச் சிகிச்சையளிக்க வேண்டியதாயிற்று. பிறகுதான் ராஜன் பிறந்தான். அவனுக்குப் பிறகு சாந்தினியைக் கர்ப்பம் தரித்திருந்தபோது திரும்பவும் நோயின் அறிகுறிகள் தெரிந்தன. ஆனால் கர்ப்பமாக இருப்பதால் ஷாக் ட்ரீட்மென்ட் கூடாது என்று டாக்டர்கள் தெரிவித்துவிட்டார்கள். அதைத் தொடர்ந்து ஆயுர்வேத சிகிச்சை முறைகளைக் கையாண்டு ஒருவிதமாக ஆசுவாசம் கிடைத்தது. பிரசவம் முடிந்தபின் மீண்டும் அலோபதி சிகிச்சை யளிக்கப்பட்டது. அது அவளுக்கு எந்தப் பலனையும் தரவில்லை 'She had become shock proof' என்று கமென்ட் அடித்தார் டாக்டர். மீண்டும் தொடர்ந்து நடந்துகொண்டிருந்தது சிகிச்சை.

உண்மையில் ராஜனின் பிரிவை அவள் அறியவில்லை. கோழிக்கோட்டிலிருந்து நான் எரணாகுளம் வீட்டிற்கு வரும் போதெல்லாம் அவள் ராஜனைப் பற்றியே விசாரித்துக் கொண்டிருப்பாள். நான் சொல்லும் பொய்கள் அவளை மேலும் தளர்வடையச் செய்தன. என் வார்த்தைகளில் அவளுக்கு நம்பிக்கையில்லை. சொந்த பந்தங்கள், வருகிறவர் கள் போகிறவர்களிடமெல்லாம் கோபப்படத் துவங்கினாள்.

எங்கள் மூன்று பிள்ளைகளில் அவளுக்கு ராஜனிடம் மட்டும் பிரத்தியேகமான வாத்சல்யம் இருப்பதாக எனக்குத் தோன்றியதுண்டு. அதற்கு முக்கியக் காரணமாக எனக்குத் தெரிவது அவன் நன்றாகப் பாடுவான் என்பதுதான். அவனு டைய அம்மாவும் நன்றாகப் பாடுவாள். கல்லூரியிலிருந்து வந்ததுமே அவன் அம்மாவுக்குப் பாடிக் காண்பிக்கும் பாடல் கள் அவளை மிகவும் உற்சாகப்படுத்தும். ராஜன் அவனுடைய அம்மாவைத் தவிர யார் கேட்டுப் பாடியதாகவும் எனக்கு நினைவில்லை. விடுமுறை நாட்களில் அம்மாவும் மகனும் சேர்ந்து நடத்தும் கச்சேரி பெரும்பாலும் நள்ளிரவுவரை தொடரும். ராஜனுக்காக அவள் புதிய பாடல்களைக் கற்றுக் கொள்வதிலும் பாடுவதிலும் கவனம் செலுத்தி வந்தாள். அத்துடன் ராஜன் ஆண் குழந்தை என்பதும் அவளுடைய அதிக வாத்சல்யத்துக்கான காரணமாகவும் இருந்தது.

ராஜனின் நீண்ட பிரிவு ராதாவைத் தினம் தினம் தளரச் செய்துகொண்டிருந்தது. அதன் காரணமான எல்லாச் சிரமங்களையும் நான்தான் அனுபவிக்க வேண்டியதிருந்தது. கோழிக்கோட்டிலிருந்து நான் வரும்போதெல்லாம் என்னு டன் ராஜனும் வருகிறானா என்று மிகுந்த எதிர்பார்ப்புடன் அவள் எட்டிப் பார்ப்பாள். ராஜன் என்னுடன் வரவில்லை என்று தெரிந்ததும் அவள் முகத்தில் ஏமாற்றம் பரவும். படிப்படியாக அவள் முகத்தில் பரவும் ஏமாற்றத்தின் பிரதி பலிப்பு அதிகரித்துக்கொண்டேயிருந்தது. அவள் யாரிடமும் எதுவும் பேசாமலிருக்கத் துவங்கினாள்.

சில சமயங்களில், ராஜனிடம் எனக்குக் கொஞ்சமும் அன்பு இல்லையென்றும் அதனால்தான் நான் அவனை அழைத்து வரவில்லை என்றும் குறை சொல்லத் துவங்கினாள். அவளுடனும் ராஜனுடனும் சிறிதளவுகூட பாசமில்லாத ஒரு ஆள் நான் என்று உறவினர்களிடமும் ஏதோ ரகசியத்தைச் சொல்வதுபோல் குற்றம் சொல்லி வந்தாள்.

இதனிடையில் ராஜனின் நண்பர்களுக்கெல்லாம் திரும ணமும் நடந்துவிட்டது. ஒரு முறை எரணாகுளத்திற்கு நான் வந்ததும் கேட்டாள்: "ஆமா, ராஜனோட கூட்டாளிகளுக்கெல்

லாம் கலியாணம் ஆயிட்டுதே, நீங்க அவனுக்கு அப்பாதானே? அவனுக்குக் கலியாணம் செய்து வைக்கணும்ங்கற எண்ணமே உங்களுக்கில்லையா?"

'என் மகன் செத்துப் போயிட்டானே,' என்ற ஒரு வார்த்தை மனதில் தோன்றி வெளிப்படுத்த இயலாமல் தேங்கி நின்றது. அவளோடும் இந்த உலகத்தோடும் ஒரு நிமிடம் வெறுப்புத் தோன்றிற்று. உடனேயே மனதின் சமநிலையை மீட்டெடுத்துக்கொண்டு சொன்னேன்.

"ராஜனோட கலியாண விஷயத்தை யோசிச்சிட்டுதான் இருக்கேன். நல்லதா ஒண்ணு அமையுறது அவ்வளவு சுலபமில்லியே ராதா."

என் வார்த்தைகளுக்குப் பதிலாக அவள் நம்பிக்கையற்ற ஒரு பார்வையை வீசினாள்.

ராஜனின் நண்பர்கள் அவளைப் பார்க்க வந்தால் உடனே, ராஜனைப் பார்த்தீர்களா என்ற கேள்வி அவளிடமிருந்து வெளியாகும். அந்தக் கேள்வியை எதிர்கொள்ள இயலாத நண்பர்கள் பிறகு வருவதையே நிறுத்திக்கொண்டார்கள்.

எரணாகுளத்திலிருந்து நான் வரும்போதெல்லாம் அவள் என்னிடம் பணம் கேட்பதுண்டு. பத்து ரூபாய். இந்தப் பத்து ரூபாய்க்கு பிஸ்கெட் வாங்கி அப்படியே அவள் பாதுகாப்பாக வைத்துக்கொள்வாள், ராஜனுக்குக் கொடுப்பதற்காக. அது கெட்டுப்போகத் துவங்கும்போது மற்ற பிள்ளைகளுக்குக் கொடுப்பாள். அவர்கள் அதை அம்மாவுக்குத் தெரியாமல் வீட்டின் பின் புறவாசல் வழியாக வீசி எறிவார்கள். சிறு சிறு நாணயங்களைப் பொதிந்து அவளுடைய பெட்டியில் ராஜனுக்குக் கொடுப்பதற்கெனப் பாதுகாப்பாக வைத்திருந்தாள். இந்தப் பெட்டியை எவரும் திறப்பது அவளுக்குப் பிடிக்காது. இந்த விஷயத்தில் அவள் யாரையுமே நம்பவில்லை.

ராஜனின் பிரிவை நாற்பது நாட்கள் வரை நான் வீட்டாருக்குத் தெரியாமல் மறைத்து வந்தேன். கருணாகரனைப் பார்த்துவிட்டுத் திரும்பும் போதும் நான் வீட்டுப் படியேறவில்லை.

2000 மார்ச் 13இல் ராஜனின் அம்மா என்னை விட்டுப் பிரிந்தாள். அவள் மரணத்திற்கு முந்தைய வாரம். நான் அவளைச் சென்று பார்த்துவிட்டு மாலையில் திரும்பி திருச்சூருக்குச் செல்லவேண்டும். அதற்காக அவளிடம் விடை பெறும்போது படுக்கையில் கிடந்தபடியே அவள் என்

கைகளைப் பற்றினாள். கண்களில் நம்பிக்கையின்மை நிரம்பிய ஒரு வேண்டுகோள் தெரிந்தது.

"ராஜனை எனக்குப் பாக்கணும். இனி வரும்போது அழைத்து வருவீர்களா?"

நான் அவள் முகத்தைப் பார்ப்பதைத் தவிர்த்தேன். அந்த முகத்தைப் பார்த்துப் பொய் சொல்லும்போது உருவாகும் சுயவெறுப்பு என்னை வேட்டையாடத் தொடங்கி வருடங்களாகிவிட்டன.

இந்தச் சந்திப்பு நிகழ்ந்த ஐந்து நாட்களுக்குள் ராதாவைப் பார்க்கத் திரும்பவும் வந்தேன். மரணம் அவளை மிகவும் நெருங்கி வந்து, பதுங்கி நின்றிருந்தது. ஆனாலும் சுய உணர்வு முழுமையாக இருந்தது.

அவள் என்னைப் பக்கத்தில் வரச் சொன்னாள். "நான் ஒரு உதவி செய்யச் சொன்னால் செய்வீர்களா?" என்று கேட்டாள் "செய்வேன்" என்று பதில் சொன்னேன். அப்போது அவளுடைய சேமிப்பான அந்த நாணயப் பொதியை என் கையில் தந்துவிட்டுச் சொன்னாள்: "இதை என் குழந்தை ராஜனிடம் கொடுக்க வேண்டும். நான் உங்களை மட்டுமே நம்புவேன்." அதன்பிறகு அவள் எதுவும் பேசவில்லை.

மரணத்தின் சில்லிப்பு அவளைத் தீண்டியிருந்தது. ராதாவின் மரணம் நிகழ்ந்த மறுநாள் அதிகாலை சாய்வு நாற்காலியில் அமர்ந்திருந்த நான் சற்று கண்ணயர்ந்தேன். சுயவலு விழந்த என் கைகளில் ராஜனின் அம்மா ஒப்படைத்த நாணயங்களின் சுமை அப்போதுமிருந்தது.

சி. அச்சுதமேனோன்

முன்னாள் முதலமைச்சரும் சி.பி.ஐ.யின் உயர்மட்டத் தலைவருமான சி. அச்சுதமேனோனுக்கும் ராஜன் சம்பவத்துக்குமுள்ள தொடர்பு பற்றி இந்த அத்தியாயத்தில் குறிப்பிடவிருக்கிறேன். அச்சுதமேனோன் பற்றி மலையாளிகளிடம் இருப்பதாக நம்பப்படும் பிம்பத்தைச் சிறிதளவாவது சாய்த்துவிட வேண்டும் என்ற எண்ணம் எனக்குக் கொஞ்சமுமில்லை. அதுமட்டுமல்ல, இறந்துபோன ஒரு மனிதரைப் பற்றி நான் சொல்லவிருக்கும் கருத்துகள் ஒருபோதும் உண்மைக்குப் புறம்பானவைகளாக இருத்தலாகாது. அதற்காக ராஜனின் மரணம் தொடர்பான விசாரணைகளின்போது அச்சுதமேனோன் எனக்குத் தந்த அதிர்ச்சிகளைப் பற்றிக் குறிப்பிடாமலிருக்கவும் முடியாது. அப்படிக் குறிப்பிடுவதன் மூலமாகவே நான் எழுதும் உண்மைகள் எந்தச் சாய்வு நிலைக்கும் உட்படாதவொன்றாக இருக்க முடியும். அதனால் அச்சுதமேனோனிடம் அன்பு கொண்டவர்களும் அவரை ஆராதிப்பவர்களும் இந்த வயதான மனிதனின் கசப்புமிக்க நினைவுகளை மன்னிப்பீர்களாக.

திருச்சூரிலிருந்து 10 கிமீ. தூரத்தில், இரிஞ்ஞாலக்குடா போகும் வழியில் பிரசித்தி பெற்ற திருவுள்ளக்

காவு கோவில் அமைந்திருக்கிறது. அதன் எதிரில்தான் எங்கள் வாரியமும் இருந்தது. கோவிலின் கிழக்குப் பகுதியில் என் மூத்த சகோதரன் சூலபாணிவாரியரின் வீடு. இவர் பெயர் பெற்ற ஒரு காந்தியவாதியாக இருந்தார்.

நான் எப்போதுமே கோவிலின் மேற்குப் பகுதியிலுள்ள தாய்வீட்டின் மேல்மாடியிலுள்ள திறந்த வராந்தாவில்தான் படுத்திருப்பேன். இந்த பகுதிகள் அச்சுதமேனோனுக்கு நன்றாகப் பரிச்சயமானவை.

1949 மார்ச் மாதம். ஒரு நாள் இரவு தூங்கிக்கொண்டிருந்த என்னை நடு ஜாமத்தில் யாரோ தட்டி எழுப்பினார்கள். கண்களைக் கசக்கிவிட்டு எழுந்தபோது, அழுக்கடைந்த உடம் போடும் உடுதுணிகளோடும் தளர்ந்துபோய் அச்சுதமேனோன் நின்றிருப்பதைக் கண்டேன். அவர் மிகவும் பதற்றத்துடன் நின்றுகொண்டிருந்தார். அவருக்குப் பின்னால் வேறு ஆட்களும் இருக்கக்கூடும் என்று தோன்றியது. பொதுவுடைமைக் கட்சியில் ரணதிவேயின் சிந்தனைகளின் தாக்கம் உச்ச கட்டத்தில் நின்று, அதற்கேற்ப செயல்பாடுகளும், போக்கும் கட்சியில் அலையடித்துக்கொண்டிருந்த ஒரு காலகட்டம் அது. அச்சுதமேனோனும் மற்றத் தோழர்களைப் போல் தலை மறைவாக இருந்தார். பொதுவான யு.ஜி. சட்டங்களுக்கெதிராக, பாதுகாப்பில்லாமல் அவர் வந்திருப்பதை என்னால் நம்ப முடியவில்லை.

அச்சுதமேனோன் சொன்னார். 'அந்திக்காடிலிருந்து போலீசின் கண்களை விட்டுத் தப்பியோடி வந்திருக்கிறேன். பின்னால் போலீஸ் வருகிறது. எப்படியாவது ஒரு மறைவிடம் ஏற்பாடு செய்து தரவேண்டும்.' இயல்பாகவே உறுதியான குரலில் பேசும் அவர் குரல் இப்போது பதற்றத்துடன் ஒலிப்பதைக் கேட்டதும் எனக்குள் மிகுந்த பயம் உருவானது. காவல்துறையினரின் கையில் கிடைத்தால் அச்சுதமேனோன் மிச்சமிருக்க மாட்டார் என்பது உறுதி. போலீசின் வேட்டையாடல்கள் இந்தப் பிரதேசம் முழுவதையும் நடுங்க வைத்துக் கொண்டிருந்த காலகட்டம் அது.

இந்தச் சூழ்நிலையில் என்ன செய்யவேண்டும் என்று நான் சிறிது யோசனை செய்தேன். 'எந்தக் காரணம் கொண்டும் மேனோன் போலீஸின் கையில் அகப்பட்டுவிடக் கூடாது.' பொதுவுடைமை இயக்கத்தோடு மானசீக உறவு கொண்டிருந்த நான் இதில் உறுதியாக இருந்தேன்.

அன்று வீட்டில் என் இளைய சகோதரன் மாதவவாரியரும் அவன் நண்பனும் எங்களின் மாமா மகனுமாகிய

கே.பி. ராமவாரியரும் எஸ்.எஸ்.எல்.சி. தேர்வுக்கான தீவிரமான முயற்சியில் ஈடுபட்டிருந்தார்கள். இரவு வெகுநேரம் வரை இவர்களின் அறையில் அரிக்கேன் விளக்கு மங்கலாக எரிந்து கொண்டிருக்கும்.

நான் பையன்களை அழைத்து நிலைமையின் தீவிரத்தைச் சொன்னேன். அவர்களுடன் மேனோனைப் புதுக்காடையடுத்த பாழாயி என்ற கிராமத்திற்கு அனுப்பி வைத்தேன். திருவுள்ளக்கா விலிருந்து சில கிலோ மீட்டர்கள் தூரத்திலிருக்கிறது பாழாயி கிராமம். வல்லச்சிற என்ற கிராமம் வழியாகப் போக வேண்டும். வல்லச்சிறயில் அப்போது போலீஸ் கெடுபிடி அதிகமாக இருந்துவந்தது. இரவு நேரங்களில் போலீஸ் வாகனங்கள் அங்குமிங்கும் பாய்ந்துகொண்டிருந்தன. கிராமத்தின் மூலை முடுக்குகளில்கூட போலீஸ் இராச்சஞ்சாரிகள் போல் அலைந்து திரிந்தது.

அச்சுதமேனோனைப் பாழாயியில் ஒரு மறைவிடத்தில் கொண்டு சேர்த்துவிட்டு பையன்கள் திரும்பி வரும்வரை நான் தூங்கவில்லை. போலீஸின் கையில் பையன்களும் மேனோனும் அகப்பட்டுவிட்டால் ஏற்படப்போகும் விளைவுகளை எண்ணி மனம் குமைந்துகொண்டிருந்தேன்.

தொடர்ந்து இரண்டு மூன்று ஆண்டுகள் மேனோனின் உற்ற துணையாக மாதவனும் ராமனும் இருந்தார்கள். கொடுங் நல்லூரில் வசித்து வந்த மேனோனின் மனைவி அம்மிணி யம்மாவுக்கும் மேனோனுக்குமிடையே தூதுவனாகச் சென்று வருமளவுக்கு நெருக்கமானான் மாதவன்.

என் மூத்த சகோதரன் சூலபாணிவாரியரின் வாரியத் திலும் மேனோனைத் தங்கச் செய்ததுண்டு. அவர் முழுமை யான காந்தியவாதி என்பதால் ஒரு பொதுவுடைமைவாதிக்கு அடைக்கலம் கொடுத்திருப்பதாக யாரும் அவரைச் சந்தேகிக்க வும் இ' மில்லை.

ராஜன் காணாமல் போய் 40 நாட்கள் கழிந்த பிறகுதான் வீட்டிலுள்ளவர்களுக்கு விஷயத்தைத் தெரிவித்தேன். ராஜ னின் பிரிவு ஏற்படுத்தப்போகும் கொந்தளிப்புகளை எதிர் கொள்வதற்கான துணிவு எனக்கில்லை. அதுமட்டுமல்ல, ராஜன் திரும்பக் கிடைப்பான் என்ற நம்பிக்கையை நான் கைவிடாமல் பாதுகாத்து வந்தேன்.

திருவனந்தபுரத்திற்குச் சென்று கருணாகரனைச் சந்தித்து விட்டு நிராசையுடன் கோழிக்கோட்டில் சில நாட்கள் தங்கி யிருந்தேன். இந்தக் காலகட்டங்களில் நான் பலவிதமான நினைவுகளோடும் கனவுகளோடும் அல்லாடிக்கொண்டிருந்

தேன். நாட்கள் உதிர்ந்துகொண்டிருப்பதை என்னால் உணர முடியவில்லை. மனைவியைப் பார்க்க வேண்டும் என்று தோன்றியதும் நான் எரணாகுளம் புறப்பட்டேன். அவளிடம் ராஜனின் விஷயத்தைப் பற்றிப் பேசுவதற்குத் தைரியமில்லை. யாருக்கும் தெரியாமல் என் தம்பி மாதவனிடம் மட்டும் விஷயத்தைச் சொன்னேன். இனி என்ன செய்யவேண்டும் என்பதைப் பற்றி இரண்டுபேரும் ஆலோசனை செய்தோம்.

எங்கள் மூத்த சகோதரன் மாதவன்குட்டிவாரியரின் மைத்துனர் ஆர்.வி. ராமன்குட்டிவாரியர் சி.பி.ஐ.யில் பிரபலமான தலைவராக இருந்தார். இவரைப் பார்ப்பதற்காக என் சகோதரர்கள் இருவரும் சென்றார்கள். 'அச்சுதமேனோனுக்கு ஒரு கடிதம் தருகிறேன். இதைக்கொண்டுபோய் கொடுத்தால் போதும்.' இதுதான் ஆர்.வி.யின் பதிலாக இருந்தது. இதைக் கேட்டதும் மாதவனுக்குக் கோபம் வந்தது. மேனோனைப் பார்ப்பதற்கு உங்களின் சிபாரிசுக் கடிதம் எதுவும் தேவையில்லை என்று கோபமாகச் சொல்லிவிட்டு என் வாரியத்திற்குத் திரும்பி வந்தபோது மாதவன் மிகுந்த ஏமாற்றத்துடன் காணப்பட்டான்.

இதனிடையில் அச்சுதமேனோனிடம் நெருக்கமான தொடர்பு கொண்ட வெளியத்துபாலன் எனும் வி.பி. மேனோன் தன் சொந்த ஊரான ஊரகத்துக்கு வந்தார். பல வருடங்களாக அவர் பம்பாயில் வசித்தவர். மாதவன், விவரத்தைச் சொன்னதும் அவர் அச்சுதமேனோனைக் காண்பதற்காகப் புறப்பட்டு வாரியத்துக்கு வந்து என்னைப் பார்த்து முழு விவரமும் கேட்டுத் தெரிந்துகொண்டார். அன்றைய தினமே திருவனந்தபுரத்திற்குப் புறப்படுவதாகவும் சொன்னார்.

திருவனந்தபுரம் அசெம்பிளி ஹாலில் மேனோனுடனான முதல் சந்திப்பு நடந்தது. 'ராஜன் தலைமறைவாக இருக்கிறான்.' இதுதான் பொதுவுடைமைவாதியும் மனிதாபிமானியுமான அச்சுதமேனோனின் தீர்க்கமான பதில். இது தவறான கருத்து என்று மாதவன் உறுதிபடச் சொல்ல முயற்சி செய்தான். இறுகிய முகத்துடன் தன் நிலைப்பாட்டில் உறுதியாக நின்றார் அச்சுதமேனோன்.

திரும்பி வந்து என்னைச் சந்தித்தபோது அவன் கண்களில் கண்ணீர் நிறைந்திருந்தது. தன் ஆதர்ச தலைவரிடமிருந்து கிடைத்த அனுபவம் அவனை மிகவும் தளர்த்தியிருந்தது.

தேடுதல்கள் முடியவில்லை என்பதை என்னால் புரிந்து கொள்ள முடிந்தது. மகனைத் தேடியலையும் ஒரு தகப்பனின் பயணம், தகப்பனைத் தேடியலையும் ஒரு மகனின் பயணத்

தைவிட சோகமானதாகவும் மனத்துயரம் நிறைந்ததாகவும் இருக்குமென்று உறுதிபடத் தெரிந்துகொண்டேன். நிறைய நண்பர்கள் மனமுவந்த ஆர்வத்துடன் முன்வந்து எனக்கு ஆதரவு தந்திருந்தாலும் நாளாக ஆக நான் தனிமைப்படத் துவங்கியிருந்தேன். நினைவுகளின் தெளிவற்ற நிலையில் நின்று ராஜனை அழைத்தேன். மூச்சை அடக்கிப் பிடித்த படியே நிரந்தரமான ஒரு தேடுதலில் ஆழ்ந்து போனேன். அச்சுதமேனோன் என்ற முதலமைச்சரின் முன் கூப்பிய கையுமாக நான் பலமுறை சென்றேன்.

○

பயணம் தொடர்கிறது

ராஜனைத் தேடி என் பயணம் இப்போது எம்.எஸ். மாஸ்டரையும் சேர்த்துக்கொண்டு தொடர்ந்தது. திருச்சூர் ஜில்லாவில் புகழ்பெற்ற பொதுவுடைமைக் குடும்பங்களில் ஒன்று எம்.எஸ். மாஸ்டர் குடும்பம். இ.எம்.எஸ். நம்பூதிரிபாடுக்கும் அச்சுதமேனோனுக்கும் பிரியமான நண்பர். சேர்ப்பு உயர்நிலைப்பள்ளியில் தலைமையாசிரிய ராகப் பணியாற்றி ஓய்வு பெற்ற எம்.எஸ். மாஸ்டர், ஊரிலுள்ள அத்தனை பேர்களுக்குமே சுமை தாங்கியாகத் திகழ்ந்தவர்.

அச்சுதமேனோனை அவரது அலுவலக இல்லமான கன்டோன்மென்ட் ஹவுஸில் பார்த்த துமே நாங்கள் வந்த காரியம் அவருக்குப் புரிந்து விட்டது. ராஜன் சம்பந்தமான விஷயத்தை விசா ரித்து ஆவன செய்வதாக உடனடியாக உறுதி யளித்தார். பேசிக்கொண்டிருந்தபோது முதலமைச் சர் என்ற நிலையில் அவர் அனுபவிக்க நேரும் சிரமங்கள் குறித்தும், மத்திய அரசின் தலையீடு கள் குறித்தும் விஸ்தாரமாக பிரஸ்தாபித்தார். ஏனோ, அவர் முகம் மலர்ச்சியாக இல்லை. அடுத்த வாரம் வந்து தன்னை மீண்டும் சந்திக்கும் படிச் சொல்லி எங்களை வழியனுப்பி வைத்தார்.

கன்டோன்மென்டின் படியிறங்கும்போது நான் அவரிடம் ஒரு யோசனையைப் பகிர்ந்துகொண்டேன். 'ராஜனின் விஷயத்தைப் பற்றி ஜெயராம் படிக்கலிடம் கேட்கலாம்.' இதுதான் என் பணிவான யோசனை. கிரைம் பிராஞ்ச் டி.ஐ.ஜி.யான ஜெயராம் படிக்கலிடம் கேட்டால் மட்டுமே பிரச்சனைகள் தெளிவாகும் என்பது என் உறுதியான முடிவு.

"ஜெயராம் படிக்கலிடம் என்னால் விசாரிக்க இயலாது. ஐ.ஜி. ராஜனிடம் விசாரிக்கிறேன்" என்று சொன்னார் அச்சுத மேனோன்.

நெருக்கடிநிலைக் காலப் போட்டிக்களத்தில் ஐ.ஜி. ராஜனின் பதவி வெறும் அலங்காரம் மட்டுமே என்பது கேரளத்தில் அனைவருக்கும் தெரிந்த விஷயம். கிரைம் பிராஞ்ச் டி.ஐ.ஜி. ஜெயராம் படிக்கல், கேரளத்தின் நீதி, நியாய வரையறைகளைத் தன் உள்ளங்கையில் ஒதுக்கிப் பல்லாங்குழி ஆடிக்கொண் டிருந்த காலம் அது.

மேனோனின் பதில் எனக்கு அதிர்ச்சியைக் கொடுத்தது. தன் கீழுள்ள ஒரு அதிகாரியிடம் 'விசாரிக்க இயலாது' என்று சொல்கிற முதலமைச்சராக மேனோனைக் கற்பனை செய் யவே முடியவில்லை. ஏளனத்திற்குப் பதில் ஒருவித வேதனை தான் என்னுள் படர்ந்தது.

மறுவாரம் நாங்கள் திருவனந்தபுரம் சென்றிருந்தபோது சி. ஜனார்த்தனன் எம்.பி.யும் அங்கு வந்திருப்பதாக அறிந்தோம். அவர் தலைமைச் செயலகத்தின் அருகில் உள்ள திருவனந்த புரம் ஹோட்டலில் தங்கி இருக்கிறார் என்பதும் தெரியவந்தது. இந்த விவரம் எங்களை உற்சாகப்படுத்தியது. ஜனார்த்தனன் எம்.பி. என் நெருங்கிய நண்பர். அவர் மீது அவருடைய தொகுதி மக்களைப் போலவே நானும் அளவற்ற நம்பிக்கை வைத்திருந்தேன்.

1951இல் தேர்தல் பிரச்சாரம் தொடர்பான ஒரு கூட்டம், தேக்கின் காடு மைதானத்தில் வைத்து நடைபெற்றது. அதில் ஜவஹர்லால் நேரு கலந்துகொண்டு பேசினார். மறு நாள் அதற்குப் போட்டியாக நடந்த பொதுக்கூட்டத்தில் சி.ஜி. பேசினார். பொங்கிப் பிரவகிக்கும் அழகு நடையிலான அவரின் பிரசங்கம் என் காதுகளில் இப்போதும் ஒலிக்கிறது. பின்னர் சந்தர்ப்பம் வாய்த்தபோதெல்லாம் சி.ஜி.யின் பேச்சைக் கேட்க நான் பலமுறை ஓடோடிச் சென்றிருக் கிறேன். ஆனால் அந்த அழகான குரலை வெறியாட்ட வீரர்களான காவல் துறையினர் சீக்கிரமாகவே மவுனமாக்கி விட்டார்கள். திருச்சூர் ஜில்லாவில் இந்த அளவுக்குச்

சித்திரவதைக்காளாக்கப்பட்ட கம்யூனிஸ்ட் தலைவர்கள் குறைவுதான். அந்தச் சித்திரவதை அவர் ஆயுளின் கணிசமான ஆண்டுகளைக் காவு வாங்கிவிட்டதை எண்ணும்போது எனக்குள் வேதனை ஏற்படுவதுண்டு.

நானும் எம்.எஸ்.மாஸ்டரும் சி.ஜி.யிடம் ராஜனின் விஷயத்தைக் கூறியதும் அவர், 'இதைப் பற்றி முதலில் இப்போதுதான் கேள்விப்படுகிறேன்' என்றார். முன்கூட்டியே தெரிவிக்காதது பற்றியும் கோபப்பட்டார். எங்களை உட்கார்ந் திருக்கும்படி சொல்லிவிட்டு அச்சுதமேனோனைப் பார்க்கச் சென்று ஒரு மணி நேரத்திற்குப் பிறகு திரும்பிவந்தார். ஒரு தொலைபேசி எண்ணைத் தந்து மறுநாள் காலையில் மேனோனைத் தொடர்புகொள்ளச் சொன்னார்.

மறுநாள் காலை மிகுந்த எதிர்பார்ப்புடன் நான் தொலை பேசிமூலம் மேனோனைத் தொடர்பு கொண்டேன். ஆனால் மேனோன் தன் பழைய நிலைப்பாட்டிலேயே இருந்தார். ஜெயராம் படிக்கலிடம் விசாரிக்க முடியாது என்று திரும்ப வும் கூறினார். அப்படி என்றால் கருணாகரனிடம் விசாரிக் கும்படி கேட்டுக்கொண்டேன். "I will not ask him, he will simply bluff" (நான் அவரிடம் விசாரிக்கமாட்டேன். அந்த மனிதர் வாயெடுத்தால் பொய்தான் பேசுவார்.) இதுதான் மேனோனின் பதில். இந்தத் தொலைபேசி உரையாடல்களினி டையே, இனி வரும்போது கே.கே.மாஸ்டரையும் அழைத்துக் கொண்டு வரும்படி எம்.எஸ். மாஸ்டரிடம் கேட்டுக்கொண் டார் மேனோன். அதன்படி அடுத்த திருவனந்தபுரம் பயணத் தின்போது கே.கே.மாஸ்டரும் எங்களுடனிருந்தார்.

நாட்கள் சென்றுகொண்டிருந்தன. வேனிற்காலம் மெல்ல மெல்ல மழைக்காலத்துக்கு வழிவிட்டது.

எரணாகுளத்தில் எங்கள் வீட்டு நிலைமை கிட்டத்தட்ட மிக மோசமாகியிருந்தது. ராஜனின் தாயின் மனநலம் முற்றி லும் தகர்ந்திருந்தது. அதனால் குழந்தைகளைப் பாதுகாக்க வேண்டிய பொறுப்பை ராஜனின் மாமா அச்சுதவாரியரும் என் சகோதரியான அவர் மனைவியும் மகிழ்ச்சியுடன் ஏற்றுக்கொண்டார்கள். அச்சுதவாரியர் தமிழ்நாட்டில், ரெயில்வே இலாகாவிலிருந்து இடமாற்றம் பெற்று ஊருக்குத் திரும்பியிருந்ததால் ராஜனைத் தேடும் என் பயணத்தின்போது வீட்டு நிர்வாகங்களில் நான் கவனம் செலுத்த வேண்டிய தேவை ஏற்படவில்லை. இவர்களுக்குக் குழந்தைகள் இல்லை. அன்றும் இன்றும் என் குழந்தைகள்தாம் அவர்களுடைய குழந்தைகள்.

அச்சுதமேனோனைச் சந்திக்கச் செல்வதற்காக எம்.எஸ்.மாஸ்டரும் கே.கே.மாஸ்டரும் என் வீடான செளகிருத நிலையத்துக்கு வந்தார்கள். என் சகோதரி கொச்சம்மிணி அச்சுத மேனோனிடம் அளவு கடந்த பிரியம் கொண்டவள். அவளுடைய பேச்சிலும் செய்கையிலும் அந்த அன்பின் வெளிப்பாடு நிறைந்து நிற்கும். எம்.எஸ்.மாஸ்டரும் என்னுடன் திருவனந்தபுரத்திற்கு வருவதால் நிச்சயமாக ராஜனைக் குறித்த தகவல்கள் கிடைக்கும் என்று அவள் உறுதியாக நம்பினாள். நாங்கள் திருவனந்தபுரத்திற்குப் புறப்படும்போது அவள் ஒரு பொட்டலத்தை எம்.எஸ்.மாஸ்டரின் கையில் கொடுத்து விட்டுச் சொன்னாள்:

"எரணாகுளத்திலுள்ள ஹனுமான் கோயில் பிரசாதம். மாயப்பஸ்பம். இதை ராஜனுக்குக் கொடுக்க வேண்டும். அவனுக்கு இதில் நம்பிக்கை இல்லாவிட்டாலும் அத்தை கொடுத்தனுப்பியிருப்பதாகச் சொன்னால் சாப்பிட மறுக்க மாட்டான்."

எம்.எஸ். மாஸ்டரின் கைகள் லேசாக நடுங்கின. அவர் கண்களில் கண்ணீர் கசிந்து இறங்குவதைப் பார்த்தேன்.

புகைவண்டியில் நாங்கள் எதுவும் பேசிக்கொள்ளாமல் அப்படியே அமர்ந்திருந்தோம். ஒன்றிரண்டு மணி நேரத்திற்குப் பிறகு கே.கே மாஸ்டர் என் தோளில் கை வைத்தபடி கேட்டார்.

"ஈச்சரா, உனக்கு இப்படியான சந்தர்ப்பங்களை அடிக்கடி எதிர்கொள்ள வேண்டியதிருந்ததோ?"

நான் பதில் சொல்லவில்லை.

புகைவண்டியின் சத்தங்களுக்கிடையிலும் அந்தக் குரல் என் காதுகளில் அலைமோதியது. மகனைத் தேடியலையும் என் பயணம் துவங்கி மாதங்கள் பல கடந்துவிட்டன. என் மனம் வலிமை இழந்துவிட்டது. சிந்தனைகளின் கடிவாளம் எங்கேயோ காணாமற் போய்விட்டது.

ஆனால் அச்சுதமேனோன் மீதான நம்பிக்கை இன்னும் மிச்சமிருந்தது. இரவின் அடர்ந்த இருட்டில் கண்ட தாடியும் முடியும் வளர்ந்த அந்த முகம் அப்படியே என் மனதிற்குள் நின்றது. சேர்ப்பில் நடந்த கம்யூனிஸ்ட் வேட்டைகளின்போது அந்தக் கண்களில் தென்பட்ட கருணை, அளவு கடந்த மன உறுதியை எங்களுக்கு அளித்தது. கூடாத அரசியல் அணிச்சேர்க்கைகள் நடந்த பின்புகூட கேரளத்தின் பட்டினிப் பாவங்களால் அவர் மனதில் ஏற்றி வைக்கப்பட்ட அக்னியின் ஜுவாலை அணைந்துவிடாது என்று கனவு கண்டேன்.

மறுநாள் அதிகாலையில் திருவனந்தபுரம் போய்ச் சேர்ந்தோம். சி.ஜி. தொலைபேசி மூலம் கன்டோன்மென்ட் ஹவுஸைத் தொடர்பு கொண்டார். உள்ளரங்கில் தொலை பேசி முழங்கிக்கொண்டிருந்தது.

எதிர் முனையிலிருந்து வரும் மேனோனின் குரலை எதிர்பார்த்து நான் காதுகளைக் கூர்மையாக்கி நின்றேன்.

கன்டோன்மென்ட் ஹவுஸிலிருந்த தொலைபேசியில் அச்சுதமேனோனின் மெல்லிய குரல் எழுந்தது. எம்.எஸ்.மாஸ் டர்தான் பேசினார்.

"ஏற்கனவே தாங்கள் சொன்னதுபோல் கே.கே. மாஸ்ட ரையும் அழைத்துக்கொண்டு வந்திருக்கிறோம். நாங்கள் அங்கே வரலாமா?"

"எனக்கு கே.கே.யையும் பார்க்க வேண்டாம், ஒரு...னை யும் பார்க்க வேண்டாம்." இங்கே அவர் உச்சரித்த வார்த்தை என்னவென்பது எனக்கு அப்போதும் பிடிபடவில்லை. எது வாயினும் சரி, மேனோன் அடியோடு மாறிப்போய்விட்டார் என்பது மட்டும் தெளிவாகத் தெரிந்தது. நான் மீண்டும் ஒருமுறை கருணாகரனையோ, ஜெயராம் படிக்கலையோ அழைத்து விசாரிக்கும்படி கேட்டுக்கொண்டபோது அவருக்குக் கோபம் வந்தது.

"நான் ஒரு துண்டை எடுத்துத் தோளில் போட்டுக் கொண்டு கேரளம் பூராவும் உன் மகனைத்தேடி ஒவ்வொரு போலீஸ் ஸ்டேஷனா ஏறியிறங்க வேண்டுமா?" இதுதான் அவர் பதில்.

எனக்கு ஆத்திரமும் அழுகையும் வந்தது. பதற்றமேதும் இல்லாமல் நான் சொன்னேன். "ஒரு முதலைமைச்சரா இருப் பவருக்குத் தன் கீழ வேலை பாக்குற உத்தியோகஸ்தன்கிட்டே கேட்டு ஒரு விவரம் தெரிஞ்சுகிறதுக்கு இது ஒண்ணுதான் வழி என்கிறது எனக்குத் தெரியாமப் போய்ட்டுது. தெரிஞ்சிருந் தால் நான் உங்களை வந்து பாத்திருக்கவே மாட்டேன்."

நானும் எம்.எஸ்.மாஸ்டரும் மிகுந்த மன வேதனையுடன் திருவனந்தபுரத்திலிருந்து திரும்பினோம். அதிகாரம், ஒரு கம்யூனிஸ்ட் தலைவரிடம் ஏற்படுத்திய மாற்றம் அன்றைய என் அரசியல் மனோபாவத்தைப் பொறுத்தவரை புரியாததாக வும் விசித்திரமாகவும் இருந்தது. கேரளம் முழுவதிலும் பொதுவுடைமைக் கட்சியைக் கட்டுவிக்கக் கடுமையாக உழைத்த மேனோன் என்னைப் பொறுத்தவரை மிகவும் விரும்பத் தகுந்தவர். எங்கள் தலைமுறையைச் சேர்ந்தவர்கள் அவர்

மீது வைத்திருந்த விசுவாசம் எத்தகையது என்பதை இன்று பெரும்பாலானவர்களால் ஊகிக்க முடியாது.

அழுக்கடைந்த உடலும் உடுதுணிகளுமாக இரவு நேரங்களில் குடிசைகளுக்குள்ளும் வீடுகளிலும் நுழைந்து அன்றைய களங்கமற்ற மனிதர்களின் மனங்களில் இடம் பிடித்தவர் மேனோன். தங்களின் உயிரைப் பணயம் வைத்து அன்று காக்கிக் குப்பாயமணிந்த அரக்கர்களிடமிருந்து மேனோனைக் கேரள ஜனங்கள் பாதுகாத்தார்கள்.

வாயெடுத்தால் பொய்தான் பேசுவார் என்பதை நன்றாகத் தெரிந்து வைத்திருந்தும் ஒருநபரைத் தன் மந்திரி சபையில் சேர்த்துக்கொண்டிருக்கும் அவலம், நான் புரிந்துகொண்டிருந்த அச்சுதமேனோனுக்கு இருக்க முடியாது. இதைப்பற்றி நான் ஒரு சி.பி.ஐ. நண்பரிடம் பேசிக்கொண்டிருந்தபோது, 'மேனோன் முதல்வர் பதவியை விட்டு இறங்கினால் அவரால் திரும்பி வீட்டுக்குப் போக முடியாது' என்பதுதான் அவரது பதிலாகயிருந்தது.

'அச்சுதமேனோனைப் பாதுகாப்பாக அவரது வீட்டில் கொண்டு சேர்க்கும் பொறுப்பை நீண்ட காலமாக கேரள ஜனங்கள்தான் ஏற்றிருந்தார்கள்' என்று நான் அவருக்கு எடுத்துச் சொன்னேன். அச்சுதமேனோனைப் போன்ற ஒரு போராளி, கருணாகரனின் சொல்லுக்குக் கீழ்ப்படியும் நிலைக்குத் தரம் தாழ்ந்து போனதில் நாங்கள் மிகவும் வருந்தினோம்.

ராஜன் பிரச்சனை தொடர்பான சந்திப்புகளில் கருணாகரனுடனான அனுபவங்களைவிடவும் அச்சுதமேனோனுடனான அனுபவங்கள்தான் மிகுந்த வேதனைக்கு இடமளித்தன. காரணம், கருணாகரனிடமிருந்து அனுகூலமான எதிர்பார்ப்புகள் எதுவும் எனக்கில்லை. ஆனால், அச்சுதமேனோனிடமிருந்து இத்தகைய அனுபவங்கள் கிடைக்கக்கூடும் என்பதை என்னால் கற்பனை செய்துகூடப் பார்க்கமுடியவில்லை.

மேனோனைப் பற்றிய இந்தக் குறிப்புகள் நிறைய பேரை வருத்தம் கொள்ளச் செய்யும் என்பதில் எனக்குச் சந்தேகமில்லை. ஆனால், இந்த வேதனைகளை விடவும் பலமடங்கு வேதனைகளை நான் இந்த விஷயத்தில் அனுபவித்திருக்கிறேன். ஆகவே, இதைப் பொறுத்துக்கொள்ள வேண்டும். நான் ஒரு வரலாற்றுக் கடமையை மேற்கொண்டதாகவே நீங்கள் கருதிக்கொள்ள வேண்டும்.

❍

கக்கயம் முகாம்

அண்மையில் ஸ்ரீ.கே. கருணாகரன் ஒரு வீர முழக்கம் செய்தார். 'கேரளாவில் இன்று நக்ஸல்பாரிகள் இயக்கம் இல்லை. அதற்குக் காரணம் என்னுடைய ஆட்சிமுறைதான்.' இதுதான் அவருடைய தீர்க்கமான அறிவிப்பு. காயண்ண போலீஸ் ஸ்டேஷன் மீதான தாக்குதலும் அதைத் தொடர்ந்து நடந்த காவல்துறையினரின் வேட்டையாடல்களும்தான் கருணாகரன் இப்படியான ஒரு அறிவிப்பை வெளியிடக் காரணம் என்பதைப் புரிந்துகொள்ள முடிந்தது.

1976 பிப்ரவரி 28இல் ஒரு கும்பல் காயண்ண போலீஸ் ஸ்டேஷனைத் தாக்கி அங்கிருந்து ஒரு துப்பாக்கியையும் எடுத்துக்கொண்டு ஓடிவிட்டது. இந்தக் கும்பல் நக்ஸல்பாரிகள்தான் என்ற முடிவுக்கு மிக சீக்கிரமாகவே வந்துவிட்டார்கள் அதிகாரிகள். இது சம்பந்தமான விசாரணைக்கென அமைக்கப்பட்டதுதான் கக்கயம் முகாம். கக்கயம் மலையடிவாரத்தில் தகர ஷீட்டுகள் வேயப்பட்ட, சற்று நீள் வடிவ ஒரு ஷெட் அது. முகாமின் முன்னால் ஒரு நீர்த்தேக்கமுமிருந்தது. முகாமிலிருந்து ஓரிரு பர்லாங் தூரத்தில் மின்சார இலாகாவின் ஆய்வு மாளிகையும் அடுத்து ஒரு சுகாதார நிலையமும் இருந்தது.

போலீஸ் ஸ்டேஷன் ஆக்கிரமிப்புக்குப் பிறகு 29ஆம் தேதி முதல் காயண்ண, கூராச்சுண்டு, கக்கயம் போன்ற பகுதிகளில் நூற்றுக்கணக்கான இளைஞர்களைப் போலீசார் பிடித்துக் கொண்டு வந்து சித்திரவதை செய்யத் தொடங்கினார்கள். வேனில் கொள்ளும் அளவுக்குக் கொண்டு வந்து இறக்குவதும் மீண்டும் போய் பிடித்து வருவதுமான இந்த நடவடிக்கை தொடர்ந்து சில நாட்கள் நீடித்தது.

இங்கிலாந்தின் ஸ்காட்லான்ட் யார்டிலிருந்து குற்றவியல் விசாரணை சம்பந்தமான நவீன உத்திகளைக் கற்றுத் திரும்பிய கிரைம் பிராஞ்ச் டி.ஐ.ஜி. ஜெயராம் படிக்கல்தான் விசாரணை செய்வதற்கான தலைமைப் பொறுப்பிலிருந்தார். இந்த வழக்கின் முழு விவரமும் அவர் கைக்குள்தானிருந்தது.

இவர்களது குற்றவியல் விசாரணை முறைகளைப் பற்றியும் இங்கே சிறிது சொல்லி விடுகிறேன். குற்றத்தை நிரூபிப்பதற்கான நவீன அறிவியல் முறைகளை இவர்கள் கையாள்வதில்லை. அடி, உதை ஒன்றுதான் இவர்களின் ஒரேயொரு உத்தி. இம்முறையைக் கணிசமான முறையில் கையாளவும் செய்தனர்.

மார்ச் 1ஆம் தேதி குற்றவாளிகளைப் பிடிக்க சாத்தமங்கலம் ரீஜனல் என்ஜினியரிங் காலேஜுக்கு போலீஸ் ஜீப் புறப்பட்டது. அதற்கு முந்திய நாள் ஃபாரூக் கல்லூரியில் காலிகட் பல்கலைக்கழக 'டி'மண்டல யூத்ஃபெஸ்டிவல் நடந்தது. என் மகன் ராஜன் அதில் மிக முக்கியமான பங்கினை வகித்து வந்தான். 28ஆம் தேதி இரவு முழுவதும் ராஜன் அந்தக் கல்லூரியில்தானிருந்தான். கல்லூரியிலிருந்து 29ஆம் தேதி காலையில் ஆர்.இ.சி.யின் தங்கும் விடுதியின் முன் வந்து கல்லூரி பஸ்ஸிலிருந்து நண்பர்களுடன் இறங்கவும் உடனே போலீஸ் அவனைக் கைது செய்தது.

ராஜன் குற்றவாளிதானா என்பதை அறிய ஃபாரூக் கல்லூரியில் விசாரித்திருந்தாலே போதும். காயண்ண போலீஸ் ஸ்டேஷன் தாக்கப்படும்போது அவன் கல்லூரி விழாவில் கலந்துகொண்டிருந்ததை அறிந்திருக்க முடியும். அவனுடன் பஸ்ஸில் வந்திறங்கிய ஆசிரியர்களும் மாணவர்களும் அதற்குச் சாட்சிகள்.

ஆனால், போலீசார் யாரிடமும் எதுவும் கேட்கவில்லை. போலீஸ் ஸ்டேசன் மீதான தாக்குதலில் யார், யார் பங்கெடுத்தார்கள், அவர்கள் எத்தனை பேரிருந்தார்கள் என்பது போன்ற எதையுமே விசாரணை செய்து நிரூபிக்கும் எண்ணம் அவர்களிடமில்லை. அவர்கள் எந்தவிதமான சட்டவிதிகளையும்

கடைப்பிடிக்காமல் ராஜனை முதலில் கோழிக்கோட்டிற்கும் பிறகு கக்கயத்திற்கும் கொண்டு சென்றார்கள்.

கக்கயம் முகாமிற்குள் என் மகன் அனுபவித்த சித்திர வதைகளைப் பற்றி எழுத என்னால் இயலுமா என்று தெரிய வில்லை. கக்கயம் முகாமில் ஹிட்லரின் கான்ஸென்ட்ரேஷன் முகாமை நினைவுபடுத்தும் விதமான வதைகள் அரங்கேற்றப் பட்டன. ஒரு தலைமுறையின் ஆழ்ந்த சிந்தனைகளை இரும்புக் கரங்களால் தகர்க்க முயலுகின்ற, ஜனநாயக விரோதமான, இதயமே இல்லாத ஒரு பரிசோதனை முறை அங்கே அரங் கேற்றப்பட்டது. ஜெயராம் படிக்கல் என்ற போலீஸ் அதிகாரி அதில் எந்த அளவுக்கு வெற்றி பெற்றார் என்பதை வரலாறு தான் முடிவு செய்யவேண்டும்.

என் மகனைக் குறித்துச் சொல்லும்போது உணர்ச்சி மேலிட்டு என் சொற்கள் இடறிவிடலாம். என் கைகளில் வளர்ந்து, நடை பழகி, அப்பா என்றழைத்துக் கொஞ்சி விளை யாடிய பிஞ்சுக் குழந்தையாகவே என்றும் எனக்கு அவன் தெரிந்தான். அதனால் என் நியாயங்களில் ஒரு பக்கச்சாய்வு கள் எதுவும் இருப்பதாக யாருக்கேனும் தோன்றக்கூடும். இதை மகனை இழந்த ஒரு தந்தையின் பக்குவமின்மை என்பதாகவே கருதிக்கொள்ளுதல் வேண்டும்.

கக்கயம் முகாம் குறித்துப் பேசும்போது பிற்காலத் தலை முறைகள் அவமானத்துடன் தலை கவிழ்ந்து நிற்பதை நான் காண்கிறேன். கேரள மக்களாட்சி முறையின் கொடியில் எப்போதும் கண்ணீரில் பூத்த ஒரு மலரும் விரிந்தே நிற்கும் என்பது என் நம்பிக்கை. ஏற்கனவே பலரால் சொல்லப்பட்ட விஷயம்தான் என்றாலும் கக்கயம் முகாமைப் பற்றி என் மரண காலம் வரை நான் பேசியாக வேண்டும். முதுமையின் அன்பளிப்பாகக் கிடைத்த தன்னுணர்வு இழந்த நிலையிலும் கூட நான் கக்கயம் முகாம் பற்றியே பேசுவேன்.

◯

சட்டம் பலியிடப்படும்போது

போலீஸ் கஸ்டடியில் கொல்லப்பட்ட என் மகனைக் குறித்துச் சொல்லும்போது நமது நீதிநியாய வரையறைகளைப் பற்றியும் சிறிது சொல்லிக்கொள்ள வேண்டியதிருக்கிறது. ஆயிரம் குற்றவாளிகள் தப்பித்துக்கொண்டாலும் ஒரு நிரபராதிகூட தண்டிக்கப்பட்டுவிடக் கூடாது என்பதில் சட்டத்தை இயற்றியவர்கள் மிகுந்த கவனம் செலுத்தியிருந்தார்கள். ஆனால், தண் டிக்கப்படுபவர்கள் குற்றவாளியா, நிரபராதியா என்ற விஷயத்தில் குற்ற விசாரணை அதிகாரிகள் மிக அலட்சியமாக இருக்கிறார்கள். இங்கே எனக்கு ஒரு சந்தேகம் உருவாகிறது. தண்டனை எனப்படுவது எது? சிறைத் தண்டனையா, லாக்கப்பா, இல்லை கக்கயம் முகாம் போன்ற இடங்களிலுள்ள சித்திரவதையா? இதைப் பற்றி யாரும் இதுவரை விவாதித்ததாகத் தெரியவில்லை. ஆனால், இது என்னை அலட்டிக்கொண்டிருக் கும் ஒரு பிரச்சனை. சாதாரண சிறைத்தண்ட னையோ, கடுங்காவல் தண்டனையோ எதுவாக வும் இருந்துவிட்டுப் போகட்டும். இதற்கும் லாக்கப், மற்றும் முகாம்களில் நடக்கும் கொடும் சித்திரவதைக்கும் எந்தவிதமான தொடர்பும் கிடையாது. லாக்கப் சித்திரவதையின் காரணமாக

ஏற்படும் சாவுகள் பற்றி நிறைய கேள்விப்பட்டிருக்கிறோம். இப்போதுகூடக் கேள்விப்படுகிறோம். ஆனால், இவைகள் சட்டபூர்வமாக விதிக்கப்பட்ட தண்டனைகள் அல்லவே? உண்மையான குற்றவாளி பெரும்பாலும் தப்பித்து விடுகிறான். இந்தப் பார்வையினூடே நாம் கண்டு வரும் ஒரு யதார்த்த உண்மை, இந்திய நீதி நியாயங்களின் உன்னதமான சட்ட வரைவுகள் தயவு தாட்சண்யமற்ற முறையில் மிதித்து நசுக்கப்படுகிறது என்பதுதானே?

ராஜன் சம்பவத்திலும் இதுதான் நிகழ்ந்தது. அவன் குற்றவாளியா, இல்லையா என்பதைப் பற்றி எந்த விசாரணையும் மேற்கொள்ளப்படவில்லை. பிடித்துக் கொண்டு போனார்கள், சித்திரவதை செய்தார்கள், கொன்றார்கள். இதுமட்டும்தான் நடந்தது. ராஜனின் விஷயத்தில் மட்டுமல்ல, அன்று ஆர்.இ.சி.யிலிருந்து பிடித்துச்செல்லப்பட்ட எல்லா மணவர்களும் அடி உதைக்கு ஆளானார்கள். மரணமடையவில்லை என்பது மட்டுமே.

யாரோ கொடுத்த பட்டியலின் அடிப்படையில் அவர்கள் மாணவர்களைத் தெரிவு செய்து கொண்டுசென்றிருக்கிறார்கள். இதைப் பார்க்கும்போது குற்றவாளிகள் – நிரபராதிகள் எனப் பிரித்துப் பார்ப்பது பற்றிய கேள்வியே அர்த்தமிழந்து போகிறது.

ஆர்.இ.சி.யிலிருந்து மாணவர்களைப் பிடித்துக்கொண்டு போய் நான்கு நாட்கள் வரையிலும் அவர்களைப் பற்றி எந்தத் தகவலும் கிடைக்கவில்லை என்றானதும் கல்லூரியின் முதல்வர் பேராசிரியர் வகாபுதீனும் மற்றொரு பேராசிரியர் ஜார்ஜுமாகக் கக்கயத்திற்குச் சென்றார்கள். ஜெயராம் படிக்கலின் முகாமுக்குள் செல்வது என்பது அன்றைய காலகட்டத்தில் சிங்கத்தின் குகைக்குள் நுழைவதைப் போன்றது. ஆனால், தன் மாணவர்கள்பால் மிகுந்த அன்பு வைத்திருந்த கல்லூரி முதல்வர் விளைவுகள் எதுவாக இருந்தாலும் சரி போய் விசாரித்துவிடுவதென முடிவு செய்தார். இந்தக் கருணையுள்ளம் கொண்ட பெருமகனுக்கு எப்படி நன்றி சொன்னாலும் என் அன்பை முழுமையாக வெளிப்படுத்தியதாகிவிட முடியாது.

நான் ஏற்கனவே குறிப்பிட்ட கக்கயம் முகாமின் நுழைவாயிலிலேயே இந்த மனிதநேயம் கொண்ட பேராசிரியர்கள் தடுத்து நிறுத்தப்பட்டார்கள். ஜெயராம் படிக்கலிடம் பேராசிரியர்கள் வந்திருக்கும் விவரத்தைச் சொன்னதும் அவரிடமிருந்து கல்லூரி முதல்வரை வேண்டுமானால் வரச் சொல்லலாம், மற்றவர்களுக்கு அனுமதி இல்லை என்று அதிகாரத் தோரணையுடன் பதில் வந்தது. பண்டைய மில் முதலாளி தன்

தொழிலாளியிடம் நடந்துகொள்வதைப்போல் கல்லூரி முதல்வரை நடத்தினார் ஜெயராம் படிக்கல். இந்த போலீஸ் அதிகாரியின் பலவிதமான நடவடிக்கைகளைப் பற்றிச் சொல்வதற்கு நிறைய இருக்கிறது. அதைப் பிறகு சொல்கிறேன். நான் முதலில் திருவனந்தபுரத்திற்குச் சென்றதும் ராஜனைப் பற்றி விசாரித்ததுவும் கல்லூரி முதல்வர் வகாபுதீனின் அறிவுரைப்படிதான். ஆர்.இ.சி.யின் மாணவர்களும் ஆசிரியர்களும் ராஜனிடம் மிகவும் அன்புடையவர்கள். குறிப்பாக, பேராசிரியர் வகாபுதீன். அவர் ராஜன் வழக்கு சம்பந்தமான அனைத்து நடவடிக்கைகளிலும் எனக்கு உறுதுணையாக நின்றார். அந்த உறவு இன்றும் தொடர்கிறது.

திருவனந்தபுரத்திற்கு விசாரணைக்குச் சென்றதில் எந்தப் பலனும் ஏற்படவில்லை என்றதும் அப்படியே சோர்ந்து போனேன். இனி கக்கயம் முகாமிலும் சாத்தமங்கலத்திலும் போய் விசாரித்து விடுவது என்று முடிவு செய்து அங்கேயும் சென்றேன்.

ராஜன் படித்துக்கொண்டிருந்தபோது பெரும்பாலும் அவனுடைய மாமா மகளின் கணவரான ஆர்.இ.சி.யில் பொறியியல் தொழில்நுட்பப் பேராசிரியராகப் பணியாற்றும் மோகன்குமாரின் குடும்பத்தினருடன்தான் வசித்து வந்தான். நான் ராஜனைத் தேடியலையும்போது அங்கேயும் இரண்டு மூன்று தடவை தங்கியிருந்திருக்கிறேன். அப்போது ஒருநாள் சாயங்காலம் கிரைம் பிராஞ்ச் சி.ஐ. ஸ்ரீதரன் இரண்டு போலீஸ்காரர்களுடன் என்னைத் தேடி வந்தார். என்னோடு இயல்பாகவே பேசிக்கொண்டிருந்தவர் என் மகன் காணாமல் போன பிரச்சனை குறித்து வருத்தப்பட்டார். இடையே சில உபதேசங்களையும் அபிப்பிராயங்களையும் அவர் முன் வைத்தார். அதில் ஒரு அறிவுரை மிக சுவாரசியமானது. நக்ஸல்பாரி இயக்கத் தலைவர் வேணு எழுதிய ஒரு புத்தகத்தை நான் வாசிக்கக் கேட்டுக்கொள்ளும் உபதேசம் அது. உண்மையில் நான் அந்தப் புத்தகத்தை ஏற்கனவே படித்திருக்கிறேன். அதைப் பற்றி இந்த போலீஸ் அதிகாரியிடம் விவாதம் செய்ய விரும்பவில்லை என்பதால் இதுவரை படித்ததில்லை என்றேன். அப்போது, வேணு மிகப்பெரிய அறிவாளி என்றும் அந்தப் புத்தகம் வாசிக்கப்படவேண்டிய ஒன்று என்றும் சொன்னார். நான் அவர் சொன்னவற்றை ஏற்றுக்கொண்டேன். சுமார் பத்து, பதினொரு மணிக்குத்தான் அவர்கள் அங்கிருந்து புறப்பட்டார்கள்.

அவர்கள் சென்ற பிறகுதான் எனக்கு விவரம் தெரிய வந்தது. நாங்கள் பேசிக்கொண்டிருந்தபோது என்னைத்

ஒரு தந்தையின் நினைவுக்குறிப்புகள்

தவிர வீட்டிலுள்ள அனைவரும் பயத்தால் உறைந்து போயிருந்திருக்கிறார்கள். சாதாரணமாகக் குடும்பங்களிலுள்ள நடுத்தர வயதுப் பெண்களுக்குக்கூட போலீஸார் பற்றியதான நல்லெண்ணங்கள் எதுவுமில்லை என்பதை என்னால் அன்றுதான் புரிந்துகொள்ள முடிந்தது. மறுநாள் காலையில் நான் முதலில் செய்த வேலை, என் பொருட்களையெல்லாம் எடுத்துக் கொண்டு கேரளா லாட்ஜில் அறை வாடகைக்கு எடுத்துத் தங்குமிடத்தை மாற்றியதுதான்.

இதற்கு நேர் எதிரான ஒரு நிகழ்ச்சியும் நடந்தது. கோழிக்கோடு அரசுக் கலை அறிவியல் கல்லூரியில் இந்தி மொழிப் பேராசிரியரும் துறையின் தலைவருமான எம்.எஸ். விசுவம்பரன் மின்சார இலாகாவில் பணிபுரியும் தன் மனைவியுடன் கல்லூரியை அடுத்த ஒரு வீட்டில் வசித்து வந்தார். பிப்ரவரி கடைசியில் அவரின் விருந்தினனாக நான் அங்கே தங்கியிருந்தேன். மார்ச் துவக்கத்தில் ஒரு நாள் இரவு சி.ஐ. ஸ்ரீதரன் அந்த வீட்டிற்குள் புகுந்து, "எங்கேடா உன் பேராசிரியர்" என்று கேட்டிருக்கிறார். சுத்தமான போலீஸ் பாஷையில் அவரை மிரட்டியிருக்கிறார். நான் ஒரு நக்ஸல்பாரி எனும் சித்திரத்தை உருவாக்குவதுதான் போலீஸாரின் எண்ணம். இப்படிப்பட்ட ஒரு சூழ்நிலைக்குக் கொஞ்சமும் பரிச்சயமில்லாத அந்தத் தம்பதிகள் பயந்துபோய்விட்டார்கள். ஏதோ மிகப்பெரிய ஆபத்து நிகழப்போவதுபோன்ற எண்ணத்துடன் இரவு தூக்கம் பிடிக்காமல் காத்திருந்தார்கள். நான் அவர்களை ஆறுதல்படுத்த முயன்றேன்.

பிறகு நான் சி.ஐ. ஸ்ரீதரனைத் தொடர்புகொள்ள முயற்சி செய்தேன். ஆனால், முடியவில்லை. போலீஸ்காரர்கள் எப்படி நடந்துகொள்வார்கள் என்பதை யாராலும் முன் கூட்டி அனுமானித்துவிட இயலாது. எனக்கு இப்படிப் பல அனுபவங்கள் நேரிட்டிருக்கின்றன. அதில் சிலவற்றையே நான் குறிப்பிடுகிறேன்.

ராஜன் இறந்துபோய்விட்ட விவரத்தைத் தெரிந்துகொண்ட பிறகுதான் சி.ஐ.ஸ்ரீதரன் என் வீட்டிற்கு வந்திருக்கிறார். இயலாமையில் ஆழ்ந்துபோன ஒரு மனிதனிடம் இப்படி நடந்துகொள்வதில் அவருக்கு அப்படி என்ன திருப்தி கிடைத்திருக்க முடியும் என்பதைச் சிந்திக்கும்போது இப்போது கூட நான் உடைந்து போகிறேன்.

○

ஏ.கே.ஜி.யின் கடிதம்

அரசியல் தலைவர்கள், மாண்புமிகு மந்திரிகள், போலீஸ் அதிகாரிகள் ஆகியவர்களிடமிருந்து நான் அனுபவிக்க நேர்ந்த வேதனைகளைக் கடந்த அத்தியாயங்களில் குறிப்பிட்டிருக்கிறேன். ஆனால், இதிலிருந்து முற்றிலும் வேறுபட்ட அனுபவமும் எனக்கு ஏற்பட்டது.

சாத்தமங்கலத்திலிருந்து கோழிக்கோட்டிற்குத் திரும்பி வந்து கேரளா லாட்ஜில் தங்கியிருந்த போது எதிர்பாராத ஒரு இடத்திலிருந்து எனக் கொரு அழைப்பு வந்தது. 'மாத்ருபூமி' பத்திரிகையின் அன்றைய முதன்மை ஆசிரியரான கே.பி.கேசவ மேனோன்தான் அந்த அழைப்பை விடுத்தவர். கே.பி. கேசவமேனோனை ராஜன் சம்பவம் குறித்து நான் அதுவரை தொடர்புகொண்டிருக்கவில்லை. ஆனால், அவருக்கு இந்தச் சம்பவம் பற்றி எப்படியோ தகவல் கிடைத்திருக்கிறது. அவரிடம் பேசிக்கொண்டிருந்தபோது நெருக்கடி நிலை எனும் பெயரில் நடைபெற்றுக்கொண்டிருக்கும் அக்கிரமங்களுக்கெதிரான உறுதியான ஒரு நிலைப்பாட்டில் அவர் இருப்பதை என்னால் புரிந்துகொள்ள முடிந்தது.

நான் ஒவ்வொருவருக்கும் அனுப்பியிருந்த மனுவின் நகல்களை அவரிடம் கொடுத்தேன்.

கண்பார்வை சரியில்லை என்பதால் அப்போது அவர் அதைப் படித்துப் பார்க்கவில்லை. பிறகு பார்க்கிறேன் என்றார். கக்கயத்திலும் காயண்ணயிலும் நடந்த விஷயங்களைக் குறித்து விவரமாகக் கேட்டுத் தெரிந்துகொண்டார். கல்லூரி முதல்வர் வகாபுதீனை ஜெயராம் படிக்கல் நடத்திய விதம் குறித்துச் சொன்னபோது அவர் முகபாவனையில் தென்பட்ட மாற்றம் கவனத்துக்குரியதாக இருந்தது. நம் நாட்டின் தார்மிக வீழ்ச்சி கள் பற்றி அவர் மிகுந்த மனவருத்தம் கொண்டிருப்பதைப் புரிந்துகொள்ள முடிந்தது. பிரச்சனைகளை விவரமாகக் கேட்டுத் தெரிந்துகொண்டு எனக்கு ஆறுதல் சொன்னவர், முடிந்தவரை முயற்சி செய்வதாகவும் அடுத்தவாரம் மீண்டும் வருவதாகவும் சொல்லி என்னை வழியனுப்பி வைத்தார்.

அவரிடமிருந்து கிடைத்த வேறுபட்ட அனுபவம் என்னை மிகுந்த மகிழ்ச்சிகொள்ளச் செய்தது. அடுத்தமுறை நான் சென்றபோது அவரால் கூடுதல் விவரங்கள் எதுவும் தர முடியவில்லை. இருந்தாலும் அவருடைய வருத்தங்கள் மனதிற்கு ஆறுதல் தருவதாக இருந்தன. என் பிரச்சனையில் அவர் காட்டிய ஈடுபாடு ஒன்றே என்னைப் போன்ற ஒரு தந்தைக்குப் போதுமானதாகவும் இருந்தது. இதில் ஏதாவது செய்ய முடியுமா என்று நான் இன்னும் ஒரு தடவை முயற்சி செய்து பார்க்க ஒரு வாய்ப்பு தரலாமா என்று வேண்டுகோள் விடுப்பதுபோல் கேட்டார். நான் சம்மதித்தேன். அடுத்த வாரம் திரும்பவும் சென்றபோது அவர் மிகுந்த வருத்தத் துடனிருந்தார். அதிகபட்ச முயற்சிகளில் ஈடுபட்டும் அவரால் எதுவும் செய்ய இயலவில்லை எனும் நிலையில் சோர்வடைந்த மனநிலையில் சொன்னார்:

"இனி எதுவும் விசாரிக்க வேண்டிய தேவை இல்லை. நேராக எரணாகுளத்திற்குப் போய் ஓய்வெடுங்கள். அதிர்ஷ்ட மிருந்தால் மீண்டும் சந்திக்கலாம்."

கே.பி. கேசவமேனோனிடமிருந்து விசேஷமான எந்த உதவியும் எனக்குக் கிடைக்கவில்லை. இருந்தாலும் இந்தப் பிரச்சனையில் அவர் காட்டிய அக்கறை எனக்கு மிகுந்த திருப்தியளித்தது.

இந்தச் சந்திப்பு நிகழ்ந்து இரண்டு மூன்று நாட்களுக்குப் பிறகு 'மாத்ருபூமி' தினசரியில் ஒரு தலையங்கம் வெளிவந்தது. நெருக்கடிநிலையின் தணிக்கை முறைகளுக்குப் போக்குக் காட்டி எழுதப்பட்ட அந்தத் தலையங்கத்தில் ஏராளமான செய்திகள் வெளிவந்திருந்தன. அதை வாசித்தபோது என் அனுபவங்களை அடிப்படையாக் கொண்டு அது எழுதப்

பட்டதாகவே எனக்குத் தோன்றியது. அதிலுள்ள கடைசி வார்த்தைகள் இப்போதுகூட எனக்கு நினைவிருக்கிறது.

'அவசரநிலை அமல்படுத்தப்பட்டிருக்கும் இக்காலகட்டத்தில் ஆயிரக்கணக்கான மக்கள் பலவிதமான துயரங்களை அனுபவித்து வருகிறார்கள். தங்கள் துயரங்களை அதிகார வர்க்கத்தினருக்குத் தெரிவிக்கும் துணிவு அவர்களுக்கில்லை. ஆனால் வேறு வழியே இல்லாத ஒரு சிலர் மட்டும் துணிந்து இதற்கு முன்வருகிறார்கள்.'

இந்த வார்த்தைகள் என்னைக் குறிப்பிடுவனவாகவே எனக்குத் தோன்றியது. இதற்குள் நான் ஜனாதிபதி முதல் கீழ்மட்டக் காவல்துறை அதிகாரிகள் வரை விண்ணப்பங்களை அனுப்புவதற்கான மன உறுதியை அடைந்திருந்தேன்.

சாத்தமங்கலம், கோழிக்கோடு போன்ற இடங்களில் உள்ள தேடுதல்களையெல்லாம் முடித்துவிட்டு நான் எரணாகுளத்திற்கு வந்து செளகிருத நிலையத்தில் தங்கியிருந்தேன். அன்று வீட்டில் நிலவிய சோகம் நிரம்பிய சூழ்நிலை யாரையுமே பயமுறுத்தும் விதமாக இருந்தது. நான் வீட்டுக்குத் திரும்பிச் செல்லும்வரை ராஜனையும் அழைத்துக் கொண்டு தான் வருவேன் என்ற சிறு நம்பிக்கை எல்லோருக்குமே இருந்திருக்கிறது. ராஜன் இல்லாமல் வீட்டுக்குச் செல்ல எனக்குப் பயமாக இருந்தது.

சாதாரணமாகவே பலரை போலீஸ் பிடித்துக்கொண்டு போயிருக்கிறது. சிலர் சித்திரவதையேற்று இறந்துமிருக்கிறார்கள். இது ஒன்றும் நம் நாட்டில் அபூர்வமான செய்திகளில்லை தான். ராஜன் சம்பவம் மட்டும் இவ்வளவு முக்கியத்துவம் பெறுவதற்கு என்ன காரணம் எனும் கேள்வி இயல்பாகவே ஏற்படக்கூடும். இது ஓரளவு நியாயமான கேள்வியும்தான். ஆனால், பிற சம்பவங்களைப் பொறுத்தவரை பிடித்துக் கொண்டு போகப்பட்ட நபரைப் பற்றியத் தகவல்களை அந்தப் பெற்றோர்களுக்குத் தெரிவிக்கும் சட்ட விதிகள் கடைப்பிடிக்கப் பட்டன. எங்களைப் பொறுத்தவரை இதில் எதுவுமே கடைப் பிடிக்கப்படவில்லை.

போலீஸ் பிடித்துக்கொண்டுபோன என் மகனைப் பற்றிய எந்தத் தகவல்களையும் அளிக்க முதல்வர் அச்சுத மேனோன் முதல் காயண்ண சர்க்கிள் இன்ஸ்பெக்டர் ஸ்ரீதரன் வரை யாருமே தயாராகயில்லை. ராஜனை ஆஜர்படுத்தக் கோரும் (ஆள் கொணர்வு) என் மனுவின் மீதான சட்ட விதியின்படி அவனை நீதிமன்றத்தில் ஆஜர்படுத்தும் விஷயத்தில் அரசு தோல்வியடைந்தபோதுதான் உண்மையில் ராஜன்

என்ன ஆனான் என்பது எங்களுக்குத் தெரியவந்தது. இந்த விஷயத்தில் அச்சுதமேனோனும் கருணாகரனும் என்னிடம் நடந்துகொண்ட குரூரம் என்னை மிகவும் தளர்த்தியது. இவர்களுக்கு இந்தச் சம்பவம் குறித்து ஏற்கனவே தெரியாது என்றால் அவர்கள் அலங்கரித்திருந்த அந்தப் பதவிக்கான அருகதையற்றவர்கள் அவர்கள் என்பதைச் சொல்வதில் எனக்கு எந்தவிதமான தயக்கமுமில்லை.

போலீஸ் பிடித்துக்கொண்டுபோன தன் மகனைப் பற்றி எந்தத் தகவலும் கிடைக்கவில்லை என்றால் அந்தப் பெற்றோர் படும் வேதனை என்னவென்பதை அனுபவம் மூலம்தான் அறிய முடியும்.

என்னைப் பொறுத்தவரை உடம்பில் ஊசி ஏற்றுவதைப் போன்ற ஒருவித வேதனையை எப்போதும் அனுபவித்துக் கொண்டிருந்தேன். சாப்பிட அமர்ந்தால் அவன் நினைவு வரும். ஆகாரம் இறங்காது. படுத்தால் தூக்கம் பிடிக்காது. கடினமான சூடேற்று நெகிழ்ந்து கொடுக்கும் கனம் குறைந்த உலோகத்துண்டுபோல் என் மனம் எப்போதும் துவண்டு கொண்டிருந்தது. ராஜனைக் கண்டுபிடிக்க முடியாததற்கு என் இயலாமைதான் காரணமென்று நெருக்கமானவர்களேகூட சொல்லத் தொடங்கினர். ராஜன் இல்லாத சௌகிருத நிலையம் பலருக்கும் சோக நிலையமாகத்தானிருந்தது. பழைய சௌகிருத நிலையத்தில் மாணவர்களும் சாதாரணமாக வந்து போயிருந்தார்கள்.

ஆனால் ராஜன் காணாமல் போனபிறகு ஒரு பயங்கர அமைதி சௌகிருத நிலையத்தைச் சூழ்ந்துகொண்டது.

வீட்டு நிலைமை இதுவென்றால், வெளியே இறங்கினால் ஆட்கள் என்னைக் கண்டதும் விலகிக்கொள்ளத் தொடங்கினார்கள். அவர்கள் பார்வையில் நானொரு நக்ஸல்பாரியின் தந்தையாகத்தான் தெரிந்தேன். ஆனால், நான் மற்றவர்களோடு பேசுவதற்குக்கூட பயந்தேன். அவர்கள் ஏதாவது நினைத்துவிடுவார்களோ என்ற பயம் அது.

சில நேரங்களில் பிரேம்சந்தின் சில கதாபாத்திரங்கள் போல் என்னை நான் நினைத்துக்கொள்வதுண்டு. 'பரீட்சை' என்ற கதையில் அவர் சித்திரித்திருந்த சுதந்திரப் போராட்டக் கைதியாகவே என்னைக் கற்பனை செய்துகொண்டேன். அந்த அளவுக்கு ஆட்கள் என்னைப் பார்த்ததும் விலகிக் கொள்ளத் தொடங்கியிருந்தார்கள்.

அப்படியிருக்கும்போது ஒருநாள் எனக்குத் தோழர் ஏ.கே.கோபாலனிடமிருந்து ஒரு கடிதம் வந்தது. அன்பு இல்லத்தைக் கருணையின் நிலவு சூழ்ந்தது போல்.

என் மனுவை பிரதமர் இந்திரா காந்திக்கு அனுப்பிக் கொடுத்திருப்பதாகவும் ராஜனைக் கண்டுபிடிக்க வேண்டிய நடவடிக்கைகளை எடுக்க வேண்டும் என்று அதில் உறுதிபட எழுதியிருப்பதாகவும் ஏ.கே.ஜி. அந்தக் கடிதத்தில் குறிப்பிட்டிருந்தார். ராஜன் சம்பவத்தைப் பற்றி நான் நிறைய பேருக்கு மனு அனுப்பியிருந்தேன். யாரிடமிருந்தும் எந்தப் பதிலும் அதுவரை வரவில்லை. அப்படியிருக்கும்போது எதிர்க்கட்சித் தலைவரான ஏ.கே.ஜி., ராஜனைத் தேடும் பணியை ஏற்றெடுத்திருப்பது எனக்கு நிம்மதியை அளித்தது. என் குடும்பத்தி லுள்ளவர்களுக்கும் மகிழ்ச்சியைத் தந்தது.

மத்திய உள்துறை அமைச்சர் பிரம்மானந்த ரெட்டிக்கும் மேல்சபை மற்றும் மக்கள் சபை உறுப்பினர்களுக்கும் பல தடவை நான் மனுச் செய்திருந்தேன். ஆனால் இந்த வயது முதிர்ந்த மனிதனின் விண்ணப்பங்களுக்கு அவர்கள் அனைவரும் ஜனநாயக முறைக்கெதிராகவே எதிர்வினையாற்றினார்கள். ஏ.கே.ஜி. தன் பதவியையும் வாழ்க்கையையும் துன்பம் அனுபவிக்கும் மக்களுக்காகவே அர்ப்பணம் செய்துகொண்டவராக வாழ்ந்தவர். ஆனால், என் மகனுடைய விஷயத்தில் எனக்குத் தொடர்ந்து உதவ அவரால் முடியவில்லை. அதற்குள் அவர் இந்த உலகத்திலிருந்து விடைபெற்றுவிட்டார். ஏ.கே.ஜி.யை நேரில் சந்தித்து நன்றி சொல்ல வேண்டும் என்ற ஆசை எனக்கு இருந்தது. ஆனால் அது இயலாமலாகிவிட்டது. அந்த மனவருத்தம் இப்போதும் எனக்கு உண்டு.

◯

குறிப்பிட்ட விஷயம்

ஒரு நாள் நண்பர் ஒருவர் வந்து என்னைச் சந்தித்தார். பாராளுமன்ற உறுப்பினர் விஸ்வநாத மேனோன் என்னைச் சந்திக்க விரும்புவதாகவும் உடனே அவரைப் பார்க்க வேண்டும் என்று சொன்னதாகவும் தெரிவித்தார்.

நான், உடனேயே அவரை அவர் வீட்டுக்குச் சென்று பார்த்தேன். நாங்கள் இதற்கு முன் சந்தித்த தில்லை. அவரை எனக்குப் பரிச்சயமில்லை. அவர் பாராளுமன்ற மேலவை உறுப்பினராக இருந்தார். என் மனுவின் நகல் கையில் கிடைத்ததும் அவர் அதை மக்களவையில் வைத்து என் மகனைப் பற்றிய தகவல்களை அறிவிக்க வேண்டும் என்று உறுதிபட கோரிக்கை எழுப்பியிருக்கிறார். ஆனால் ராஜன் போலீஸ் கஸ்டடியில் இல்லை என்ற பதில்தான் அவருக்குக் கிடைத்திருக்கிறது.

விஸ்வநாத மேனோன், சமர் முகர்ஜியின் மூலம் இந்தப் பிரச்சனையை மேலவையிலும் எழுப்பியிருக்கிறார். மேனோனுக்குக் கிடைத்த பதில்தான் ஸமர்முகர்ஜிக்கும் கிடைத்தது. மேலவை யிலும் மக்களவையிலும் இந்தப் பிரச்சனையைக் குறித்து நடந்த விவாதத்தின் சுருக்கமான பிரதியை

யும் விஸ்வநாதமேனோன் என்னிடம் தந்தார். இதற்குப் பிறகு விஸ்வநாதமேனோனுடனான என் உறவு இதுவரை தொடர்கிறது.

ஜனாதிபதி, உதவி ஜனாதிபதி, பிரதமர் போன்றவர்களுக்கு அனுப்பும் மனுவின் நகலைப் பாராளுமன்றத்தின் எல்லா உறுப்பினர்களுக்கும் அனுப்பியிருந்தேன். ஆனால், ஏ.கே.கோபாலனும், விஸ்வநாதமேனோனும் பாட்யம் ராஜனையும் தவிர மற்றவர்கள் யாரும் இதைக் கண்டு கொள்ளவில்லை. அவர்கள் யாருக்குமே நகல்கள் கிடைக்கவில்லையாம். ஏ.கே.ஜி., விஸ்வநாதமேனோன், பாட்யம் ராஜன் ஆகியவர்களிடம் தபால் இலாகா தனிப்பட்ட முறையில் அன்புகொண்டிருந்தது என்று யாராவது சொன்னால் அதைத் தவறான அனுமானம் என்று பிறர் குற்றம் சொல்லாத வகையில்தான் என் மனுவின் மீதான மற்றுள்ள உறுப்பினர்களின் எதிர்வினை இருந்தது. சாதாரணப் பிரஜைகளுடன் மக்கள் பிரதிநிதிகள் எவ்வகையில் முகம் திருப்பிக்கொள்கிறார்கள் என்பதற்கான நல்ல உதாரணமாக இது அமைந்திருந்தது. இந்த மக்கள் பிரதிநிதிகளில் சிலர் என்னுடைய நெருங்கிய நண்பர்கள். உதாரணமாக, திருச்சூர் எம்.பி. சி. ஜனார்த்தனன், வயலார் ரவி போன்றவர்கள். என் மனுவைப் பெற்றுக்கொண்டதாக வெளிப்படையாகச் சொல்லிக் கொள்ள இவர்களில் பலர் தயாராக இல்லை. மக்கள் பிரதிநிதிகள் என்று சொல்லிக்கொள்ள இவர்களுக்கு என்ன அருகதை இருக்கிறது என்பதை வாசகர்களே தீர்மானித்துக் கொள்ளட்டும்.

இந்தப் பிரச்சனையை எடுத்துக்கொண்ட பிறகு விஸ்வநாதமேனோன் பலமுறை டெல்லிக்குச் சென்றதுண்டு. மனுவின் நகல்கள் கிடைக்கும் போதெல்லாம் அவர் அதைக் கருணாகரனுக்கு அனுப்பிக்கொண்டிருந்தார். ஆனால் எதற்கும் கருணாகரனிடமிருந்து எந்தப் பதிலும் வந்ததில்லை.

ஒருமுறை விஸ்வநாதமேனோனும் கருணாகரனும் டெல்லியிலிருந்து ஒரே விமானத்தில் புறப்பட்டிருக்கிறார்கள். 'நாங்களெல்லாம் மக்கள் பிரதிநிதிகள் அல்லவா? நாங்கள் ஏதாவது கடிதம் அனுப்பினால் அதற்குப் பதில் தரவேண்டும் என்ற நல்ல எண்ணம்கூட உங்களிடம் இல்லையே' என்று கேட்டிருக்கிறார், விஸ்வநாத மேனோன்.

'நான் உங்களுக்கெல்லாம் பதில் கடிதம் எழுதுகிறேனே?' என்று பதிலளித்திருக்கிறார் கருணாகரன். அப்போது விஸ்வநாதமேனோன் என் மனுவைக் குறித்து நினைவூட்டியிருக்கிறார். 'அப்படி ஒரு மனுவின் நகல் வந்ததாக எனக்கு

நினைவில்லை' என்பதுதான் கருணாகரனின் பதில். வேறு ஒரு மனு அனுப்பி வைத்தால் ஆவன செய்வதாகவும் சொன்னார். மேனோன் வேறொரு மனுவும் தயார் செய்து கூடவே ஒரு கடிதமும் இணைத்து கருணாகரனுக்கு அனுப்பி வைத்தார். அதற்கான பதில் அதிக தாமதமின்றி வந்தது. 'போலீஸாரால் பிடித்துக் கொண்டுபோகப்பட்ட தன் மகனைக் கண்டுபிடித்துத் தர வேண்டிக்கொள்ளும் பேராசிரியர் ஈச்சரவாரியரின் கடிதம் உட்பட்ட தங்களின் கடிதம் கிடைத்தது. 'குறிப்பிட்ட விஷயம்' குறித்து ஆலோசனை நடந்து கொண்டிருக்கிறது.'

இந்தக் கடிதமும் அதன் உள்ளடக்கமும், குறிப்பாக, 'குறிப்பிட்ட விஷயம்' எனும் பதப்பிரயோகமும் என் ஆள் கொணர்வு மனுவின் மீதான விசாரணையின் போது மிகுந்த கொந்தளிப்பை உருவாக்கியது. இந்தக் 'குறிப்பிட்ட விஷயம்' என்னவென்பதைப் பற்றி இரண்டு நீதிமன்றங்களிலும் பெரிய சர்ச்சை நடந்தது. உச்சநீதிமன்றத்தில் வழக்கறிஞர் ராம்குமார் தான் மொழிபெயர்த்து இதை வெளிப்படையாக அறிவித்தார். அப்படியாக இந்தச் சொற்பிரயோகமும் விஸ்வநாதமேனோனும் இந்த வழக்கில் முக்கிய இடம் வகித்தார்கள்.

○

மனிதாபிமானம் இழந்த காவல்துறை அதிகாரிகள்

நான் பிரதமருக்கும் ஜனாதிபதிக்கும் அனுப்பிய மனுக்களின் அடிப்படையில் காவல்துறை அதிகாரிகள் பலர் என்னிடம் விசாரணை செய்திருக்கிறார்கள். 'உங்க மகன் எங்கே போயிருக்கிறான்' என்பதுதான் அவர்களுடைய முதல் கேள்வி. ஆனால் இதனிடையே சி.ஐ.பி.யின் எரணாகுளம் ஜில்லா காவல்துறை கண்காணிப்பாளரான பாலகிருஷ்ணபிள்ளை என்றொருவர் தன்னை வந்து சந்திக்கும்படி எனக்கு ஆள் அனுப்பினார். வித்தியாசமான மற்றொரு அனுபவமாக அமைந்தது அது.

சி.ஐ.பி. எனும் புதிய பிரிவைச் சேர்ந்தவர் எனும் எண்ணத்துடன்தான் நான் இந்த அதிகாரியின் முன் ஆஜரானேன். நான் திருச்சூர் புனித தாமஸ் கல்லூரியில் பணியாற்றியிருக்கிறேன். சி.ஐ.பி.யின் இந்த எரணாகுளம் ஜில்லா கண்காணிப்பாளரும் அங்கே ஆசிரியராகப் பணியாற்றியிருக்கிறார். அதன் பின் ஐ.பி.எஸ். எழுதி சி.ஐ.பி.யில் சேர்ந்தார். நான் புனித தாமஸ் கல்லூரியில் பணியாற்றிய காலகட்டத்தில் இவர் அங்கே ஆசிரியராக இல்லை. நான் இந்த போலீஸ் அதிகாரியைச் சந்திக்கச் செல்லும்போது ஏ.ஜி. அலுவலகத்தில்

அக்கௌண்ட் ஆஃபீசராகப் பணிபுரியும் என் தம்பி கிருஷ்ண வாரியரையும் என்னுடன் அழைத்துச் சென்றிருந்தேன்.

நாங்கள் பரஸ்பரம் அறிமுகம் ஆனோம். பிறகு என் தம்பியைக் கொஞ்சம் வெளியே நிற்கும்படி சொன்னார் இந்த போலீஸ் அதிகாரி. அவன் வெளியே சென்றதும் என்னிடம் ஒரு கேள்வி கேட்டார்.

"நான் உங்கள் மகனை வெளியே கொண்டு வருகிறேன். அப்படிக் கொண்டு வந்தால் அவனை என்ன செய்யவிருப்பதாக நீங்கள் நினைக்கிறீர்கள்?"

இந்தக் கேள்வி என்னை ஒரு நிமிடம் குழப்பத்திலாழ்த்தியது. கேள்வியின் நோக்கம் என்னவென்பதை உடனே புரிந்துகொள்ள என்னால் முடியவில்லை.

"ராஜனின் பொறியியல் கல்வியைப் பூர்த்திசெய்ய வேண்டும் என்பதுதான் என் உத்தேசம்" என்று பதில் சொன்னேன். "அப்படிச் செய்ய வேண்டாம்" என்றார் அந்த அதிகாரி. நான் திகைத்துப் போனேன். இவர் என்ன சொல்ல வருகிறார் என்று கொஞ்சமும் பிடிபடவில்லை.

அப்போது நாடகபாணியில் அந்த அதிகாரி கூறினார்.

"ராஜன் நக்ஸல்பாரிகளின் அமைப்பிலேயே இருக்கட்டும். அப்படியே நக்ஸல்பாரிகளின் இயக்கங்களைப்பற்றி எங்களுக்குத் தகவல் தர வேண்டும்."

ராஜன் நக்ஸல்பாரிகளினிடையே இருந்து போலீஸின் ஏஜென்டாகச் செயல்படவேண்டும். இதுதான் அவர் சொன்ன தன் சாரம். எனக்குப் பதற்றமாக இருந்தது. ராஜனைப் பார்க்க வேண்டும் என்ற ஆசை என்னை ஒரு நிமிடம் ஸ்தம்பிக்கச் செய்தது. குழப்பமான சிந்தனைகள் என்னைச் சுற்றிக்கொண்டன. மீண்டும் சுய உணர்வை மீட்டெடுத்தேன். இந்த நிபந்தனையை ஏற்றுக்கொள்வதைவிட அவன் காவல் துறையின் கைவசம் இருப்பதுதான் பாதுகாப்பானது. மட்டுமல்ல, இந்தத் திட்டத்தின் அடிப்படையே தார்மிக நோக்க மற்றது. அவரின் இந்தத் திட்டம் என்னை இம்சிக்கும் விதமாக இருந்தது. "ராஜன் உங்க கைவசமே இருக்கட்டும். இந்த நிபந்தனையை ஏற்று அவனை வெளியே கொண்டுவர நான் விரும்பவில்லை." நான் இப்படிச் சொன்னதும் அந்த அதிகாரி தடம் மாறினார்.

"சார், போங்க. பதினைந்து நாட்களுக்குள்ளாக அவனை விட்டு விடுகிறோம்."

இதைக் கேட்டபோது எனக்கு மிகுந்த மகிழ்ச்சியாயிருந்தது. ராஜன் விடுதலையாகி விடுவான் என்பதல்ல மகிழ்ச்சிக்கான காரணம். அவன் உயிரோடு இருக்கிறான் என்பதற்கான சூசகத் தகவலாகவே அது எனக்குப் பட்டது. மனதுக்குச் சற்று ஆசுவாசம் ஏற்பட்டது. இந்த போலீஸ் அதிகாரிக்கு ராஜன் ஒரு நக்சல்பாரி என்பதில் எந்தவிதமான அபிப்பிராய வித்தியாசமும் இல்லை. ஆனால் அதை நிரூபிப்பதற்கான எந்த ஆதாரமும் கைவசம் இருக்கவுமில்லை. இதுதான் இவர்களின் விசாரணையின் அழகு. இது நம் காவல்துறையின் குற்றவியல் விசாரணைப் பிரிவின் உயர்மட்டத் தலைவரிடம் எனக்கு ஏற்பட்ட அனுபவம். நான், அவர் முன்வைத்த நிபந்தனைகளை ஏற்று ராஜனை விட்டுவிடக் கேட்டுக்கொண்டால் அவரால் என்ன செய்ய முடியும்? ராஜனை விடுதலை செய்ய அவர் என்ன செய்வார்?

இந்த போலீஸ் அதிகாரியிடம் விசாரணைக்கென இருந்தது நான் ஜனாதிபதிக்கு அனுப்பி வைத்த விண்ணப்பம் மட்டும் தான். ஜனாதிபதியின் பரிந்துரையின்படி நடக்கும் விசாரணையே இந்த அழகிலிருக்கிறது என்றால் மற்ற விசாரணை முறைகள் எப்படியிருக்கும்? காவல்துறையின் இவ்வளவு உயர்மட்டத்திலிருக்கும் ஒரு அதிகாரிக்கு ராஜன் உயிருடன் இல்லை என்ற விவரம் தெரியாமலிருக்கும் என்று நம்ப முடியுமா? நிச்சயம் தெரிந்துதான் இருக்கும். அப்படி என்றால் ஏன் இப்படி ஒரு வேடம் புனைந்தார் என்பது இன்று வரை புதிராகவே இருக்கிறது. ராஜன் சம்பவம் தொடர்பாக நடந்திருக்கும் பல புதிர்களில் இதுவும் ஒன்று என்று மட்டுமே புரிந்துகொள்ள வேண்டியதிருக்கிறது.

இதற்குப் பிறகு நான் பலமுறை இந்த போலீஸ் அதிகாரியை எரணாகுளம் நகரில் வைத்துப் பார்த்திருக்கிறேன். அப்போதெல்லாம் என்னைப் பார்க்கவில்லை என்பது போன்ற பாவனையுடன் அவர் முகத்தைத் திருப்பிக்கொண்டு போய்விடுவார். இதுவரை என்னை நேரிடையாகப் பார்க்கும் தைரியம் அவருக்கு வரவில்லை.

ராஜனின் கைதுக்குப் பின் கீழ்மட்ட, உயர்மட்ட காவல் துறை அதிகாரிகள் பலரை நான் தொடர்புகொண்டதுண்டு. அந்த அடிப்படையில் சொல்கிறேன். ஆத்மார்த்தமான மன சுத்தியுடன் குற்ற விசாரணை செய்ய நினைக்கும் ஒருவரைக் கூட என்னால் சந்திக்க முடியவில்லை என்பதை என்னால் உறுதியாகக் கூறமுடியும். குற்றத்தை நிரூபணம் செய்வதற்கு அறிவியல்பூர்வமான பல வழி முறைகள் காவல் துறையிலிருக்கிறது. பயிற்சிக் காலத்தின்போது இது குறித்த சிறப்புப்

பயிற்சிகளும் அளிக்கப்படுகின்றன. ஆனால் இந்த வழிமுறைகளை அவர்கள் பரீட்சித்துக்கூடப் பார்ப்பதில்லை. அவர்களைப் பொறுத்தவரை எளிய முறையாக அவர்கள் கையாள்வது அடியும் உதையும்தான். ராஜனைப் பற்றிச் சொல்வதானால் காயண்ண போலீஸ் ஸ்டேஷன் சூறையாடலில் ராஜன் பங்கெடுத்திருந்தான் என்பதைக் கைது செய்வதற்கு முன்பே போலீஸார் முன் முடிவு செய்துவிட்டார்கள். ராஜனைப் பொறுத்தவரை அவன் அந்தப் பகுதியிலேயே அப்போது இல்லை என்பதை ருசுப்படுத்துவதில் எந்தவித இடைஞ்சலும் இல்லை. ஆனால் அதைப்பற்றி விசாரிக்க வேண்டும் என்று யாருக்குமே தோன்றவில்லை. பிரகாசமான எதிர்காலமுள்ள ஓர் இளைஞனின் நிரபராதித்துவத்தைக் குறித்து எந்த போலீஸ் அதிகாரியும் கவலைப்படவில்லை. அதனால்தான் காவல்துறையென்பது, அடி உதைகளைக் கருவியாகக் கொண்ட ஒரு இலாகா எனும் என் பார்வையைச் சரியானதாக நினைக்கிறேன்.

ராஜனைப் பற்றிய விசாரணைகளைத் தொடர்ந்துகொண்டிருப்பதே என் தலைவிதியாக இருந்தது. ஒவ்வொரு தேடுதலின் முடிவிலும் எனக்குக் கசப்பைத்தான் ருசிக்க வேண்டியதாயிற்று. போலீஸ் கஸ்டடியில் என் மகன் உயிரோடிருப்பான் எனும் நம்பிக்கையுடனிருந்த என் ஆசையை அவனைப் பார்க்க முடியவில்லை என்ற உண்மை தகர்த்துக்கொண்டிருந்தது. பல இரவுகளில் நான் அவனைக் கனவு கண்டேன். அவன் குழந்தைப் பிராயத்தையும் இளம்பிராயத்தையும் மீண்டும் மீண்டும் நினைவுக்குக் கொண்டு வந்தேன். துக்கம் அளவு கடக்கும்போது அவனைப் பற்றிய இனிமையான நினைவுகளில் என்னைப் பிணைத்துக்கொள்வேன். ராஜனின் தாய் இந்தக் காலகட்டங்களில் ஒரு முழு மனநோயாளியாக மாறிவிட்டிருந்தாள். ராஜனின் சகோதரிகள் எப்போதும் அழுதபடியே இருந்தார்கள்.

ராஜன் பாடிப் பதிவு செய்த சில ஒலிநாடாக்கள் என்னிடமிருந்தன. ஒரு மட்டமான டேப் ரிக்கார்டரில் போட்டு நான் அந்தப் பாடல்களை அடிக்கடிக் கேட்பதுண்டு. தாங்க முடியாத துக்கம் மேலிடும்போது அப்பாடல்களின் ராகங்களி னூடே அவன் என்னோடு பேசிக்கொண்டான்.

பிரியமான இந்தக் குரல் என்னிடமிருந்து பிரிந்துவிடக் கூடாது என்று நான் எப்போதும் கடவுளிடம் பிராத்தனை செய்து வந்தேன்.

நெருக்கடிநிலையின்போது சட்டம் – ஒழுங்கு

கேரள மக்களின் இயல்பு வாழ்க்கையில் நெருக்கடிநிலைக்காலச் சட்டத்தின் பாதிப்பு மிகவும் அதிகமாக இருந்தது. இச்சட்டத்தை அப்பட்டமாகத் தூக்கிப் பிடித்தவர்கள்கூட ஒருவித சுதந்திரமின்மையையே உணர்ந்தார்கள். பத்திரிகைச் செய்திகள் மட்டுமல்ல, பிரஜைகளின் வார்த்தைகள்கூடத் தணிக்கைக்குள்ளானது. கிராமங்களில் மட்டுமல்ல, வீடுகளிலும்கூட மக்கள் பேசுவதற்கும் இந்திரா காந்தியையோ, கருணாகரனையோ விமர்சிப்பதற்கும் அஞ்சினார்கள்.

மனிதாபிமானமற்ற சில காங்கிரசார் இடதுசாரி இயக்கத்தைச் சார்ந்தவர்களையும் அரசியல் எதிரிகளையும் போலீஸை வைத்து வேட்டையாடுவதில் தங்களின் திறமையைப் பிரகடனம் செய்தார்கள். அரசுப் பணியாளர்களும் பெரும்பீதியுடனேயே இருந்தனர்.

ராஜனைக் கைது செய்த முறையை அடிப்படையாகக் கொண்டு கவனித்தால் சட்ட நடைமுறைகள் எப்படி வேட்டைக்காரனாக உருமாற்றமடைகிறது என்பதை இன்றும் சரியாகப் புரிந்து கொள்ள முடியும். ஃபாரூக் கல்லூரியில் யூத் பெஸ்டிவல் சம்பந்தமான நிகழ்ச்சிகளை முடித்து

விட்டு ரீஜனல் பொறியியல் கல்லூரியின் பிற மாணவர்களும் ராஜனும் ஆசிரியர்களும் கல்லூரிப் பேருந்தில் வந்து தங்கும் விடுதியின் முன் இறங்கியபோது போலீஸார் பலாத்காரமாக ராஜனைப் பிடித்தார்கள். இந்தச் சமயத்தில் போலீஸாரின் நடவடிக்கைகள் ஒரு குற்றவாளியைத் தேடிக் கண்டு பிடிப்பது போலில்லை. ராஜனுடன் பேருந்திலிருந்து இறங்கிய ஆசிரியர் களிடமும் மாணவர்களிடமும் ராஜன் இதுவரை எங்கே இருந்தான், என்ன செய்துகொண்டிருந்தான் என்று தெரிந்து கொள்ள நினைத்திருந்தால் அது மிகச் சுலபமாகவே முடிந் திருக்கும். முதல் நாள் நடந்த போலீஸ் ஸ்டேஷன் மீதான தாக்குதலில் என் மகன் பங்கு வகித்திருக்கிறானா என்பதை ஒரு சில கேள்விகள் மூலமே போலீஸாரால் முடிவு செய்தி ருக்க இயலும். ஆனால் அவர்களின் இலக்கு குற்றவாளி யல்லவே. யாரையாவது பிடித்துக் கொல்ல வேண்டும். நெருக்கடிநிலைக் காலகட்டக் குற்றவியல் விசாரணையின் அநீதியான முறையை இதன்மூலம் புரிந்துகொள்ள முடியும். இக்காலகட்டத்தின் தனிமனித உரிமை மீறலைப் பற்றி தெரிந்துகொள்ள நான் ஒரு சிறு விஷயத்தை இங்கே குறிப்பிட விரும்புகிறேன்.

ராஜன் வழக்கு சம்பந்தமாக உச்ச நீதிமன்றத்தில் விவா தம் நடந்துகொண்டிருக்கிறது (வழக்கு குறித்த விவரங்களைப் பின்னர் விவரிக்கிறேன்). வழக்கறிஞர் நிரண்டே, தன் வாதப் பிரதிவாதத்தின்போது இப்படிக் குறிப்பிட்டார்: 'இன்று எந்த ஒரு தனி மனிதனையும் நடுரோட்டில் வைத்துச் சுட்டுக் கொல்வதற்கான அதிகாரம் ஒவ்வொரு போலீஸ்காரனுக்கும் இருக்கிறது. அதைக் கேள்வி கேட்கும் உரிமை யாருக்கும் கிடையாது.' நெருக்கடிநிலைக் காலகட்டம் குறித்து நடுங்கச் செய்யும் சரியான விளக்கத்தை இந்த வார்த்தைகளிலிருந்தே தெரிந்துகொள்ள முடியும். இப்படியான ஒரு நிலையின் காரணமாக ஏற்பட்டதுதான் ராஜன் சம்பவம் என யூகிப்பதில் எந்தத் தவறுமிருக்க முடியாது.

1977 பிப்ரவரி 22ஆம் தேதி நெருக்கடிநிலைச் சட்டம் வாபஸ் பெறப்பட்டது. கொஞ்ச நாட்களாக ராஜனைக் கண்டுபிடிக்கும் என் முயற்சி மந்த கதியிலிருந்தது. ஆனால் நெருக்கடிநிலைச் சட்டம் வாபஸ் பெறப்பட்டதானது கேரளத் தின் சமூகச் சலனங்களில் மிகப்பெரிய மாற்றத்தை ஏற்படுத் தியது. சுதந்திரக்காற்று பல இடங்களில் வேகமாக வீசியது. சர்வாதிகாரத்தின் கொடிய முள் முனைகள் நெஞ்சில் தைத்த மனிதர்களிடமிருந்து ஆசுவாசப் பெருமூச்சுகள் வெளிப்பட் டன. ஆனந்தத்தின் மணியோசைகள் எல்லா இடங்களிலும்

ஒலித்தன. மக்களின் விடுதலைப் பேரலைகள் மகிழ்ச்சி ஆரவாரங்களாகவும், ஊர்வலங்களாகவும் வெளிப்பட்டன.

அரசியல் மாற்றமும் ஆட்சி மாற்றமும் என் செயல்பாடு களைத் திரும்பவும் ஊக்கம் பெறச்செய்தன. வழக்கறிஞர் ராம்குமாரும் பாராளுமன்ற மேலவை உறுப்பினர் பி. விஸ்வ நாத மேனோனும் சேர்ந்து இனி என்ன செய்ய வேண்டும் என்பது பற்றித் தீவிரமாக ஆலோசனை செய்தார்கள். ராம் குமாருக்கு என்ன செய்யலாம் என்பதைக் குறித்து எந்தவித யோசனைக்கும் இடமிருக்கவில்லை. உடனே உயர் நீதி மன்றத்தில் ஆள் கொணர்வு மனு தாக்கல் செய்யவேண்டும் என்பதுதான் அவரது தீர்க்கமான முடிவு. மட்டுமல்ல, அந்த மனு நெருக்கடிநிலை வாபஸ் பெறப்பட்டபின் தாக்கல் செய்யப்படும் முதல் மனுவாகவும் இருக்க வேண்டும் எனும் உறுதியான முடிவிலிருந்தார் அவர். நாங்கள் அதிக யோசனையோ காலதாமதமோ செய்யாமல் வழக்கறிஞர் ஈஸ்வரய்யரைச் சென்று பார்த்தோம். நாங்கள் போகும்போது ஈஸ்வரய்யர் எங்களை எதிர்பார்த்துக்கொண்டிருப்பது போல் தெரிந்தது. உடனேயே மனுவைத் தயார் செய்யும் பணியில் ஈடுபட்டோம். மனு தாக்கல் செய்யும்போது அந்தச் சம்பவத்தின் நேரடி சாட்சிகளான சிலரின் உண்மை வாக்கு மூலங்களையும் சட்டப்படி சமர்ப்பிக்க வேண்டும். அந்த வேலையை நான் ஏற்றேன். இதற்கான சாட்சிகள் சாத்த மங்கலம் ஆர்.இ.சி.யிலிருந்தும் அதையொட்டிய சில பகுதி களிலிருந்தும் மட்டுமே தேட முடியும். ஈஸ்வரய்யரின் யோச னைப்படி நான் பொதுவுடைமைக் கட்சியின் கோழிக்கோடு அலுவலகத்திற்கு கேளுவேட்டன் எனும் மாவட்டச் செயலா ளரைப் பார்க்கச் சென்றேன். அவரும் என்னை எதிர்பார்த்துக் காத்திருந்தார். நான் வரும் விவரத்தை ஈஸ்வரய்யர் முன் கூட்டியே அவருக்குத் தெரிவித்திருக்க வேண்டும். கேளுவேட் டனைச் சந்தித்த பிறகு எனக்கு எந்தவிதமான சிரமங்களும் ஏற்படவில்லை. சற்று நம்பிக்கையின்மையுடன்தான் அவரைச் சந்தித்தேன். அவர் என்னைச் சாத்தமங்கலத்திலுள்ள கூட்டுறவுச் சங்கச் செயலாளரைப் பார்க்க அனுப்பி வைத்தார். அந்தச் செயலாளரும் நானுமாக ஆர்.இ.சி. சென்றோம். தங்கும் விடுதிக்குச் சென்று மாணவர்களிடம் பேசியபோது அவர்கள் அனைத்துவிதமான உதவிகளையும் செய்யத் தயாராக இருப்பதைத் தெரிந்துகொண்டோம். ராஜனைக் கைது செய்து கொண்டு செல்வதைப் பார்த்தவர்களும் அவனுடன் கக்கயம் முகாமில் அடைக்கப்பட்டவர்களுமாகப் பத்து மாணவர்களைத் தெரிவு செய்தோம். இதனிடையே நான் பிரின்ஸிபால் வகாபுதீனைச் சந்தித்தேன். அவரும் எல்லா உதவிகளையும்

செய்துதரத் தயாராக இருந்தார். அவரிடம் தாங்கள் சாட்சி சொல்லத் தயாராக இருப்பதைக் குறிப்பிட்டு ஒரு வாக்கு மூலம் தயார் செய்து ஈஸ்வரய்யரிடம் தரவேண்டும் என்று கேட்டுக்கொண்டோம். அவர் அதை ஏற்றுக்கொண்டார். பிறகு சாத்தமங்கலத்திற்கு வந்து சாத்தமங்கலம் ராஜன் எனும் ஒருவரைச் சந்தித்துப் பேசினேன். இவர் ராஜனுடன் கைது செய்யப்பட்டவர். கக்கயம் முகாமில் கொடூரமான சித்திரவதைக்கு ஆளானவர்.

நானும் இந்த ராஜனும் பத்து மாணவர்களுடன் கோழிக் கோட்டுக்கு வந்தோம். அங்கிருந்து நேராக வழக்கறிஞர் குஞ்ஞிராமப்பொதுவாளைப் போய் பார்த்தோம். வழக்கறிஞர் ராம்குமார் கேட்டுக்கொண்டதன் பேரில். அவரும் எல்லாத் தயாரிப்புகளுடன் எங்களை எதிர்பார்த்திருந்தார். இந்தப் பதினொரு பேர்கள் சொல்வதையும் பதிவு செய்து வாக்கு மூலம் தயார் செய்வதுதான் இவரது முதல்பணி. இதெல்லாம் முடியும்போது இரவு மணி பத்து. பிறகு இதைத் தட்டச்சு செய்து மாணவர்களின் கையொப்பம் வாங்கும்போது விடியத் தொடங்கியது.

அதிகாலை முதல் வண்டியிலேயே நான் எரணாகுளத் திற்குப் புறப்பட்டேன். நான் போய்ச் சேரும்போது ராம்குமா ரும் ஈஸ்வரய்யரும் கலவரமடைந்த நிலையில் காணப்பட் டார்கள். மனுதாக்கல் செய்யப்போகும் விவரத்தைக் கருணா கரனும் காவல்துறை அதிகாரிகளும் ஒருவேளை கேள்விப் பட்டிருந்தால் அதைத் தடுப்பதற்கு என்னவெல்லாம் செய்ய முடியுமோ அத்தனையும் செய்யத் தயங்கமாட்டார்கள் என்பதுதான் இவர்களின் கவலைக்கான காரணம். நல்ல வேளை, அப்படி எதுவும் ஆகவில்லை. நான் என்னிடமிருந்த வாக்குமூலப் பத்திரங்களை ஈஸ்வரய்யரிடம் கொடுத்தேன்.

ஆள் கொணர்வு மனு
(Habeas Corpus)

அப்படியாக, நெருக்கடிநிலைப் பிரகடனம் வாபஸ் பெறப்பட்டதன் பின் முதன் முதலான ஆள் கொணர்வு மனு உயர் நீதிமன்றத்தில் பதிவு செய்யப்பட்டது (Prof. Eacharavaryar Versus Government of Kerala). இந்த விஷயத்தில் மிகப் பெரும் பங்கினை வகித்தவர் வழக்கறிஞர் ராம்குமார். பிப்ரவரி 25இல் உயர் நீதிமன்றத்தில் மனு தாக்கல் செய்யப்பட்டது.

மறுநாள் கேரளத்தில் மட்டுமல்ல, இந்தியாவின் முக்கிய நகரங்களில் எல்லாம் பத்திரிகைகளில் மனுதாக்கல் பற்றிய விவரங்கள் காணப்பட்டன. காட்டுத்தீ போல் கேரளத்தின் சிறு கிராமங்கள் வரை இந்தச் செய்தி பரவியது.

வழக்கு, விசாரணைக்கு வந்த அன்று உயர் நீதிமன்றத்தில் திரண்ட கூட்டம் கட்டுப்படுத்த முடியாத அளவில் இருந்தது. நெரிசல் காரணமாக மூன்றாம் நம்பர் ஹாலிலிருந்து உயர் நீதிமன்றத்தின் மிகப்பெரிய ஹாலுக்கு விசாரணை மாற்றப்பட்டது. இதிலிருந்து ராஜன் வழக்கு மக்களிடையே எந்த அளவுக்கு இடம் பெற்றிருந்தது என்பதைப் புரிந்துகொள்ள முடியும்.

கேரள சட்டசபையில் நெருக்கடிநிலையைப் பற்றிய விவாதப் பொறிகள் பற்றியெரிந்துகொண்டிருந்த காலகட்டம் அது. 26ஆம் தேதியன்றே ஒரு எம்.எல்.ஏ. சட்டசபையில் இந்தப் பிரச்சனையை எழுப்பினார். அவர், ஜனதா கட்சியின் சிற்றூர் தொகுதி எம்.எல்.ஏ. அச்சுதன் என்பதாக எனக்கு ஞாபகம். பிரச்சனை காதில் விழுந்ததுதான் தாமதம், கருணாகரன் துள்ளியெழுந்து, ‘ராஜனைக் கைது செய்யவில்லை’ என்று அறிவித்தார். இந்த விவரத்தை உடனே கம்யூனிஸ்ட் கட்சித் தலைவர் டி.கே.ராமகிருஷ்ணன் வழக்கறிஞர் ஈஸ்வரய்யருக்குத் தெரிவித்தார். ஈஸ்வரய்யர் உடனே என்னையும் வழக்கறிஞர் ராம்குமாரையும் ஆளனுப்பி வரவழைத்தார். கருணாகரனை யும் வழக்கில் பிரதியாகச் சேர்க்க வேண்டும் என்பது ஈஸ்வரய்யரின் அபிப்பிராயம். அதன்படி ஈஸ்வரய்யரும் ராம்குமாரும் சேர்ந்து திருத்தியமைக்கப்பட்ட ஒரு மனு மறுநாளே கோர்ட்டில் சமர்ப்பிக்கப்பட்டது. முதலில் சமர்ப் பிக்கப்பட்ட மனுவில் மூன்று பேர்கள்தான் பிரதியாகச் சேர்க்கப்பட்டிருந்தார்கள். திருத்தியமைக்கப்பட்ட மனுவில் கருணாகரன், உள்துறைச் செயலாளர் நாராயணசுவாமி, கிரைம் பிராஞ்ச் டி.ஐ.ஜி. ஜெயராம் படிக்கல், கோழிக்கோடு டி.ஒய்.எஸ்.பி. லக்ஷ்மணா, புலிக்கோடன் நாராயணன் என்ப வர்களும் பிரதிகளாக இருந்தனர்.

இதுவரையிலும் ராஜன் வழக்கு சம்பந்தமான எல்லா விஷயங்களையும் அனேகமாக நான் தனியாகவே மேற்கொண் டிருந்தேன். இதையறிந்த என் நண்பர்கள் எல்லாரும் சேர்ந்து ‘ராஜன் வழக்கு உதவிக்குழு’ (Rajan Case Aid Committee) எனும் பெயரில் ஒரு குழுவை அமைத்தார்கள். பொது வாழ்க்கையில் பிரபலமான பெருமளவு ஆட்களும் அதில் பங்கெடுத்துக் கொண்டார்கள். பேராசிரியர் மன்மதன் அதன் தலைவராக இருந்தார். ‘காந்தி அமைதி அறக்கட்டளை’ ராமச்சந்திரன் போற்றி அதன் ஒருங்கிணைப்பாளர். பி.ஸி. ஆப்ரஹாம் எனும் தொழிலதிபர் இதன் பொருளாளர். அனுபவமிக்க வழக்கறிஞர் கள், இ.எம்.எஸ். நம்பூதிரிபாடு போன்ற அரசியல் தலைவர்கள் எல்லாம் அதில் உறுப்பினர்களாக இருந்ததுடன் ஒத்துழைப் பையும் நல்கினார்கள். வழக்கு சம்பந்தமாகத் தேவைப்படும் செலவுகளுக்குப் பொதுமக்கள் உதவி செய்யும்படி மறுநாளைய தினசரியில் பி.ஸி. ஆப்ரஹாம் ஒரு வேண்டுகோள் விடுத்தார்.

கேரள வரலாற்றில் மற்றொரு முக்கிய நிகழ்வாக அது மாறியது. ஆப்ரஹாமின் வீட்டு முகவரியில் மணியார்டர் களின் பிரவாகமாக இருந்தது. பொருளாளரின் ஒரு வேண்டு கோளைத் தவிர யாரும் யாரிடமும் உதவி கோரியதே இல்லை.

வழக்கு முடிந்த பிறகு நிறையத் தொகை மிச்சமானது. அப்போது எஞ்சிய தொகையை என்ன செய்யலாம் என்பதை ஆலோசனை செய்து, கமிட்டியார் ஒரு தீர்மானத்திற்கு வந்தார்கள். நெருக்கடிநிலைக் காலத்தில் அரசாங்கத்தின் கொடூரச் சித்திரவதைக்குள்ளாகி இன்று அவதிப்பட்டுக் கொண்டிருப்பவர்களுக்கு உதவி செய்யலாம் என்பதுதான் அந்தத் தீர்மானம். அதன் அடிப்படையில் பொருளாளர் ஆப்ரஹாம் பத்திரிகைகளில் அறிவிப்பு செய்தார். இதுபோன்ற பிரச்சனைகளில் சிக்கி அவதிப்படுபவர்கள் தொடர்பு கொள்ளலாம் என்பது அந்த அறிக்கை. அதன்படி ஏராளமான விண்ணப்பங்கள் வந்தன. பெரும்பாலும் விண்ணப்பதாரர்களுக்கு உரிய முறையில் உதவிகள் வழங்கப்பட்டன.

இதுபோன்ற உதவிகள் கேட்டு விண்ணப்பித்தவர்களில் பெரும்பாலும் சாத்தமங்கலம், கக்கயம், காயண்ண, கூராச்சுண்டு போன்ற ஊர்களைச் சேர்ந்தவர்களாகவேயிருந்தனர். இவர்கள் தங்களின் அனுபவங்களைச் சொல்லக் கேட்டபோது அவசரநிலைக் காலத்தின் கொடூரக் கோலங்கள் மீண்டும் மனதில் நிழலாடின. ஆர்.இ.சி. தங்கும் விடுதியின் ஊழியரான கோரு போன்ற பலர் நீண்ட நாட்களாக உடல் ரீதியாக அவதிப்பட்டுக்கொண்டிருந்தார்கள். சாத்தமங்கலம் ராஜன் எனும் தட்டச்சுப் பயிற்சி நிலையத்தின் பயிற்றுனர் கஸ்டடியிலிருந்து விடுதலையானபின் நீண்டநாட்களாக வேலையெதுவும் செய்ய முடியாத அளவுக்கு உடல் நலிவுற்றிருந்தார் என்பதை அறிய நேர்ந்தது. இதுபோன்ற அனுபவங்கள் இப்போதுகூட என்னை அடிக்கடிப் பயமுறுத்துகிறது. நான் கல்லூரிக்கு வந்திருப்பதையறிந்த மாணவர்களில் பலரும் வழக்கிற்குத் தேவையான உதவிகளைச் செய்ய முன்வந்தார்கள்.

வழக்கு சம்பந்தமான சாட்சிகளைக் கண்டுபிடிப்பது என்னைப் பொறுத்தவரை முக்கியமான பொறுப்பாக இருந்தது. சாட்சிகளாக ஆர்.இ.சி. மாணவர்களும் அடி உதைக்காளானவர்களும் எல்லாவிதமான உதவிகளையும் அளித்தார்கள். அதில் காயண்ண காவல் நிலையத்தில் சித்திரவதை செய்யப்பட்டு உறுப்புகள் சிதைந்தவர்களும், கண்ணூர் மத்தியச்சிறையில் ஓராண்டு சிறைத்தண்டனை அனுபவித்தவர்களும் இருந்தார்கள்.

உண்மையாகவே எனக்குத் தேவைப்பட்டது வழக்கிற்குச் சாட்சி சொல்லும் துணிவு உள்ளவர்கள்தான். ஆனால் அதற்கும் நிறையபேர் தயாராகயிருந்தார்கள். அவர்களுடன் நான் திரும்பவும் சாத்தமங்கலத்துக்குச் சென்றேன். அங்கே

தட்டச்சு நிலைய ராஜனும் தயாராக நின்றிருந்தார். அவரை யும் அழைத்துக்கொண்டு எல்லோருமாகக் கோழிக்கோட்டுக்குச் சென்றோம். அங்கிருந்து வழக்கறிஞர் குஞ்ஞிராமப்பொது வாளின் வீட்டையடைந்தோம். அவர் எங்களை எதிர்பார்த்துக் காத்திருந்தார். என்னுடன் வந்தவர்களிடம் பேசிப்பார்த்து அவர்களிலிருந்து சாட்சி சொல்வதற்குத் தகுதி வாய்ந்தவர்களைத் தேர்ந்தெடுத்தார். பிறகு அவர்களிடமிருந்து தேவைப்படும் எல்லா விவரங்களையும் கேட்டு ஒவ்வொருவரிடமிருந்தும் தனித்தனி யாக வாக்குமூலங்கள் தயார் செய்தார். பத்துப் பனிரெண்டு வாக்குமூலங்கள் இருந்தன. அதற்குப் பிறகு நான் எரணாகுளத் திற்கு வந்தேன். ஈஸ்வரய்யரிடம் கொடுக்கப்பட்ட இந்த விவரங்களுடன் மறுநாள் நீதிமன்றத்தில் இம்மனு தாக்கல் செய்யப்பட்டது.

◯

வழக்குக்கெதிரான நடவடிக்கைகள்

ராஜன் வழக்கு விசாரணை நெருக்கடிநிலை வாபஸான பின் எரிமலைபோல் கனன்றுகொண் டிருந்தது. எங்கும் வழக்கைப் பற்றிய விவாதங்கள் நடந்துகொண்டிருந்தன. இந்த வழக்கு பல தடவைகள் மலையாளிகளை எதிர்பார்ப்பின் முள் முனையில் நிறுத்தியது. நெருக்கடிநிலை அமலாக்கப்பட்ட ஆரம்பகாலத்தில் காணாமல் போன ராஜன் நெருக்கடிநிலைக்குப் பிறகு அதற்கெதிரான போராட்டத்தின் மிக முக்கிய மான புள்ளியாக மாறினான். வழக்கின் போக்கு நெருக்கடிநிலையின் பக்தர்களைப் பதற்றம் கொள்ளச் செய்தது. அவர்களின் எதிர்பார்ப்பிற்கு விரோதமாக வழக்கின் போக்குகள் சென்று கொண்டிருந்தன. அவர்கள் வழக்குக்கெதிரான செயல்பாடுகளை முடிந்தவரை மேற்கொண்டிருந் தார்கள். இயல்பாகவே இச்செயல்பாடுகளுக்குத் தலைமையேற்றிருந்தது 'மலையாள மனோரமா' பத்திரிகைதான். வழக்கு நீதிமன்றத்தில் பதிவு செய்யப்பட்ட நான்காவது நாள் என்று நினைக் கிறேன். மனோரமா திட்டவட்டமான தொனி யில் ஒரு தலையங்கம் எழுதியிருந்தது. மனோர மாவை விரும்பும் வாசகர்கள்கூட அதை ஏற்றுக் கொள்வார்களா என்பது சந்தேகம்தான்.

மனோரமாவின் தலையங்கம் ராஜனை முழுக்க ஆட்சே பிக்கும் வகையில் எழுதப்பட்டிருந்தது. அதில் ஒரு மாணவனை எந்த வரையறையுமில்லாத வகையில் மிக மோசமாகச் சித்தி ரிக்கப்பட்டிருந்தது என்னை மிகுந்த வேதனைக்குள்ளாக்கியது. அடுத்தநாள், நான் மனோரமாவுக்கு மறுப்பு எழுதி அனுப்பி னேன். ஆனால், அதைப் பிரசுரிக்க மனோரமா தயாராக யில்லை. எதுவாயினும் ராஜனைப் பற்றி இவ்வளவு மோசமாக ஒரு தலையங்கம் வெளியான நிலையில் அதற்குப் பதிலாக எதுவும் செய்யாமலிருப்பது பொதுமக்களிடையே ராஜனைக் குறித்த தவறான புரிதல்களுக்கு அடிகோலியதாகிவிடும் என்று தோன்றவே, மறுநாள் அதைத் 'தேசாபிமானி' பத்திரி கைக்கு அனுப்பினேன். அது பிரசுரிக்கப்பட்டது.

ராஜன் வழக்கின் போக்கால் பதறிப் போனவர்கள் மனோரமாவின் தலையங்கத்துடன் மட்டும் திருப்தியடைய வில்லை. மேலும் பல வழிகளைக் கண்டுபிடிக்கத் துவங்கி னார்கள். அதற்காக அவர்கள் கடைப்பிடித்த வழிமுறைகள் முழுக்க தார்மிகமற்றதும் கௌரவமற்றதுமாகும் என்பதை வேதனையுடனேயே சொல்லிக்கொள்கிறேன். ஏனென்றால், இதற்குத் தலைமையேற்ற பிரமுகர்கள் அரசியலிலும் சமூகத் திலும் உன்னத நிலையிலிருப்பவர்கள் என்பதால்.

அக்கால கட்டத்தில் எரணாகுளத்திலிருந்து 'அசாது' எனும் பெயரில் ஒரு ஹாஸ்ய வாரப் பத்திரிகை வெளிவந்து கொண்டிருந்தது. கேரளத்தில் மிகவும் புகழ்ப்பெற்ற கார்ட்டூ னிஸ்ட் யேசுதாசன்தான் அந்தப் பத்திரிகையின் ஆசிரியர். ஆள் கொணர்வு மனுவைக் குறித்துப் பத்திரிகைகளில் செய்தி வந்த மறுநாள் என்னை வானளாவப் புகழ்ந்தும் ராஜனிடம் இப்படிக் குரூரமாக நடந்துகொண்டவர்களைக் கடுமையாக விமர்சனம் செய்தும் அவர் ஒரு கட்டுரை எழுதியிருந்தார். இரண்டு நாட்களுக்குப் பிறகு இந்தப் பத்திரிகையில் இதே விஷயத்தைப் பற்றி இதே கட்டுரையாசிரியரின் மற்றொரு கட்டுரை வெளியானது. அதில் என்னையும் ராஜனையும் பற்றி ஏகமாய் விமர்சனம் செய்யப்பட்டிருந்தது. பண்பாட்டின் சிறு துளியாவது மிச்சமிருக்கும் ஒரு நபரால் இப்படி ஒரு கட்டுரையை எழுத நிச்சயமாக முடியாது. முக்கியமாக அதில் விவரிக்கப்பட்டிருக்கும் விஷயம், எனக்கும் ராஜனுக்கு மிடையிலான உறவு குறித்தது. ராஜனுக்கு என் மீது மிகுந்த கோபமிருந்ததாகவும் அதற்கு என்னுடைய மோசமான, ஒழுக்கக்கேடுகளே காரணம் என்பதாகவுமிருந்தது அதன் உள்ளடக்கம். இது என்னை மிகுந்த வேதனைக்குள்ளாக்கியது. கட்டுரையை வாசித்ததும் உடனே அதைக் கையிலெடுத்துக் கொண்டு ஈஸ்வரய்யரைப் பார்ப்பதற்கு ஓடினேன். நான்

போவதற்குள் ஈஸ்வரய்யரும் அதைப் படித்திருக்கிறார். நான் நிச்சயமாக வருவேன் என்ற எண்ணத்துடன் என்னை எதிர் பார்த்திருந்தார். அவர் முன் உட்கார்ந்து நான் கண்ணீர் விட்டு அழுதேன். இந்தக் கட்டுரைக்கெதிராக நீதிமன்றத்தில் வழக்குத் தொடுக்க வேண்டும் என்று பலமாக வாதித்தேன். ஆனால், இதனால் எந்தப் பலனும் ஏற்படப் போவதில்லை என்றும் அப்படிச் செய்வதால் எதிர்மறையான பலனே ஏற்படக்கூடுமென்றும் ஈஸ்வரய்யர் உறுதியாகத் தெரிவித்தார். அவருடைய பதிலில் திருப்தியடையாத நான் நேராக வழக்கறிஞர் ராம்குமாரைப் பார்க்கச் சென்றேன்.

'அசாது'வில் வெளியான கட்டுரைக் குறித்து ஈஸ்வரய்யரின் கருத்தைத்தான் ராம்குமாரும் தெரிவித்தார். எனக்கு ஆறுதல் மட்டும்தான் சொன்னார். நான் எதுவும் பேசாமல் திரும்பினேன்.

மறுநாள் கேரளத்தின் இரண்டு முக்கிய அரசியல் கட்சிப் பத்திரிகைகளின் தலையங்கப் பகுதியில் இந்த விமர்சனக் கட்டுரை இடம் பெற்றிருந்தது. காங்கிரஸ் கட்சியின் பத்திரிகையான 'வீக்ஷணம்' பத்திரிகையிலும் சி.பி.ஐ. கட்சியின் 'ஜனயுகம்' பத்திரிகையிலும். பிரபல பத்திரிகைகள்கூட இந்த அளவில் தரம் தாழ்ந்துவிடக்கூடும் என்பதை நான் எதிர்பார்க்கவே இல்லை. அதிகக் காலம் தாக்குப்பிடிக்கமுடியாமல் 'வீக்ஷணம்' அஸ்தமித்தது. 'ஜனயுகம்' செத்ததைப் போல் இன்னும் சிறிது காலம் வாழ்ந்திருந்தது. இந்தச் சந்தர்ப்பத்தில் என்னை ஆச்சரி யப்படச் செய்தது யேசுதாசனின் செயல்பாடுதான். ஏனென் றால் இம்மனிதரை ஒரு அரசியல் கட்சியைச் சேர்ந்தவராக நான் ஒருபோதும் நினைத்துப் பார்த்ததில்லை. இவ்வளவு மோசமாக இவர் தரம் தாழ்ந்து போவார் என்று கருதியதும் இல்லை. இரண்டே நாட்களுக்குள் அவரின் அங்க பிரதட் சணம் என்னை ஆச்சரியப்படுத்தியது. அந்தக் கட்டுரையை எழுதுவதற்கான காரணம் என்னவென்பதை அவர் அன்று வெளிப்படுத்தத் தயாராகயில்லை. அதைப்பற்றி எனக்கு வருத்தமும் இல்லை. ஆனால், அவர் தன்னுடைய சார்பற்ற நிலையை மக்களிடம் தெரிவித்திருக்கலாம். அதனால் யாரும் எந்த இழப்புக்கும் உள்ளாகப் போவதில்லை. நமது அரசியல் களத்தின் குப்பைகளைக் களைய அது சிறு அளவிலாவது பயன்பட்டிருக்கவும் கூடும்.

ராஜன் வழக்கு குறித்த விசாரணை தொடங்கியது. சாட்சி விசாரணைகளெல்லாம் முறையாக நடந்துகொண்டி ருந்தன. இதனிடையே எங்கிருந்து வந்தது என்று தெரிய வில்லை, வழக்கறிஞர் ராம்குமாரும் நானும் கொஞ்ச நாட்கள்

வெளியூரில் சென்று இருக்கும்படி ஓர் ஆலோசனை வந்தது. வழக்கு சரியான திசையில் செல்ல வேண்டும் என விரும்பும் யாரோ ஒருவர் தந்த இந்த யோசனையின்படி நாங்கள் இரண்டு நாட்கள் எரணாகுளத்திலிருந்து இடம் மாறி நின்றோம். சாட்சி சொல்ல வந்தவர்களில் பலருக்கும் இது போன்ற மிரட்டல் கடிதங்கள் வந்திருந்தன. ஆனால், யாருமே இதைப் பொருட் படுத்தவில்லை. ஆர்.இ.சி. பிரின்ஸிபால் வகாபுதீன் உட்பட நாங்கள் எதிர்பார்த்த அனைவருமே சாட்சி சொன்னார்கள்.

ராஜனின் பிரச்சனைக்கு முன்பு நீதிமன்றங்களோடு எனக்கு எந்தத் தொடர்பும் இருந்ததில்லை. நீதிமன்ற நடை முறைகளைப் பற்றியும் எதுவும் தெரியாது. ராஜன் காணாமல் போனதன் பிறகு நான் எரணாகுளத்திலுள்ள பிரபல வழக்கறி ஞர்கள் பலரை இது சம்பந்தமாகப் போய்ப்பார்த்திருக்கிறேன். அவர்கள் அனைவருமே மனச்சோர்வு அடையும் விதமாகவே பேசினார்கள். நெருக்கடிநிலை அமல்படுத்தப்பட்டிருந்த காலம் அது. இந்த நெருக்கடிநிலையின் உண்மை நிலையைப் பற்றி எனக்கு எதுவுமே தெரியாது. இவ்வழக்கறிஞர்கள் என்னை மனச் சோர்வடையுமளவுக்குப் பயமுறுத்தியதற்கான காரணம் இதுதான் என்ற ரகசியத்தை அப்போது நான் உணரவில்லை. நாட்கள் சென்றபிறகுதான் நெருக்கடிநிலை யின்போது அடிப்படை மனித உரிமைகள்கூட மறுக்கப்பட் டிருப்பதையும் ஒரு தகப்பனுக்கு போலீசாரால் பிடித்துக் கொண்டு போகப்பட்ட தன் மகன் எங்கேயிருக்கிறான் என்பதை அறிந்து கொள்வதற்கான உரிமைகூட இல்லை என்ற உண்மையும் தெரியவந்தன.

ராஜன் பிரச்சனை தொடர்பாக நான் எட்டு வழக்கு களைப் பல நீதிமன்றங்களிலும் நடத்தியிருக்கிறேன். நான் ஏற்கனவே குறிப்பிட்டதுபோல் நீதிமன்றங்களைப் பற்றியோ, நீதிமன்ற நடைமுறைகளைப் பற்றியோ அதுவரை எனக்கு எதுவுமே தெரியாது. என்றாலும் இந்த வழக்குகளை மேற் கொண்டு நடத்திச் செல்வதில் எந்தவிதமான பின்னடைவோ, சிக்கலோ ஏற்படவில்லை என்பதுதான் உண்மை. இது என்னுடைய திறமையல்ல, என் வழக்கறிஞர்களின் திறமை யும் இந்த வழக்கின் அடிப்படையான உண்மையும்தான் இவ்வெற்றிக்கான காரணங்கள். நான் இந்த வழக்கு சம்பந்த மான எல்லா விஷயங்களையும் வழக்கறிஞர்கள் ஈஸ்வரய்யர் மற்றும் ராம்குமார் ஆகியோரிடம் ஒப்படைத்திருந்தேன். அவர்களின் திறமையிலும் மனோதிடத்திலும் எனக்குப் பூரண நம்பிக்கையிருந்தது. ராஜன் வழக்கில் அவர்கள் காட்டிய மனமுவந்த ஈடுபாட்டிற்கு எப்படி நன்றி சொல்வது என்று எனக்குத் தெரியவில்லை.

இந்த வழக்கிற்கான சாட்சிகளைத் தேடி சாத்தமங்கலம், கோழிக்கோடு போன்ற நகரங்களுக்குச் சென்று அவர்களை அழைத்து வந்தேன் என்பதையும் எப்படி ஆள் கொணர்வு மனு தாக்கல் செய்யப்பட்டது என்பதையும் ஏற்கனவே குறிப்பிட்டேன் அல்லவா? உயர் நீதிமன்றங்களிலும் அதற்கும் மேலான நீதிமன்றத்திலும் சாட்சிகளை நேரில் வரவழைத்துக் கூண்டில் நிறுத்தி விசாரணை செய்வதில்லை, அவர்களின் வாக்குமூலங்களின் அடிப்படையில்தான் குற்றம் நிரூபணம் செய்யப்படும் என்றுதான் அதுவரை நினைத்துக்கொண்டிருந் தேன். அப்படித்தான் சாட்சிகளிடம் சொல்லியும் வைத்திருந் தேன். நேரில் ஆஜராக வேண்டாம் என்று உறுதியாகச் சொல்லியிருந்தேன். ஆனால் வழக்கின் ஆரம்ப கட்ட விசாரணையின்போது என் வழக்கறிஞர் ஈஸ்வரய்யர் நீதிபதி களிடம் ஒரு உத்தரவாதமளித்தார். தேவைப்படும் என்றால் நாங்கள் விசாரணையின்போது சாட்சிகளை நீதிமன்றத்தில் ஆஜர்படுத்துகிறோம் என்று.

ஈஸ்வரய்யரின் இந்த அறிவிப்பு மற்ற வழக்கறிஞர்களைத் திடுக்கிடச் செய்தது. காரணம், இது போன்ற ஒரு உத்தரவாதம் கேரள உயர் நீதிமன்றத்தில் இதற்குமுன் அளிக்கப்பட்டதே யில்லை. ஆனால் இதில் எந்தத் தவறுமில்லை என்றும் இது போன்ற நிகழ்வுகள் இந்தியாவிலுள்ள பல நீதிமன்றங் களில் மட்டுமல்ல இங்கிலாந்தின் பிரிவி கௌன்ஸிலில் வரை நடந்திருப்பதாகவும் ஈஸ்வரய்யர் உதாரணங்களுடன் தன் வாதத்தை முன் வைத்தார். ஈஸ்வரய்யரின் வாதத்தை மறுத்து எந்தக் கருத்தையும் சொல்லக் கேரள அரசின் வழக்கறி ஞரான டி.சி.என். மேனோனால் இயலவில்லை. இதன் பலனாக, நீதிபதி போற்றியும் நீதிபதி காலிதும் சேர்ந்து ஈஸ்வரய்யரின் வாதத்தை ஏற்று உத்தரவு பிறப்பித்தார்கள்.

உண்மையில் அனைவருமே இந்தத் தீர்மானத்தில் மகிழ்ச்சியடைந்தார்கள். ஆனால் நான் மட்டும் கொஞ்சம் பதற்றமடைந்தேன். சாட்சிகளிடம் எரணாகுளத்திற்கு வந்து, நீதிமன்றத்தில் ஆஜராகி, நேரில் சாட்சி சொல்லவேண்டும் என்று நான் சொல்லவே இல்லை. ஆனால் முன்பு சொன் னதை இப்போது மாற்றிச் சொல்லும்போது அவர்களின் எதிர்வினை எப்படியிருக்குமோ என்பது என் பயம். ஆனால் அது தேவையற்ற ஒரு பயமாகவே இருந்தது. சாட்சிகள் முழுவிருப்பத்துடன் எரணாகுளத்திற்கு வந்து சாட்சி சொல்லத் தயாராக இருந்தனர். நான் அன்றைய தினமே என் தம்பி மாதவவாரியரையும் அவனுடைய நண்பன் ராமவாரியரை யும் ஒரு காரில் கோழிக்கோட்டிற்கு அனுப்பினேன். இந்நேரத்

தில் காவல்துறை சில குயுக்தியான வேலைகளைச் செய்வதாக ஒரு தகவல் கிடைத்தது. இதைப்பற்றியும் கோழிக்கோடு நண்பர்களிடம் சொல்லப்பட்டது. அவர்களும் சுதாரித்துக் கொண்டனர். சாட்சிகளை அழைத்துக்கொண்டு இவர்கள் திரும்பி வருவதுவரை மிகவும் பதற்றமாகவே இருந்தது. ஆனால் நினைத்தது போல் எந்தப் பிரச்சனைகளுமில்லை. பிரின்ஸிபால் வகாபுதீன் உட்பட வாக்குமூலம் சமர்ப்பித் திருந்த அனைவரும் குறிப்பிட்ட நேரத்தில் நீதிமன்றத்தில் ஆஜரானார்கள்.

நீதிபதி சுப்ரமணியன் போற்றியும் நீதிபதி நரேந்திரனும் இணைந்த நீதிமன்றத்தில் இந்த வழக்கு விசாரணைக்கு வந்தது. ஆனால் நீதிபதி நரேந்திரன் இவ்வமர்விலிருந்து விலகிக்கொள்ள விருப்பம் தெரிவித்தார். அதற்கான காரணம் என்னவென்று எனக்குத் தெரியாது. பிறகு அவர் இடத்தில் நீதிபதி காலித் நியமிக்கப்பட்டார்.

கேரளம் முழுவதையும் கொந்தளிக்கச் செய்தபடி ராஜனின் வழக்கு தொடர்ந்து நடந்தது. வழக்கறிஞர்கள் ஈஸ்வரய்யரும் ராம்குமாரும் எனக்காக ஆஜரானார்கள். அடிஷனல் அட்வ கேட் ஜெனரல் டிஸிஎன். மேனோன் அரசுத் தரப்பில் ஆஜரானார். உள்துறைச் செயலாளர் நாராயணஸ்வாமி, ஐ.ஜி. பி.என்.ராஜன், டி.ஐ.ஜி. ஜெயராம் படிக்கல், எஸ்.பி. கே. லக்ஷ்மணா, கே. கருணா கரன் ஆகியவர்கள் எதிர்த் தரப்பினர். இவர்கள் அனைவரும் தனித்தனியே வாக்குமூலங்களைச் சமர்ப்பித்திருந்தார்கள். இதில் இவர்கள் தெரிவித்திருந்தது ராஜனைப் பிடித்தது மில்லை, பார்த்ததுமில்லை என்பதுதான். சாட்சிகளிடம் வாக்குமூலம் பெற்று ஏப்ரல் 13ஆம் தேதி ராஜன் வழக்கில் தீர்ப்புச் சொல்லப்பட்டது. இரண்டு நீதிபதிகள் சேர்ந்து ஒரு தீர்ப்பும் நீதிபதி காலித் தனியாக ஒரு தீர்ப்பும் வழங்கி னார்கள். சாட்சியங்களின் அடிப்படையிலிருந்து, ராஜனைப் போலீஸ் பிடித்துக்கொண்டு போயிருப்பதாகவும் கக்கயம் முகாமில் வைத்து அவன் தாக்கப்பட்டதாகவும், மே 22ஆம் தேதியன்று அவனை கோர்ட்டில் ஆஜர்படுத்த வேண்டும் என்பதாகவுமிருந்தது அந்தத் தீர்ப்பு. இந்தத் தீர்ப்பு அரசுத் தரப்பில் மிகுந்த சிக்கலைத் தோற்றுவித்தது. பிரதிவாதிகள் ஆடிப்போய்விட்டார்கள். உடனேயே அவர்கள் வழக்கை உச்ச நீதிமன்றத்திற்குக் கொண்டு போனார்கள். உச்ச நீதி மன்றத்தின் வழக்கப்படி ஜூனியர் அட்வகேட்தான் வழக்கைச் சமர்ப்பிக்க வேண்டும். அப்படி சமர்ப்பிப்பவரை அட்வகேட் ஆன் ரெக்கார்ட் என்று சொல்வார்கள். வழக்கை சீனியர் வழக்கறிஞர் வாதிப்பார்.

என் அட்வகேட் ஆன் ரெக்கார்ட் வழக்கறிஞர் கடாடெ என்பவர். வழக்கை உரைக்கும் சீனியர் வழக்கறிஞர் தார்க் குண்டே. பொய்ச்சாட்சியமெனத் தீர்ப்பு சொன்னதற்கெதிராக கருணாகரன் உச்ச நீதிமன்றத்தில் அப்பீல் செய்தார். நீதிபதி பி.கே. கோஸ்வாமி, பி.சி. துல்ஸாடல்கர் ஆகியவர்களைக் கொண்ட உச்ச நீதிமன்ற அமர்வு, அப்பீலை விசாரித்தது. அவசரநிலைக் காலத்தில் அட்டர்னி ஜெனரலாக இருந்த பிரபல வழக்கறிஞர் நிரண்டேயும் வழக்கறிஞர் ராம்குமாரும் என் தரப்பை வாதித்தார்கள். உயர் நீதிமன்றத் தீர்ப்பை உறுதி செய்து உச்ச நீதிமன்றத் தீர்ப்பு வெளியானது. வழக்குகள் தொடர்பாக உயர் நீதிமன்றத்தில் பிரதிவாதிகள் தாக்கல் செய்தவை பொய்யான வாக்குமூலங்கள் என்பதை உச்ச நீதி மன்றத்திற்கு ஒரு மகஜராக நான் சமர்ப்பித்தேன். உச்ச நீதி மன்றம் தன் தீர்ப்பில் பிரதிவாதிகள் பொய்யான வாக்கு மூலம் அளித்திருப்பதையும் குறிப்பிட்டு ராஜனை ஆஜர்படுத்த வேண்டும் என்றும் உத்தரவிட்டது. இதைத் தொடர்ந்து அப்போது முதலமைச்சராக இருந்த கே. கருணாகரன் பதவியை ராஜினாமா செய்தார். கருணாகரனின் ராஜினாமா இந்திய அரசியல்களத்தை அதிரச் செய்தது. தேசமெங்கும் ராஜன் வழக்கு குறித்து விவாதங்கள் நடந்தன.

ராஜனை போலீஸ் பிடித்துக்கொண்டுபோய் கக்கயம் முகாமில் வைத்து அடித்தது நிரூபிக்கப்பட்டதான உயர் நீதி மன்றத் தீர்ப்பு வெளியானதன் அடிப்படையில் கேரள அரசு ஒரு விசாரணைக்கு உத்தரவிட்டது. ராஜன் போலீஸா ரால் பிடித்துச் செல்லப்பட்டதும் அடித்து உதைக்கப்பட்டதும் விசாரணை மூலம் தெரிய வந்ததாகவும் ஆனால், ராஜன் இப்போது போலீஸ் கஸ்டடியில் இல்லை என்றும் மேலும் விசாரணை தொடர்ந்து நடந்து வருகிறதென்றும் மாநில அரசு உச்ச நீதிமன்றத்திற்குத் தெரிவித்தது. இதைத் தொடர்ந்து, குற்றம் செய்த அதிகாரிகளின் மீது சட்டபூர்வமான நடவ டிக்கை எடுக்க வேண்டும் என்றும், பொய்யான வாக்குமூலம் அளித்ததற்காக அவர்களின் மீது நீதிமன்ற நடவடிக்கை மேற்கொள்ளப்பட வேண்டும் என்றும் உயர் நீதிமன்றம் உத்தரவிட்டது. இதன்படி இரண்டு வழக்குகள் பதிவு செய்யப் பட்டன. 1, குற்றவாளிகளான காவல்துறை அதிகாரிகளின் மீதான சட்டபூர்வமான வழக்கு. 2, பொய்யான வாக்குமூலம் சமர்ப்பித்ததன் பேரில் குற்றவியல் நடவடிக்கை.

இந்த இரண்டு வழக்குகளும் குற்றவியல் பிரிவின் கீழ் வருவதால் இதை நடத்துவதற்கான பொறுப்பு அரசு வழக் கறிஞரையே சாரும். ஆனால், அரசு வழக்கறிஞரே இந்த

வழக்கை நடத்தினால் நியாயம் கிடைக்காது என்பதால் அப்போது முதலமைச்சராக இருந்த ஏ.கே. ஆண்டனியிடம், இந்த வழக்குகள் சம்பந்தமாக நான் குறிப்பிடும் வழக்கறிஞர்கள் மூலம் வழக்கை நடத்த அனுமதிக்க வேண்டும் என்றும் அப்படி நடத்தும் பட்சத்தில் ஏற்படும் செலவுகளை நானே ஏற்றுக்கொள்வதாகவும் ஒப்புக்கொண்டு ஒரு கோரிக்கை விடுத்தேன். ஆனால் அதற்கு அனுமதி கிடைக்கவில்லை. ஆனால் அப்படி அனுமதி மறுக்கப்பட்டதன் மூலம் என் சந்தேகம் மேலும் உறுதிப்பட்டது.

உயர் நீதிமன்றப் பரிந்துரையின்படி, ராஜனைச் சட்ட விரோதமாகப் பிடித்துக்கொண்டு போய் லாக்கப்பில் வைத்து அடித்துக் கொன்றதாகக் கோயமுத்தூர் மாவட்ட நீதிமன்றத்தில் ஒரு வழக்குப் பதிவு செய்யப்பட்டது. பிரதிவாதிகளின் வேண்டுகோள்படிதான் இந்த வழக்குகள் கோயமுத்தூருக்கு மாற்றப்பட்டன. ஜெயராம் படிக்கல், லக்ஷ்மணா, மோகன், குஞ்ஞிராமன் நம்பியார், புலிக்கோடன் நாராயணன் ஆகியவர்களே பிரதிவாதிகள். சுமார் நூறு சாட்சிகள் இருந்தார்கள். இந்த வழக்கில் நானோ, என் வழக்கறிஞர்களோ வகிக்க வேண்டிய பங்கு எதுவுமில்லை. பிரதிவாதிகளுக்காக இந்தியாவின் பிரபல வழக்கறிஞர்களின் நீண்ட வரிசையே ஆஜரானது. கேரளாவில் இன்று அட்வகேட் ஜெனரலாக இருக்கும் ரத்ன சிங், ஜெயராம் படிக்கலின் வழக்கறிஞர்.

கோழிக்கோட்டைச் சேர்ந்த கே.பி. அச்சுதமேனோன் எனும் வழக்கறிஞர் என் தரப்பை வாதிப்பவர், அதாவது அரசாங்கத் தரப்பில் எனக்காக ஆஜரானவர். முதுமையின் இயல்பான பலகீனங்கள் வழக்கை விசாரித்துக்கொண்டிருக்கும்போதே அடிக்கடி அவரிடம் தென்பட்டது. அவருக்கு எண்பது வயது இருக்கும்.

இந்தியா முழுவதும் கவனம் செலுத்தப்பட்ட இந்த வழக்கு குறித்த செய்திகளைச் சேகரிக்கப் பத்திரிகைகள் தங்களின் திறமையான செய்தியாளர்களை அனுப்பி வைத்திருந்தன. 'தேசாபிமானி'க்காகக் கோயமுத்தூருக்கு வந்திருந்தவர் அப்புக்குட்டன் வள்ளிக்குன்னு எனும் பிரபல பத்திரிகையாளர். வழக்கு சம்பந்தமான இவரின் தினச்செய்திகள் மக்களிடையே அலையடித்தது போல் பரந்துகொண்டிருந்தது.

○

கோயமுத்தூர் விசாரணை

கோயமுத்தூர் செஷன்ஸ் நீதிமன்றத்தில் எம். ஃபக்கீர் முகம்மது நீதிபதியாக இருந்தார். சாட்சிகள் நூற்றுக்கும் மேற்பட்டவர்கள். அதில் சுமார் எண்பது சாட்சிகள் கக்கயம் முகாமில் கொடூர அடி உதைகளுக்கு ஆளானவர்கள். நானும் முக்கியமான ஒரு சாட்சியாக இருந்தேன். இரண்டு நாட்கள் என்னைச் சாட்சிக் கூண்டி லேற்றி விசாரித்தார்கள். அரசு வழக்கறிஞர் அச்சுதமேனோனும் பிரதிவாதிகளின் வழக்கறி ஞர்கள் ஒவ்வொருவரும் என்னை விசாரணை செய்தார்கள். இந்தப் பத்துப்பேர்களின் விசாரணை யின் பொருட்டு சுமார் பத்து மணிநேரம் வரை நான் சாட்சிக் கூண்டிலேயே நிற்க வேண்டியதா யிற்று.

இந்த வழக்கறிஞர்களின் குறுக்கு மறுக்கான எந்தக் கேள்விகளும் என்னைத் தளர்ந்து போகச் செய்ய முடியவில்லை. உள்ளுக்குள் நான் பயந்து தான் போயிருந்தேன். ஆனால் நான் பயந்தது போல் எதுவும் ஆகவில்லை. எப்படியோ ஒரு தைரியம் என்னுள் குடிகொண்டிருந்தது. அதற்குக் காரணம் நான் சொல்லும் செய்திகளிலுள்ள உண்மைகள்தான் என்ற நம்பிக்கையும் எனக்

கிருந்தது. என்னைக் குழப்ப, முடிந்தவரை முயற்சி செய்து பார்த்தார்கள் இந்த வழக்கறிஞர்கள். ஆனால் எந்தப் பயனு மில்லை. அப்போது நடந்த ஒரு விஷயம் என் நினைவுக்கு வருகிறது. ஒரு கேள்விக்கு நான் பதில் சொல்லத் துவங்கி னேன். ஒரு சில வார்த்தைகள்தான் சொல்லியிருப்பேன், அப்போது அந்த வழக்கறிஞர் கோபத்துடன் கட்டளையிடுவது போன்ற தொனியில் ஒரே வார்த்தையில் பதில் சொல்ல வேண்டும் என்று சொன்னார். 'சாத்தியமில்லை' என்று பயப்படாமல் பதில் சொன்னேன். உடனே எங்களுக்குள் சிறு வாக்குவாதம் துவங்கியது. அப்போது நீதிபதி தலையிட்டு, நீங்கள் சொல்ல நினைப்பதையெல்லாம் சொல்லலாம் என்று அனுமதியளித்தார். திறமையான வழக்கறிஞர்களின் குறுக்கு விசாரணை முறைகள் ஒருபுறம் இப்படி என்றால் அரசு வழக்கறிஞர் கெ.பி. அச்சுதமேனோனின் கேள்விகள் மிகவும் வித்தியாசமாக இருந்தன. கடைசி நாள் நடந்த மறுவிசாரணையின்போது இவர் கேட்ட கேள்வி உண்மையில் இந்த வழக்குடன் எந்தத் தொடர்புமேயில்லாதது. அவருடைய கேள்வி இதுதான்:

"தாங்கள் இந்த வழக்கு சம்பந்தமாகச் சாட்சி சொல்ல எரணாகுளத்திலிருந்து கோயமுத்தூருக்கு வந்தது தங்களின் வழக்கறிஞர் ராம்குமாருடன்தானே?"

உண்மையாகவே நான் திகைத்துப் போய்விட்டேன். இந்தக் கேள்விக்கு எந்த வகையில் முக்கியத்துவம் இருக்கிறது? நான் யாருடன் கோயமுத்தூர் வந்திருந்தாலும் அதை இந்த வழக்குடன் எவ்வகையில் தொடர்புப்படுத்த முடியும். இவ்வ ளவு அனுபவமுள்ள ஒரு வழக்கறிஞரின் அர்த்தமற்ற கேள்வி என்னை ஆச்சரியத்திலாழ்த்தியது. நான் ஆமாம் என்று பதில் சொல்லிவிட்டு இது தொடர்பாக மேலும் கேள்விகளை எதிர்பார்த்து சாட்சிக் கூண்டிலேயே கொஞ்சநேரம் நின்று கொண்டிருந்தேன். அதற்குப் பிறகு, 'நீங்கள் போகலாம்' என்று சொன்னார்.

பிரசித்திபெற்ற இந்த வழக்கில் இது போன்ற ஒரு வழக்கறிஞரை அரசு தரப்பாக நியமித்ததின் காரணங்கள் என்னவென்பதை வாசகர்கள் புரிந்துகொள்ள முடியும்.

போலீஸ் சாட்சிகளை விசாரணை செய்தபோது ஏற் பட்ட மாற்றம் என்னவென்றால் பெரும்பாலானவர்களும் பிறழ்சாட்சியாகவே மாறினார்கள். விசாரணை அதிகாரிகளி டம் சொன்ன வாக்குமூலங்களை இப்போது எல்லோருமே மாற்றிச்சொன்னார்கள். விசாரணை அதிகாரிகளின் அடி உதைகள், நிர்பந்தம் காரணமாகத் தாங்கள் முன்பு அப்படிச்

சொன்னதாகவும் அதில் எந்த உண்மையுமில்லை என்றும் இப்போது சாட்சியமளித்தார்கள். மற்ற சாட்சிகள் யாரிடமிருந்தும் இந்தப் பிறழ்சாட்சியம் வரவில்லை. பாதகமான இந்தச் செயல்பாடுகளின் பின்னணியிலுள்ள ஆலோசனைக் குழு யாராக இருக்கக்கூடும் என்பதைச் சுலபமாகவே புரிந்து கொள்ள முடியும்.

ராஜன் வழக்கின் விசாரணைப் பொறுப்பு முழுவதையும் கிரைம் பிராஞ்சுதான் ஏற்றிருந்தது. ஆனால், இங்கே பிரதி வாதிகளான போலீஸ்காரர்களில் பெரும்பாலும் லோக்கல் போலீஸ்காரர்களாக இருந்தனர். இவ்வளவு அதிகமான பிரதிவாதிகளில் கிரைம் பிராஞ்சிலுள்ளவர்கள் மட்டும் தான் இதற்குப் பொறுப்பு என்பது நீதிமன்றத்தின் முடிவு. அதன் அடிப்படையில் ஜெயராம் படிக்கல், முரளிகிருஷ்ண தாஸ், குஞ்ஞிராமன் நம்பியார் ஆகியவர்களுக்கு இதில் பங்கு உண்டு என்று நீதிமன்றம் முடிவுக்கு வந்தது. ஆனால், ராஜனை அடித்துக் கொன்றார்கள் என்பது சந்தேகத்திற்கிடமில்லாத வகையில் நிருபிக்கப்படவில்லை என்பதால் அவர்களும் கொலைக் குற்றத்திலிருந்து விடுதலை செய்யப்பட்டார்கள். ஆனால், ஏதோ குற்றத்திற்காக இந்த மூன்று பேருக்கும் தலா ஓராண்டு சிறைத்தண்டனை கிடைத்தது. ராஜன் வழக்கின் ஆகமொத்தத் தீர்வு இதுதான்.

இம்மூவரும் சென்னை உயர் நீதிமன்றத்தில் மேல் முறையீடு செய்தார்கள். தமிழ்நாடு அரசின் அட்வகேட் ஜெனரல் ராஜமாணிக்கம். வழக்கறிஞர் சங்கரன் என்பவரை என் தரப்பில் நியமித்தேன். மேல் முறையீடு வழக்கு என்பதால் மறுவிசாரணை தேவைப்படவில்லை. வாதப்பிரதிவாதங்கள் முடிந்து தீர்ப்பு வெளியானது. அத்துடன் மூன்றுபேரும் விடுதலை செய்யப்பட்டார்கள்.

நெருக்கடிநிலைக் காலகட்டத்தில் அட்டர்னி ஜெனரலாக இருந்த நிரண்டேயைப் பற்றி இங்கே கொஞ்சம் சொல்ல வேண்டியதிருக்கிறது. அவர் அட்டர்னி ஜெனரலாக இருந்த தன் பின்னணியில் ஒரு கதை உண்டு. அட்டர்னி ஜெனரல் என்பது மத்திய அரசின் முதன்மைச் சட்ட ஆலோசகர் பதவியாகும். மத்திய அரசின் எல்லாவிதமான சட்ட நடவடிக்கைகளுக்கும் அட்டர்னி ஜெனரலே பொறுப்பாவார்.

சாதாரணமாக இந்தப் பதவிக்கு வர மூத்த வழக்கறிஞர்கள் எப்போதுமே மிகுந்த எதிர்பார்ப்புடனிருப்பர். ஆனால், நெருக்கடிநிலைக் காலத்தில் இந்த நிலை மாறியது. இந்திரா காந்தியின் எல்லா அடிப்படை மனித உரிமை மீறல்களையும் நியாயப்படுத்த வேண்டுமென்பதால் இந்தக் காலகட்டத்தில்

அட்டர்னி ஜெனரல் பதவியை அலங்கரிக்க இந்தியாவின் எந்த மூத்த வழக்கறிஞர்களுமே முன் வரவில்லை. நிரண்டேயும் முதலில் இந்த வாய்ப்பை நிராகரித்திருந்தார்.

நிர்ப்பந்தம் வலுவாகயிருந்தது. அச்சமயத்தில் நிரண்டேயின் மனைவி சுவீடனில் இருந்தார். அவர் சுவீடன் பிரஜை. வயதான காலத்தில் மனைவியுடன் நிம்மதியாக வாழ்க்கை நடத்த வேண்டுமெனில் இந்தப் பதவியை ஏற்றுக்கொள்ள வேண்டுமென அவர் இந்திரா காந்தியால் மிரட்டப்பட்டார். தன் மனைவியை இந்தியாவிற்குள் அனுமதிக்க முடியாது எனும் மிரட்டலுக்குக் கீழ்ப்படிந்து இப்பதவியை நிரண்டே ஏற்றுக்கொண்டாலும் அதில் மிகுந்த மனவருத்தம் அவருக்கிருந்தது.

ஒருமுறை அவர் உச்ச நீதிமன்றத்தில் அனைத்து நீதிபதிகளும் வழக்கறிஞர்களும் நிறைந்த மன்றத்தில் ஒரு விஷயத்தை வெளிப்படையாக அறிவித்தார். இந்தியாவில் எந்த போலீஸ்காரனும் எந்த ஒரு நபரையும் நடுரோட்டில் வைத்து அடித்துக் கொன்றால்கூட அதைக் கேள்வி கேட்கும் உரிமை யாருக்குமில்லை என்பதுதான் அந்த அறிவிப்பின் சுருக்கம்.

இப்படியான ஒரு அறிவிப்பை ஆளும் வர்க்கத்திற்காக அவர் வெளியிட்டிருந்தாலும் அதை மிகப்பெரிய பாவகாரியமாக மனதில் வைத்திருந்தார். இந்த அறிவிப்பு, பொதுமக்களை மனம் வெதும்பச் செய்தது. ஆனால் நெருக்கடிநிலைக் காலகட்டத்தில் ஒரு தனிமனிதனின் நிலை என்னவென்பதைத் தெரிவிப்பதுதான் உண்மையில் அவருடைய நோக்கமாக இருந்தது.

நெருக்கடிநிலை வாபஸ் பெறப்பட்ட பின், தான் அட்டர்னி ஜெனரல் பதவியிலிருந்தபோது தனக்கு ஏற்பட்ட களங்கத்தைத் துடைத்தெறிய வேண்டும் என்று நிரண்டே விரும்பினார்.

ஒருநாள் வழக்கறிஞர் ஈஸ்வரய்யர் என்னைத் தொலைபேசியில் தொடர்பு கொண்டார். கருணாகரனின் மேல்முறையீடு உச்சநீதிமன்றத்திற்கு வந்திருந்த சமயம் அது. வழக்கில் என் தரப்பில் நிரண்டே ஆஜராக விரும்புவதாகவும் அதற்கான கட்டணம் எதுவும் தேவையில்லை என்று சொன்னதாகவும் ஈஸ்வரய்யர் தெரிவித்தார்.

உண்மையிலேயே நான் அதிர்ந்து போனேன். அவசர நிலைக்கால நிரண்டே என் நினைவுக்கு வந்தார். ஆனால், உண்மையான நிரண்டேயை ஈஸ்வரய்யருக்கு நன்றாகவே தெரியும். வழக்கை அவரிடமே ஒப்படைக்கத் தீர்மானித்தோம்.

அன்று உச்ச நீதிமன்றத்தின் மூத்த வழக்கறிஞர் ஒருவரின் ஒருநாள் சம்பளம் 1650 ரூபாய். நான் அவருக்கான ஒருநாள் கட்டணம் 1650 ரூபாய்க்கான வரைவோலையை அனுப்பிக் கொடுத்தேன்.

கோயமுத்தூர் நீதிமன்றத்தின் தீர்ப்புக்கெதிராக உச்சநீதி மன்றத்தை அணுகுவதைத் தவிர எனக்கு வேறு வழியில்லை. அன்றைய நிலையில் என்னால் எதுவும் செய்யவும் இயல வில்லை. ஆகவே, இது சம்பந்தமாக தற்போது எதுவும் செய்வதற்கில்லை என்று தீர்மானித்து நான் அப்படியே அடங்கி ஒதுங்கி அமர்ந்திருந்தேன். அப்போது முகுந்தன் சி.மேனோன் எனும் மனித உரிமைப் போராளி ஒருவர் என்னை வந்து சந்தித்தார். வழக்கறிஞர் தார்க்குண்டே என் வழக்கை நன்றாகப் பரிசீலனை செய்ததாகவும் வழக்கைத் தொடர்வதாக இருந்தால் வெற்றி பெறுவதற்கான வாய்ப்புகள் இருப்பதாகவும் தார்க்குண்டே சொன்னதாக முகுந்தன் என்னிடம் தெரிவித்தார். வழக்கறிஞருக்கான கட்டணம் எதுவும் தரத் தேவையில்லை, நீதிமன்ற செலவு மற்றும் பிற வகைகளுக்காக ரூபாய் 20,000 தயார் செய்தால் போதும் என்றும் முகுந்தன் மேனோன் தெரிவித்தார். இதை நான் ராம்குமாரிடமும் ஈஸ்வரய்யரிடமும் சொன்னேன். தார்க்குண்டே ஆஜராவதாக இருந்தால் எப்படியாவது போகவேண்டும் என்பதுதான் அவர்களின் கருத்து. ஆனால் 20,000 ரூபாய் முக்கியப் பிரச்சனையாக இருந்தது. நான் ஈஸ்வரய்யரின் கருத்துப்படி மார்க்ஸிஸ்ட் கட்சியைத் தொடர்பு கொண்டேன். அன்று எனக்கு மார்க்ஸிஸ்ட் கட்சியில் விஸ்வநாத மேனோனு டன் மட்டுமே பரிச்சயமிருந்தது. நான் அவரைச் சந்தித்தேன். மேனோன் இவ்விஷயத்தைக் கட்சியில் பேசினார். அதன்படி மார்க்ஸிஸ்ட் கட்சி எனக்கு உதவி செய்ய முன்வந்தது.

வழக்கறிஞர் தார்க்குண்டேயைச் சந்தித்தேன். அவர் என்னை பரேக் எனும் வழக்கறிஞரிடம் அறிமுகப்படுத்தினார். வழக்கறிஞர் பரேக்கிடம் வழக்கு சம்பந்தமான பொறுப்புகளை ஒப்படைத்தேன். பரேக்தான் இந்த வழக்கின் அட்வகேட் ஆன் ரெக்கார்ட். தார்க்குண்டேயின் மகள், பரேக்கிடம் வழக்குரைஞராகப் பயிற்சி செய்துகொண்டிருந்தார். உண்மை யில் இவர்தான் இந்த வழக்கையும் நடத்தினார். இதற்கிடையே அவர் திருமணமாகி டெல்லியிருந்து வேறெங்கோ சென்று விட்டார். அதோடு இந்த வழக்கின் எல்லா நடவடிக்கைகளும் நின்றுவிட்டன.

○

இழப்பீடு கோரும் வழக்கு

மகனை இழந்ததால் எனக்கு ஏற்பட்ட நஷ்டத்தை ஈடு செய்யக்கோரி நான் ஒரு சிவில் வழக்கைத் தாக்கல் செய்தேன். கேரள அரசு, ஜெயராம் படிக்கல், லக்ஷ்மணா, புலிக்கோடன், குஞ்ஞிராமன் நம்பியார் ஆகியவர்களின் மீது முதலில் வடகரா நீதிமன்றத்தில் வழக்கு பதிவு செய்யப்பட்டது. பிறகு, பிரதிவாதிகள் கேட்டுக் கொண்டதன்படி வழக்கு கோழிக்கோட்டுக்கு மாற்றப்பட்டது. இந்த வழக்கில் நீதிமன்றக் கட்டணமாக எத்தனை லட்சம் ரூபாயோ செலுத்த வேண்டியதிருந்தது. அதற்கான பொருளாதாரப் பின்னணி எனக்கில்லை என்பதால் வழக்கை பாப்பர்சூட் என்று தாக்கல் செய்தேன். முதலில் நான் பாப்பர் என்றும் ஆகவே, எனக்கு நீதிமன்றக் கட்டணம் செலுத்துவதிலிருந்து விலக்கு அளிக்க வேண்டும் என்றும் ஒரு கோரிக்கையை விடுத்தேன். இதுவே பாப்பர்சூட் எனப்படுவது. என் வேண்டுகோளின்படி வழக்கை எடுத்துக்கொள்ள வேண்டுமென்றால் எனக்கு நீதிமன்றக்கட்டணம் செலுத்த வசதியில்லை என்பதை நான் நிரூபித்தாக வேண்டும். ஆனால், நான் சொல்வது உண்மை யல்ல என்றும் நான் போதுமான அளவுக்குப் பொருளாதாரப் பின்னணியுடன் இருக்கிறேன்

என்றும் ஒரு கருத்தை உருவாக்க அரசு உட்பட்ட எதிர்த்தரப்பு தீவிரமாக முயற்சி செய்தது. எனக்குக் கேரளத்தில் எங்கெல்லாம் சொத்து இருக்கிறது என்பதை அறிந்துகொள்ள அவர்கள் பல ரகசிய முயற்சிகளை மேற்கொண்டனர். ஆனால் இதில் அவர்களுக்குத் தோல்விதான் ஏற்பட்டது. இந்தச் சமயத்தில்தான் ஈஸ்வரய்யர் காலமானார். அதனால் ராம்குமார் தனியாகவே இந்த வழக்கை நடத்தினார். அவரின் உதவிக்கு கோழிக்கோடு வழக்கறிஞர் ஸ்ரீதரன் பிள்ளை மட்டுமிருந்தார். இந்த வழக்கில் சுமார் அறுபது பேர் சாட்சிகள். சாட்சிகளெல்லாம் விசாரிக்கப்பட்டு, அதன்பிறகு எனக்கு ஆறுலட்சம் ரூபாய் நஷ்டஈடு தரத் தீர்ப்பானது. இத்தொகையை எனக்கு எதிரிகள் தனித்தனியாகவோ, சேர்ந்தோ தரலாம் என்பதுதான் தீர்ப்பு.

தீர்ப்பு வெளியான மறுநாள் ஒரு சம்பவம் நடந்தது. நீதி மன்றக்கட்டணமான ஒரு லட்சம் ரூபாய்க்காக எரணாகுளத்திலுள்ள என் சௌகிருத நிலையத்தை ஜப்தி செய்யக் கேரள அரசு தயாரானது. அன்றைய தினமே பத்திரிகைகளில் இந்தச் செய்தி வெளியாகிவிட்டது. இதுதான் மிகவும் ஆச்சரியமானது. இவ்வளவு வேகமாக கேரள அரசாங்கத்தின் ஃபைல்கள் நகர்ந்து ஒரு முடிவுக்கு வருவது என்பது சாதாரணமான விஷயமல்ல. அன்றைய நாயனார் அரசைச் சிக்கலுக்குள்ளாக்கிவிட வேண்டும் என்பதும் இதற்கான காரணமாக இருக்கலாம். முதலமைச்சராக இருந்த நாயனார் இதைப் புரிந்து கொண்டார். செய்தி வெளியானதுமே எதிர்த்தரப்பான அரசாங்கத்திடமிருந்து எனக்கு வரவேண்டிய முழுத்தொகையையும் உடனே கொடுக்கும்படி எரணாகுளம் மாவட்ட ஆட்சித் தலைவருக்கு முதலமைச்சர் எனும் நிலையில் அவர் உத்தரவு பிறப்பித்தார். அதன்படி அன்று மத்தியானமே மாவட்ட ஆட்சித் தலைவர் ஆறுலட்சம் ரூபாய்க்கான வரைவோலையுடன் என் வீட்டுக்கு வந்தார். நான் வரைவோலையை மாற்றி அரசுக்குத் தரவேண்டிய தொகையைச் செலுத்தி ஜப்தி நடவடிக்கையிலிருந்து மீண்டேன்.

○

ராஜன் நினைவகம்

கோயமுத்தூர் செஷன்ஸ் நீதிமன்றத்தில் நடந்த வழக்கு குற்றவியல் வழக்கு. ஆனால், இது உரிமையியல் வழக்கு. ஆகவே, இதை நடத்த வேண்டிய முழுப்பொறுப்பும் என்னைச் சார்ந்தது. இந்த வழக்கிலும் என் தரப்பில் ராம்குமார்தான் ஆஜரானார். எதிர் மனுதாரர்களான ஜெயராம் படிக்கல் போன்றவர்களுக்காகப் புகழ்பெற்ற பல வழக்கறிஞர்கள் ஆஜரானார்கள்.

இவ்வழக்கறிஞர்களுக்கெதிராக ராம்குமார் தன்னந்தனியாக நின்று வழக்கில் வெற்றி பெற்றார். இது ஆச்சரியமான ஒன்றுதான். கோயமுத்தூர் அமர்வு நீதிமன்றத்தில் நடந்த வழக்கில் அன்று முதல்வராக இருந்த ஆன்றனியால் நியமிக்கப்பட்ட வழக்கறிஞர் அச்சுதமேனோன் ஆஜரானார். அச்சுதமேனோனின் வாதத் திறமையைப் பற்றி நான் ஏற்கனவே குறிப்பிட்டேன். இந்த இரண்டு வழக்குகளினிடையிலான வேறுபாடுகளை எடுத்துக் கொண்டால், இன்று நீதித் துறையில் காணப்படும் விசித்திரங்கள் நீதி பரிபாலிக்கப்படவேண்டும் என்று விரும்புபவர்களை வேதனைக்குள்ளாக்குவதாகும். அமைச்சரவைகளால் ஒவ்வொரு மாதமும் அரசு வழக்கறிஞர்

கள் மாற்றப்படுவது சமீப காலங்களில் அதிகரித்து வருகிறது. சூரியநெல்லி பிரச்சனை குறித்த வழக்கிலும்கூட அரசு வழக்கறிஞர் மாற்றப்பட்டிருக்கிறார். இனி இந்த வழக்கின் கதி என்னவாகும் என்பதைப் பொறுத்துத்தான் பார்க்கவேண்டும். நான் சிறிது தடம் மாறிவிட்டதாகத் தோன்றுகிறது, மன்னிக்கவும்.

இந்த வழக்கு குறித்த விசாரணை நடந்துகொண்டிருந்த போது என்னை ஆச்சரியப்படுத்தும் விதமான வேறொரு சம்பவமும் நிகழ்ந்தது. இந்த வழக்கின் ஒரு சாட்சியான கருணாகரன் எனக்குச் சாதகமாகப் பேசினார். அதற்கான காரணம், ஆள் கொணர்வு மனுவின் மீதான வாக்குமூலத்தில் இவர் எனக்கு அனுகூலமாகப் பேச வேண்டிய தேவையிருந்தது. இந்த வழக்கிலும் சுமார் முப்பதுபேர் சாட்சிகளாகச் சேர்க்கப்பட்டார்கள். ஆர்.இ.சி. பிரின்ஸிபால் வகாபுதீன், சாலி, கோரு, சாத்தமங்கலம் ராஜன் போன்ற முக்கிய சாட்சிகள் சாட்சியமளித்தார்கள். எதுவாயினும் இந்த இரண்டு வழக்குகளுமே நமது நாட்டின் நீதி முறையின் தோல்வியை உரத்துச் சொல்வதாகவே அமைந்தன.

நஷ்ட ஈடு வழக்கின் தீர்ப்பு பத்திரிகைகளில் வெளிவந்த உடன் அதைப்பற்றி அபூர்வமான சில இடங்களிலிருந்து கூட எதிர்பாராத கண்டனங்கள் வந்தன. அதில் முக்கியமானது என் அண்ணன் ராமன்குட்டி வாரியரிடமிருந்து வந்தது. மிகவும் உணர்ச்சிமயமான எதிர்வினை. பத்திரிகைச் செய்தியைப் படித்ததும் பதற்றத்துடன் ஓடிவந்த அவர் கோபத்துடனும் அதைவிட வருத்தத்துடனும் கேட்டார். "ஈச்சரா, ராஜனின் இரத்தம் விற்றுக் கிடைக்கும் பணத்தில்தான் நீ வாழவேண்டுமா?"

இது என்னை மிகவும் வேதனைக்குள்ளாக்கியது. இது வரை இந்த வழக்கை நடத்துவதில் என்னுடன் ஒத்துழைத்து எனக்கு எல்லா உதவிகளையும் அளித்த என் சகோதரரிடமிருந்து இப்படி ஒரு எதிர்வினையை நான் கொஞ்சமும் எதிர்பார்க்கவில்லை. நிறைந்த கண்களுடன் நான் சொன்னேன். "இந்தப் பணத்தை நான் எதற்காகச் செலவு செய்யப்போகிறேன் என்பது தெரிந்தால் இப்படி வருத்தப்பட மாட்டீர்கள்!" அதைக்கேட்டதும் முழுமனதுடன் இல்லையென்றாலும் ஓரளவுக்கு சமாதானமடைந்தார் அவர்.

ஈஸ்வரய்யரும் ராம்குமாரும் மட்டுமல்ல, எரணாகுளத்திலுள்ள பல வழக்கறிஞர்களும் நஷ்ட ஈடு கேட்டு வழக்குத் தொடரும்படி முன்பே என்னிடம் கேட்டுக்கொண்டிருந்தார்

கள். அதனால்தான் நான் இப்படி ஒரு வழக்கைத் தாக்கல் செய்யவே முன் வந்தேன். இல்லை என்றால் நானும் என் சகோதரனைப் போல்தான் சிந்தித்திருப்பேன்.

ஆறு லட்சம் ரூபாய் அனுமதிக்கப்பட்டது. அதற்குப்பிறகு அந்தப் பணத்தை என்ன செய்யலாம் என்பது குறித்த விசாரணை தொடங்கியது. அண்ணாவுக்குக் கொடுத்த வாக்கை உடனே நிறைவேற்ற வேண்டும். நான் பத்திரிகையாளர்களை அழைத்து என் திட்டத்தை அறிவித்தேன். விவரமறிந்த என் சகோதரர் வந்து என்னைப் பாராட்டினார்.

ஆறு லட்சம் ரூபாயில் சுமார் ஒரு லட்சம் ரூபாய் வரை நீதிமன்றக் கட்டணமாகச் செலுத்தவேண்டியதிருந்தது. சுமார் 50,000 ரூபாய் பல்கலைக்கழகத்திலும் ஆர்.இ.சி.யிலும் கேரள அரசின் யூத் ஃபெஸ்டிவல் சம்பந்தமான சில அறப்பணிகளுக்குமென செலவானது. நாலு லட்சம் ரூபாயில் நினைவகப் பணிகள் ஆரம்பிக்கப்பட்டன. எரணாகுளம் மாவட்டத் தலைமை மருத்துவமனையில் புதிதாக ஒரு வார்டு அமைக்க வேண்டும் என்பது என் திட்டம். அதையே பத்திரிகைகளுக்கும் அறிவித்திருந்தேன்.

பிறகு மாவட்டத் தலைமை மருத்துவமனைக் கண்காணிப்பாளர் பாஸ்கரகுமார்வாரியரைச் சந்தித்தேன். அவர் முதலில் ஒரு யோசனையை முன்வைத்தார். இப்போதைய தேவை ஒரு சாதாரண வார்டு அல்ல. இப்போதுகூட நிறைய வார்டுகள் காலியாகவே இருக்கின்றன. அதனால், முக்கியத் தேவைகளுக்கானதும் இந்தப் பகுதிகளிலெங்கும் கிடைக்காத வசதிகளுடன் கூடியதுமான ஒரு வார்டுதான் இப்போதைய அவசரத் தேவை. அவரின் இந்த யோசனையை நான் ஏற்றேன். இந்த விஷயத்தில் அவர் சொல்வதுதான் சரியாகவும் இருக்கும். டாக்டரின் கருத்தை ஏற்றுக்கொண்டதில் நான் இப்போதுகூட மகிழ்ச்சியடைகிறேன். டாக்டரின் அந்த யோசனைப்படி 'கிரிட்டிக்கல் கேர் வார்டு' எனும் விசேஷ வசதிகளுடன் கூடிய ஒரு வார்டு கட்டப்பட்டது. இன்றும் மாவட்டத் தலைமை மருத்துவமனையில் இந்த ஒரு வார்டில் மட்டும் ஒருபோதும் படுக்கைகள் காலியாகக் கிடப்பதில்லை. இந்த வார்டில்தான் நோயாளிகளும் அதிகம்.

அப்போது முதலமைச்சராக இருந்தவர் ஈ.கே. நாயனார். சண்முகதாஸ் சுகாதாரத்துறை அமைச்சர். நான் எரணாகுளம் மருத்துவமனை வளாகத்தில் முக்கியமான ஒரு இடத்தை இதற்காகத் தேர்வு செய்தேன். இந்த இடத்தில் வார்டு கட்டுவதற்கான அனுமதியை அளிக்க எந்த ஒரு தடங்கலும்

இல்லாமல் முன் வந்த நாயனார் அரசையும் பாராட்ட வேண்டும். வார்டு கட்டுமானப் பணிகளுக்குத் தேவையான அனுமதியை அமைச்சர் சண்முகதாஸ் முன்வந்து செய்து தந்ததால் எந்தச் சிரமங்களும் ஏற்படவில்லை. ஆனால் கட்டுமானப்பணிகள் பாதி நடந்துகொண்டிருந்தபோது அதை இடித்துத் தள்ளுவதற்கான ஒருமுயற்சி நடந்தது. அதில் ஒரு பேருந்து நிறுத்தம் கட்டுவதற்கான அபிப்ராயம் மேலெழுந்தது. அது மாவட்ட ஆட்சித் தலைவரின் திட்டம் என்பதாக மட்டுமே தெரியவந்தது. இந்த விஷயத்தை அறிந்த மருத்துவ மனை அபிவிருத்திக் குழுவினர் இதை எனக்குத் தெரிவித்தார்கள். அவர்களுக்கு எப்படியாவது அங்கே இந்த வார்டு கட்டப்படவேண்டும் என்ற ஆர்வத்தை இதிலிருந்து என்னால் உறுதியாகப் புரிந்துகொள்ள முடிந்தது. உடனே நாங்கள் உயர் நீதிமன்றத்தை அணுகித் தடை உத்தரவு வாங்கினோம். அப்படியாக அந்த இடையூறும் விலகியது. பள்ளிக்கூடத்தில் ஆறாம் வகுப்பு முதல் கடைசி வரைக்கும் ராஜனின் வகுப்புத் தோழனாக இருந்த கர்மசந்திரன் எனும் பொறியியல் நிபுணர்தான் வார்டின் வரைபடம் முதல் கடைசிக் கட்டப்பணிகள் வரையிலான சகல பொறுப்பையும் நிர்வகித்தார். இந்த விஷயத்திலும் எனக்கு எந்தச் சிரமங்களும் ஏற்படவில்லை.

ஆனால் வேலைகளைப் பூர்த்தி செய்வதற்கான பணப் பற்றாக்குறை ஏற்பட்டது. இந்த நிலையில் என்ன செய்வதென்று தெரியாமல் நான் திகைத்துப் போய் நின்றேன். வேலையைப் பூர்த்தி செய்வதற்கான உதவி கோரினால் நிறையத் தொகை கிடைக்கும். ஆனால், அதில் எனக்கு விருப்பமில்லை. இதற்கிடையே கர்மசந்திரன் ஒரு திட்டத்தை முன் வைத்தார். ஆர்.இ.சி.யின் முன்னாள் மாணவர்கள் சங்கம் ஒன்று செயல்படுகிறது. அதன் துபாய் பிரிவு இதற்கான மீதித் தொகை முழுவதையும் தரத் தயாராயிருக்கிறது என்பது தான் அது. அப்படியாக அந்தப் பிரச்சனையும் தீர்ந்தது.

நெருக்கடிநிலைப் பிரகடனம் குறித்து . . .!

இந்திய வரலாற்றில் 1975 ஜூன் 22 நள்ளிரவு முதல் 1977 மார்ச் 21ஆம் தேதி வரையிலான இடைப்பட்ட காலம்தான் நெருக்கடிநிலைக் காலக்கட்டத்தின் இருண்ட நாட்கள் என்று சொல்லப்படுகிறது. உண்மையாகவே நமது நாட்டில் பெரும்பான்மை மக்களுக்கும் நெருக்கடி நிலை என்றால் என்னவென்பதோ, அது சாதா ரண மக்களின் வாழ்க்கையை எந்த விதத்தில் பாதிக்கக்கூடும் என்பது பற்றியோ எதுவுமே தெரியாது. நெருக்கடிநிலை பல்வேறுபட்ட சூழ் நிலைகளின்போது அறிவிக்கப்படவேண்டிய ஒன்று. பிற நாடுகளின் தாக்குதலை எதிர்கொள்வ தன் பொருட்டு அறிவிக்கப்படும் நெருக்கடி நிலை, சமூக, அரசியல் கலகங்களை எதிர்கொள் வதன் பொருட்டு அறிவிக்கப்படும் நெருக்கடி நிலை எனப் பல்வேறு நாடுகளில் பல்வேறு காரணங்களுக்காக அறிவிக்கப்படும் நெருக்கடி நிலைகள் இருந்ததுண்டு. சாதாரணமாக ஒரு தேசத்திலுள்ள அனைத்து மக்களையும் பாதிக்கக் கூடிய ஒரு சூழ்நிலையின் போதுதான் நெருக்கடி நிலை அறிவிக்கப்படும். ஆனால், இந்தியாவில் அறிவிக்கப்பட்ட நெருக்கடி நிலை, ஒரு தனிநபரின் நலன் பாதுகாக்கப்படுவதன் பொருட்டு அறிவிக்கப்

பட்டது. அன்று பிரதமராக இருந்தவர் திருமதி இந்திரா காந்தி. ஒரு தேர்தலில் இந்திரா காந்தி தோல்வியடைந்தார். உயர் நீதிமன்றத்திலும் உச்ச நீதிமன்றத்திலும் அவருடைய மேல் முறையீடுகள் ஏற்றுக்கொள்ளப்படவில்லை. இதைத் தொடர்ந்து தன் இடத்தைத் தக்க வைத்துக்கொள்வதற்காகவும் சர்வ அதிகாரத்தையும் தன்னிடமே மையப்படுத்திக் கொள்வதன் பொருட்டும் அவர் நெருக்கடிநிலையை அறிவித்தார்.

இந்திய மக்கள் நிம்மதியாக நித்திரையிலாழ்ந்துகொண்டிருக்கும் ஓர் இரவில் நெருக்கடிநிலை அறிவிக்கப்பட்டது. மறுநாள் காலையில் எழுந்தபோது அவர்கள் கண்டது இருள் மூடிய இந்தியாவை. எல்லாவிதமான அடிப்படை மனித உரிமைகளும் தாட்சண்யமேதுமின்றி மறுக்கப்பட்ட இந்தியாவை.

1948இல் ஐ.நா.சபை மனித உரிமைகளை அறிவித்தது. உலகின் அனைத்துத் தரப்பு மக்களுக்கும் ஒரேவிதமான உரிமைகள் அதில் வரையறுக்கப்பட்டிருந்தன. அந்த உரிமைகள் எந்தவிதமான மாறுதல்களுக்கும் உட்பட்டுவிடாமல் பாதுகாக்கப்பட வேண்டும் என்ற நோக்கத்துடன் இந்தியாவில் உச்ச நீதிமன்றம் சில விதிமுறைகளை அறிவித்தது. நீதிபதி வி. ஆர். கிருஷ்ணய்யர் இதை வரையறைக்குட்படுத்தி சட்டமாக இயற்றினார். அதில் முக்கியமானவை; வாழ்வதற்கும், தகவல் அறிந்துகொள்வதற்குமான உரிமைகள். இந்த இரண்டு உரிமைகளும் பாதுகாக்கப்படுமெனில் மற்றெல்லா உரிமைகளும் தாமாகவே பாதுகாக்கப்பட்டுவிடும். வாழ்வுரிமை என்பது ஒரு நபர் கைது செய்யப்படும்போது கைது நடவடிக்கையை மேற்கொள்பவர் என்னென்ன செய்ய வேண்டும் என்ன செய்யக் கூடாது என்றும், கைதாகும் நபருக்கு என்னென்ன உரிமைகள் உண்டு என்றும் அதில் விவரிக்கப்பட்டிருக்கிறது. இந்த விதிமுறைகள் சரியாகக் கடைப்பிடிக்கப்படும்பட்சத்தில் ராஜன் சம்பவங்கள் எங்குமே நடக்க முடியாது. ஒரு நபரைக் கைது செய்தால் அவரை 24 மணி நேரத்துக்குள் ஒரு நீதிபதியின் முன் ஆஜர்படுத்தவேண்டும். குறைந்தபட்சம் 48 மணி நேரத்திற்கு ஒரு முறையாவது அவரை மருத்துவப் பரிசோதனைக்குட்படுத்த வேண்டும் என்று அதில் தெளிவாகச் சொல்லப்பட்டிருக்கிறது. இந்த ஒரு விதிமுறையையாவது சரியாகக் கடைப்பிடித்தால்கூட நமது நாட்டில் ஆங்காங்கே நிகழும் லாக்கப் மரணங்களைத் தவிர்த்துவிட முடியும்.

நெருக்கடிநிலையில் நடந்த மிக மோசமான ஒரு நடவடிக்கை, இந்த இரண்டு மனித உரிமைகளும் எந்த

வகையிலும் கடைப்பிடிக்கப்படுவதில்லை என்பதுதான். முதலில் சொல்லப்பட்ட உரிமை மீறுதலின் முழு உதாரணம் தான் என் மகன் ராஜனுக்கு நேர்ந்த கொடுமையும், ராஜன் சம்பவம் பற்றி அறிவதற்கான உரிமை எனக்கு மறுக்கப்பட்டதன் விளைவும்.

நெருக்கடிநிலை முடிந்து இருபத்தைந்து ஆண்டுகள் கடந்துவிட்டன. மக்கள் அதனை மறந்தும் விட்டார்கள். இது ஒரு பெரிய விபத்து. நெருக்கடிநிலையின் இருண்ட கைகள் இன்னும் இருக்கின்றன. அது பொந்தினுள் படம் தாழ்த்திப் பதுங்கியிருக்கிறது. நேரம் வரும்போது மீண்டும் தலை உயர்த்தும். எச்சரிக்கையுடன்தான் இருக்க வேண்டும். நெருக்கடிநிலையின் கரும்புள்ளிகளை எதிர்கொள்ளும் சக்திகளை நாம் திரட்டிக்கொள்ள வேண்டும் என்பதை மிக முக்கியத் தேவையாகவே நான் கருதுகிறேன்.

ராஜன் சம்பவம் தொடர்பான நடவடிக்கைகளின் போதே நான் ஒரு உறுதியை மேற்கொண்டேன். இனி இதுபோன்ற ஒரு சம்பவம் இந்திய நாட்டில் ஏற்படாமலிருக்க வேண்டும். இதுதான் நான் மேற்கொண்ட உறுதி. அந்த லட்சியத்தை முன் வைத்துதான் இதுவரை நான் என் செயல்பாடுகளை மேற்கொண்டு வருகிறேன். அதன் ஒரு பாகமாகவே இந்த நூலை எழுதியிருக்கிறேன்.

நெருக்கடிநிலைக்கெதிராக மக்களை எச்சரிக்கை செய்யும் நோக்கத்துடன் நாங்கள் கூட்டம் சேர்த்து ஒரு ஊர்வலம் நடத்தினோம். நெருக்கடிநிலையின்போது துன்பம் அனுபவித்த வர்களை முன்நிறுத்தி அந்த ஊர்வலம் நடந்தது. அந்தக் காலகட்டத்தில் ஆளும் கட்சிகளைத் தவிர எல்லாக் கட்சி களுமே எனக்கு நிறைய உதவிகளைச் செய்தார்கள். அவர்கள் தான் ஊர்வலம் நடத்துவது குறித்து எனக்கு ஆலோசனையும் அளித்து உதவிகளும் செய்தார்கள். எஸ்.எஃப்.ஐ., டி.ஒய்.எஃப்.ஐ. போன்ற அமைப்பினர்தான் இந்தக் கூட்டத்தையே ஏற்பாடு செய்தார்கள். எஸ்.எஃப்.ஐ.யின் பிரதிநிதியாக கோடியேரி பாலகிருஷ்ணனும் டி.ஒய்.எஃப்.ஐ.யின் பிரதிநிதியாக பி.பி. தாஸ னும் பங்கேற்றார்கள். மார்க்ஸிஸ்ட் கட்சியின் பிரதிநிதி கோபி கோட்ட முறிக்கலும், பா.ஜ.க.வின் பிரதிநிதி ஏற்று மானூர் ராதாகிருஷ்ணனும் ஊர்வலத்தில் கலந்துகொண் டார்கள். ஊர்வலத்திற்கு நான் தலைமையேற்றேன். நெருக்கடி நிலையின்போது சித்திரவதைக்காளாகி அடியும் உதையும் ஏற்றவர்கள்தான் ஊர்வலத்தில் பங்கேற்றவர்கள். இந்த ஊர்வ லத்தில் கைக்குழந்தையுடன் ஒரு பெண்ணும் கலந்துகொண்ட தாக எனக்கு ஞாபகம். அவள் கணவன் கிராம அதிகாரியாகப்

பணியிலிருந்தவர். நக்சல்பாரி என்று சொல்லி அந்தப் பெண்ணின் கணவனை போலீஸ் பிடித்துக்கொண்டு போனது. அந்தப் பெண் மலப்புரத்தைச் சேர்ந்தவள். கிராம அதிகாரியின் மரணம் எப்படி நிகழ்ந்தது என்பது இன்னும் யூகமாகத்தான் சொல்லப்படுகிறது. அவரைக் கொண்டுபோன போலீஸ் ஜீப் தீப்பிடித்து எரிந்ததாகக் கேள்வி. கேரளத்தில் நாங்கள் ஊர்வலமாகச் சென்ற அத்தனை இடங்களிலும் மக்கள் எங்களுக்கு மிகுந்த வரவேற்பளித்தனர். பல்லாயிரக்கணக்கான மக்கள் ஒவ்வொரு இடங்களிலும் கூடி நின்றனர்.

ஏ.கே. ஆன்டனியைச் சந்தித்து கோரிக்கை மனு கொடுக்க வேண்டும் என்பது ஊர்வலத்தின் நோக்கம். கிராம அதிகாரி, பணியிலிருக்கும்போதே மரணமடைந்தார் என்பதால் அவர் மனைவிக்கு வேலை கொடுக்க வேண்டும் என்று நாங்கள் கோரிக்கை விடுத்தோம். அப்படியாவது அந்தக் குடும்பத்தைக் காப்பாற்ற நினைத்தோம். ஆனால், ஆன்டனி எந்தப் பதிலும் சொல்லவில்லை.

பதில் சொல்லாமையும் உதாசீனமும் வரலாறு மன்னித்து விடக்கூடிய விஷயங்கள் அல்ல. இழந்து போன என் மகனுக்காக நான் நடத்தியது முழுக்க தனிப்பட்ட முறையிலான ஒரு யுத்தம்தான். தளர்ந்து போன இந்த வயதிலும்கூட அந்த யுத்தம் வேறொரு அர்த்தத்தில் தொடர்ந்து நடந்து வருகிறது.

❍

யாரோடும் பகையில்லாமல்

ஒரு போராட்டத்தின் கடைசிக் கட்டத்தில் வாழ்கிறேன். கண்ணீரும் வேதனையும் கலந்து அலங்கரிக்கப்பட்ட வாழ்க்கையை முடித்துவிட்டு தனிமைப்பட்ட மந்திரவாதியாக நான் மாறியிருக்கிறேன். நடந்ததெல்லாம் தடுக்கவியலாத ஒரு விதி என்று நினைத்து மனநிம்மதியடையும் போதுகூட மனதிற்குள் எதுவோ மிச்சமிருக்கிறது. இருளடர்ந்த சூழலில் எரியூட்டப்பட்ட விளக்குகளுக்கிடையே தனித்தமர்ந்து கட்டம் வரையும் ஒரு மந்திரவாதிபோல் இப்போது ஒவ்வொரு நிமிடமும் தனிமைப்படுகிறேன். வயதாகிவிட்டது. நடப்பதற்குகூட யாருடைய உதவியாவது தேவைப்படுகிறது. அதற்காக நீளும் ஒவ்வொரு கரமும் இப்போது என் முன் கருணையைப் பொழிகிறது.

நேற்று இரவில் கனத்த மழை பெய்தது. ஜன்னல்களில் வெள்ளிக் கீற்றுகளாக மின்னல்கள். நேரம் அதிகமாகி இருக்கலாம். சுற்றிலும் ஆழ்ந்த நித்திரையின் மௌன ஓசை. என் மகளின் வீடான ஸ்ரீவிஹாரின் ஜன்னல்களைத் திறந்தால் மேற்குத் தடாகம். மின்னலில் ஒளிரும் நீர். மழை கொட்டிக்கொண்டிருக்கிறது.

ராஜன் என் நினைவுக்கு வந்தான். நினைவுகளில் நிழலும், நிலவும், மழையுமாக ராஜன் வருகிறான் – மகனை இழந்த அப்பா, அப்பாவை இழந்த மகன் – ஒரு நண்பன் துக்கத்தின் அழுத்தம் குறித்துக் கேட்டான். பதில் இல்லை. என் உலகம் சூன்யமாகியிருக்கிறது. என் சூரியனும் நட்சத்திரங்களும் அஸ்தமித்துவிட்டன. ஒரு மகனுக்காக, அவனைப் பற்றிய ஜொலிக்கும் நினைவுகளில் நனைந்து, குதிர்ந்து ஒரு தகப்ப னுக்குப் போதுமானவரை அழலாம். ராஜனை ஏதோ கொடுங்காட்டில் வைத்து சீனியைக் கொட்டி எரித்ததாகச் சொன்னார்கள். அவனுடைய எலும்புத்துண்டுகூட யாருக்கும் கிடைத்துவிடக்கூடாது என்பதுதான் நோக்கம்.

ஆன்மா என ஒன்று இருப்பதாக ஏதோ ஒரு சந்தர்ப்பத் தில் நம்பிக்கை வைத்தேன். ஏதோ கொடுங்காட்டின் ரகசிய அறைக்குள்ளிருந்து காயப்பட்ட அந்த ஆன்மா துடித்தபடியே ஓலமிடுகிறது. ஆன்மாவுக்கு வழி அறிய இயலுமென்றால் அவன் இங்கே வருவான். அவன் அன்பு செலுத்திய, அவனை நினைத்து நித்திய இருட்டின் இடைவழிகளினூடே கடந்து போன ஒரு தாய் இதுவரை இங்கே இருந்தாள். கூடவே இந்தத் தகப்பன், பிறரின் உதவியோடு மட்டுமே கால்களை ஒரு அடி முன்னே எடுத்து வைக்க இயலும் பலமிழந்து போன இந்தத் தகப்பன். ஆனால், இந்தக் கைகள் இப்போதுகூட நடுங்குகின்றன. அவனை வாரியெடுத்து நெஞ்சோடு சேர்த்தணைத்த இந்தக் கைகள் ஏனோ விறைக்கின்றன. அன்பு மகனே, நீ ஏன் வரவில்லை?

மழையைப் பற்றிச் சொன்னேன். சிறு வயதில் இரவுத் தூக்கத்தின்போது வாரியத்தின் முகட்டில் கோரிச் சொரிந்த மழை எனக்குள் உருவாக்கிய உணர்வலைகள் எப்போதோ மாய்ந்து போயின. சாய்வாக வேயப்பட்ட ஓட்டின் மீது சொரியும் மழைக்கு சங்கீதம் தெரிந்திருந்தது. யாருக்கும் சொல்லத் தெரியாத பல கதைகளை மழை சொல்லித் தருவதாக உணர்ந்திருக்கிறேன். மனத்தளர்வின் ஒரு சுருதிக் குள் ஆழ்ந்து மீண்டும் உறக்கத்தை நாடினேன்.

அன்று, அந்த நீண்ட பெருமழையில் நனைந்து, ஆடி மாதக் காற்றில், குளிரில் உறைந்து போன கம்யூனிஸ்ட்காரர் கள் சேர்ப்புக்கு வந்தார்கள். நடுஜாமத்தில், கூரிருட்டில், நெய் வயலின் தூரத்திலிருந்து ஒளிரும் தீப்பந்தத்தின் பின்புறம் ஒரு கம்யூனிஸ்ட்காரனின், அவனுடைய பாதுகாவலர்களின் நெஞ்சுத் துடிப்பு கேட்டது. தவளைகளும் சில்வண்டுகளும் ஓசையெழுப்புகிற, பெருமழை பெய்கிற இரவுகளிலும்கூட கம்யூனிஸ்ட்காரனின் மனமும் சிந்தனையும் பிரகாசமாகவே

இருந்தன. அன்றைய கம்யூனிஸ்ட்காரனின் கண்களில் தெரிந்த பிரகாசம் இன்றுகூட என் மனதில் பதிந்து கிடக்கிறது.

அச்சுதமேனோனைப் பற்றி முதலில் சொன்னேன். இறந்துபோய்விட்ட ஒரு மனிதனைப் பற்றி எழுதுவதான உணர்வுகள் எதுவும் என் மனதில் படவில்லை. மனதில் நின்றவர் பல வருடங்களுக்கு முன்பிருந்த மேனோன். என்னைத் தூக்கத்திலிருந்து தட்டியெழுப்பிய, தளர்ந்து, இயலாத நிலையிலிருந்த அந்த மேனோன். சோர்வடைந்த கண்களும் சவரம் செய்யப்படாத முகமும். கருணை அப்போதும் அந்தக் கூர்மையான கண்களிலிருந்து, மழையாகப் பொழிந்துகொண்டிருந்தது.

நீண்ட, அந்தக் கனத்த மழை நிற்கவில்லை. விஷுவும், ஓணமும், திருவாதிரையும் வந்தன. மழையில் நனைந்து, குதிர்ந்து நாட்டையும் மண்ணையும் பற்றி அறிந்தவர்கள் இப்போது அதை மறந்தார்கள். தவளைகளின், சில்வண்டு களின் சத்தங்களும் கொளுத்தப்பட்ட தீப்பந்தத்தின் உஷ்ண மும் பிரகாசமும் அவர்களுக்கு மறந்து போயின.

அச்சுதமேனோனை அதற்குப் பிறகு நான் வேறுபடுத்திப் பார்க்க மறந்து போனேன். அவரிடம் மிகவும் அன்பு கொண் டவர்களுக்கும் அவரை ஆராதிப்பவர்களுக்கும் அவரை வேறுபடுத்திப் பார்க்கவும் பின் தொடரவும் முடிந்திருக்கலாம். அவர்கள் இந்த வயதானவனின் வேறுபட்ட பார்வைக்காக மன்னித்துக்கொள்ளவேண்டும். ஆனால், நன்றி சொல்லாமல் இருக்க முடியாது. வாழ்க்கையின் ஏடுகளைப் புரட்டும்போது அதில் சி. அச்சுதமேனோன் எனும் ஒரு கம்யூனிஸ்ட் தலைவர் வருகிறார். உலர்ந்த தீப்பந்தத்தின் வெளிச்சத்தையும் தீராத பெருமழையின் குளிரையும் அப்போது என்னால் உணர்ந்து கொள்ள முடிகிறது. எனக்கு யாரோடும் வெறுப்புத் தோன்ற வில்லை. கருணையை நட்சத்திரங்களாகப் பொழியும் அந்த கம்யூனிஸ்ட்காரனின் கண்களும் சவரம் செய்யப்படாத முகமும் ஒன்றுகூடி என் மனதில் உருக்கொண்டு நிற்கிறது.

என் நினைவுகள் மங்கிக்கொண்டிருக்கின்றன. ஆனால், நிகழ்ந்து முடிந்த பல சம்பவங்களை என்னால் மறக்க முடியவில்லை. மனித மனங்களை ஆழமாக உள்ளோடிப் பார்க்கும் பயிற்சியை வாழ்க்கை எனக்குத் தந்திருக்கிறது. மனிதனின் குரூர மனமும் எல்லாவற்றையும் இழந்து விடுவத னால் ஏற்படும் வெறுமையும் அன்பின் உன்னத வளையங் களையும் நான் உணர்ந்து கொண்டேன். கெட்டகனவு கண்டு விழிப்புத் தட்டியதுபோல் திடீரென்று எனக்கு முதுமை

தட்டிவிட்டது. ராஜனின் இழப்பு ஒரு இந்தி ஆசிரியனின் இயல்பான விரக்தியிலிருந்து என்னை மீட்டெடுத்தது. தொடர்ந்து ஒரு நீண்ட பயணத்தைத் துவங்கினேன். மனிதர்களிடமிருந்து அனுதாபமும் கருணையும் யாசிப்பவனாக.

கக்கயம் முகாமைக் குறித்து அவர்கள்தான் என்னிடம் தெரிவித்தார்கள். கோரு, பென்ஹர், சாத்தமங்கலம் ராஜன். சித்திரவதையின் இரத்தம் உறையும் முறைகளைப் பற்றி சொல்லும்போதே அவர்கள் நடுங்கினார்கள். பாவம் அந்தக் குழந்தைகள் கடந்துபோன தங்கள் நினைவுகளை மறந்துவிட நினைப்பதுபோல் எனக்குப் பட்டது. அவர்கள் அதைச் சொல்ல வேண்டும் என்பதற்காக நான் கேட்கவில்லை. அவர்களிடமிருந்து அதைக்கேட்டுத் தெரிந்துகொள்ள வேண்டும் என்பது என் நோக்கமுமல்ல. சித்திரவதையைப் பற்றி இது வரை நான் கேள்விப்படாத, பார்க்காத முறைகள் அவை.

முகாம், கிரைம் பிராஞ்ச் டி.ஒய்.எஸ்.பி. ஜெயராம் படிக்கலின் கைப்பிடிக்குள்ளிருந்தது. ஒரு நாற்காலியிலமர்ந்த படி ஆணைகளைப் பிறப்பித்துக்கொண்டிருப்பது ஒன்றே அவரின் பணி. வேன்கள் சீறிப் பாய்ந்து வந்துகொண்டிருந்தன. அதிலிருந்து இளைஞர்கள் முகாமிற்குள் இழுத்து வரப்பட்டார்கள். கொடூரமான, அடி உதைகளுக்குப் பிறகு அவர்களை ஒரு பெஞ்சில் படுக்க வைத்தனர். கை கால்கள் தொங்கவிடப்பட்டு பெஞ்சுடன் சேர்த்துக் கட்டப்பட்டன. பிறகு கடைந்தெடுத்து, பாலீஷ் செய்யப்பட்ட உறுதியான ஒரு மர உலக்கை தொடையில் போட்டு உருட்டப்படும். இச்சித்திரவதையை யாராலும் தாங்கிக்கொள்ள முடியாது. அலறல் சத்தம் வெளியே கேட்டுவிடாமலிருக்க வாயில் துணியைக் குத்தித் திணித்தார்கள். உலக்கையின் முதல் பிரயோகத்தின்போதே சுய நினைவு இழந்தவர்கள் நிறையபேர்.

இப்படி முதல் கட்ட சித்திரவதை அனுபவித்தவர்கள் ஜெயராம் படிக்கலின் முன் கொண்டு வரப்படுவார்கள். அவர் விசாரணை செய்வார். விசாரணையின் போது அவர் கையில் கூராக சீவிய ஒரு பென்சிலை உருட்டிக் கொண்டிருப்பார். உலக்கை பிரயோகம் காரணமாக எலும்புகளிலிருந்து இடம்பெயர்ந்துவிட்ட தொடைச் சதையில் திடீரென அந்தப் பென்சிலைக் குத்தித் திருகுவார், எதிர்பாராத நிலையில்.

செத்துவிட்டால் போதும் என்று தோன்றும் நிமிடம் அது. அப்படித்தான் சொன்னான் கோரு. பென்சில் சித்திர வதையால் எழும் அலறல் சத்தம் முகாமுக்கு வெளியிலும் கேட்கும்.

ஜெயராம் படிக்கல் நிறைய சித்திரவதை செய்தார் அப்படித்தானே? என்று கேட்டேன். எதுக்கு அதிகமாகச் சித்திரவதை செய்ய வேண்டும்? அவர்கள் பயத்தில் நடுங்கினார்கள். உடல் வேதனையை மறக்கும்போது மனவேதனை அதிகரித்தது.

கக்கயம் முகாமிற்குக் கொண்டு வரப்பட்ட என் மகன் ராஜன் முதலில் பயங்கரமான அடி உதைக்கு ஆளானான். காயண்ண போலீஸ் ஸ்டேஷன் தாக்குதலின்போது ஒரு துப்பாக்கி திருடப்பட்டதாம். அது எங்கே என்று கேட்டுத்தான் சித்திரவதை. தன் குறுகிய கால வாழ்க்கையில் அதுவரை அவன் எந்த அடியும் பட்டிருக்கமாட்டான். முதலில் வாங்கிய அடியிலேயே அவன் தளர்ந்து போனான். பிறகு அவனுடைய கால்களும் கைகளும் பெஞ்சின் அடிப்பகுதியினோடு பிணைத்துக் கட்டப்பட்டன. அப்புறம் உலக்கைப் பிரயோகம். அம்மா என்று அலறியிருக்கிறான். உடனே வாயில் துணியைக் குத்தித் திணித்திருக்கிறார்கள். சித்திரவதையைத் தாங்க முடியாமல் கடைசியில் துப்பாக்கியைத் தருவதாக ராஜன் சொல்லியிருக்கிறான். அதன் பிறகுதான் உலக்கை உருட்டுவது நிறுத்தப்பட்டது. பிறகு அவனைத் தூக்கியெடுத்து ஜெயராம் படிக்கலின் முன் கொண்டு வந்து நிறுத்தியிருக்கிறார்கள். துப்பாக்கியை எடுத்துத் தருவதற்காக அவனை ஜீப்பில் தூக்கி வைக்கும்படி உத்தரவிட்டிருக்கிறார், ஜெயராம் படிக்கல்.

அப்போது ராஜன் அழுதான். துப்பாக்கியைப் பற்றி தனக்கு எதுவுமே தெரியாது. அடியின் வேதனையைச் சகித்துக் கொள்ளமுடியாமல் அப்படிச் சொன்னதாகச் சொல்லி அழுதான்.

அப்போது புலிக்கோடன் நாராயணன் பூட்ஸ்காலால் ஓங்கி ராஜனின் வயிற்றில் உதைத்தான். ஒரு அலறல் சத்தத்துடன் ராஜன் பின்னால் சாய்ந்தான். கீழே கிடந்து கை கால்களை அடித்தபடி புழுப்போல் துடித்தான். பிறகு அவனிடமிருந்து எந்த அசைவும் தென்படவில்லை. செத்துவிட்டான் என்று தெரிந்ததும் போலீஸ்காரர்கள் ஒரு நிமிடம் திகைத்து நின்றார்கள். பகல் நேரத்தில், ஒரு ஆள் காய்ந்து போனான் என்று காவலுக்கு நின்ற போலீஸ்காரன் சொல்வது சில மாணவர்களின் சிலர் காதுகளில் விழுந்திருக்கிறது. நடு இரவில் ராஜனின் உடல் கோணிப்பையில் கட்டப்பட்டு வேனின் பின்பாகத்தில் ஏற்றப்பட்டது. வேனின் ஹெட்லைட்கள் ஒளியை உமிழ்ந்தன. தொடர்ந்து வேன் புறப்படும் இரைச்சல் சத்தம்.

எரித்ததாகக் கேள்விப்பட்டேன். அவனுடைய சிறு எலும்புத் துண்டுகூடக் கிடைத்துவிடக் கூடாது என்ற நோக்கத்துடன் சீனியை அள்ளிக் கொட்டி எரித்தார்கள், ஏதோ ஒரு அடர்ந்த காட்டின் நடுவில்.

கதைகள். முகாமில் சிக்கிய மாணவர்கள் கதை கதை யாகச் சொன்னார்கள். அவர்கள் பட்ட சித்திரவதையின் மாயாத தழும்புகளைக் காண்பித்து.

என் வாயில் உமிழ்நீர் சுரந்து நின்றது. கண்களில் பார்வை மங்கியது. காதுகளில் ஒலிக்கும் சீழ்க்காரம். ஒரு நிமிடம் என்ஜினீயரிங் பட்டம் பெற்ற என் மகனை நினைத்துக் கொண்டேன். அவன் என் எதிர்பார்ப்புகளின் உதய சூரியன். அந்த வெளிச்சம் இல்லாமல் ஆகிவிட்டது. ஆகவில்லை, ஆக்கப்பட்டது.

யாரோ சொன்னார்கள். புலிக்கோடன் நாராயணனின் உதை விழுவதற்கு முன்பே அவன் உயிருக்காகப் போராடிக் கொண்டுதானிருந்தான்.

போதும், இனி இந்தக் கதை வேண்டாம். உயிருக்காக மடிப்பிச்சை கேட்ட என் மகன். அவனுடைய பிஞ்சு முகத்தின் பீதிச் சாயல் என் மனதில் விரிகிறது. கைகளைக் கூப்பியபடியே அவன் உயிர்ப்பிச்சை கேட்கிறான்.

"செல்ல மகனே, எதற்குமே இயலாத இந்தத் தகப்பனை மன்னித்துவிடு." நான் உடைந்து போய் அழுதேன்.

ஒவ்வொரு தகவல்களிலும் உண்மையின் முழக்கம் உரத்துக் கேட்கும் கதையின் உலகம் விரிந்து செல்கிறது. வேட்டைக்காரர்கள் தங்கள் வேட்டையைத் தொடர்வதும் இரைகள் கை கூப்பி உயிர்ப்பிச்சை கேட்டு மன்றாடுவதும் தொடர்ந்து நடந்து வருகிறது.

நானும், வழக்கறிஞர் ராம்குமாரும், பத்திரிகையாளர் அப்புக்குட்டன் வள்ளிக்குன்னும் சேர்ந்து நெருக்கடி நிலை வாபஸ் பெறப்பட்ட பின்பு கக்கயம் முகாமைப் போய்ப் பார்த்தோம்.

முகாம் அமைத்திருந்த கே.எஸ்.இ.பி. கட்டடம் ஆள் நடமாட்டமற்ற இடத்திலிருந்தது. இதன் ஒதுக்குப்புற அமைப்புதான் முகாம் அமைப்பதற்காக ஜெயராம் படிக்கல் தேர்ந்தெடுக்கக் காரணமாயிருந்திருக்கிறது என்பதில் எனக்கு அழுத்தமான எண்ணமிருந்தது. ஒவ்வொரு போலீஸ் முகாமிலிருந்து உயரும் அலறல் சத்தங்களும் வெளியே கேட்கக்கூடாது என்று அவர் கருதியிருக்க வேண்டும். கக்கயம்

முகாமைப் பொறுத்தவரை அதன் முன்புறமிருந்த நீர்த்தடாகம் முகாமிற்குள் நுழைவதைக் கண்டிப்புடன் தடை செய்யும்வித மாக அமைந்திருந்தது.

நெருக்கடிநிலை வாபஸ் பெறப்படுவதற்கு முன் ராஜன் பிரச்சனை தொடர்பாக நான் நீதிமன்றத்துக்குச் செல்வதைத் தடுத்து நிறுத்தியவர் என் உறவினரான வழக்கறிஞர் ராம் குமார்தான். நெருக்கடிநிலையின்போது நீதிமன்றத்தின் செயல் பாடுகள் குறித்து அவர் எனக்குப் புரிய வைத்தார். நெருக்கடி நிலை வாபஸ் பெறப்பட்ட பின்பு இந்திய அளவில் முதலில் தாக்கல் செய்யப்படும் ஆள் கொணர்வு மனு என்னுடைய தாகவே இருக்க வேண்டுமெனும் கட்டாயத்துடனிருந்த அவர், நெருக்கடிநிலை வாபஸ் பெறப்பட்டதாகச் செய்தி வந்ததுமே ஓடோடி வந்தார். அன்று முதல் இன்று வரை ராஜன் வழக்கில் மட்டுமல்ல, என் குடும்பத்திற்கும் அவரே உதவியாக இருந்து வருகிறார்.

கக்கயம் முகாம் கதை சொல்கிறது என்ற தொடர் கட்டுரை மூலம் ராஜன் பிரச்சனையின் முழு விவரங்களை யும் மக்களிடம் கொண்டு சென்றவர், அப்புக்குட்டன் பள்ளிக்குன்னு எனும் பொதுவுடைமைவாதியான பத்திரிகை யாளர். 'தேசாபிமானி' பத்திரிகை மூலமாக அவர் நடத்திய போராட்டம், கேரளத்தின் ஜனநாயக – மனித உரிமைப் போராட்டங்களுக்கு ஒரு முன்மாதிரி உதாரணமாகும். கோயமுத்தூர் விசாரணை நடக்கும்போது இதன் முடிவு என்னவாக இருக்கும் என்று 'தேசாபிமானி'யின் செய்தியாள ராகச் சென்றிருந்த இவர் எனக்குத் துல்லியமான தகவல் களைத் தந்துகொண்டிருந்தார். எந்தெந்த சாட்சிகள் தடம் புரள்வார்கள் என்பதை ஒரு தீர்க்கதரிசி போல் அவர் சொல்லியிருந்தார். அவர் சொன்னவற்றில் அணுவளவேனும் மாற்றமில்லாமல் அப்படியே நடந்தது. இந்தப் பத்திரிகையாள ரின் நுட்பமும், தெளிவும், கிரகிக்கும் திறனும் ஈடுபாடும் என்னை ஆச்சரியப்படச் செய்தன. குறுகிய காலத்தினுள் மிகுந்த உணர்வுபூர்வமான ஒரு உறவு எங்களுக்கிடையில் உருவாகி, வளர்ந்தது. அவர் ஒரு மகனைப் போலவே என்னி டம் நடந்து வந்தார்.

கக்கயம் முகாமைப் பார்வையிடும்போது என் மனதிற்குள் ஒரு உணர்வு இருந்துகொண்டிருந்தது. ஜெயராம் படிக்கல் இருந்த அறைக்குள் அப்போதும் அவர் செயரில் அமர்ந்திருப்ப தாகவே நான் கற்பனை செய்திருந்தேன். அவர், கூரான பென்சிலைக் கையில் வைத்து உருட்டிக்கொண்டிருப்பதாகத் தோன்றியது. இந்த அறைக்குள் வைத்துதான் என் மகன்

இந்த உலகத்திடமிருந்து விடை பெற்றான். கொடூரமாக அடி உதைகளை வாங்கிய என் மகனின் குருத்துப் போன்ற உடல் இந்த அறைக்குள் வைத்துதான் இறுதியாகத் துடித்தடங்கியது. மரணத்தின் கடைசி நிமிடங்களில் அவன் மனம் எதைப்பற்றி நினைத்திருக்கும்? ஒருவேளை அவன் சாபமிட்டிருக்கக்கூடும். இவ்வுலகின் எல்லா காருண்யங்களையும் சாபமிட்டவாறு என் மகனின் கடைசி மூச்சு விடைபெற்றிருக்க வேண்டும். அப்படியிருக்க முடியாது. எப்போதும் அவனுக்காகக் காத்திருக்கும் அம்மாவை, கைபிடித்து நடை பழக்கிய தகப்பனை, அவனுடைய பிரியத்திற்கு உகந்தவர்களை அவன் எப்படிக் கசப்பாக உணர்ந்திருக்க முடியும். நினைவுகளில் மூழ்கியபோது என் கண்களில் ஈரம் கசிந்தது.

அப்புக்குட்டனும் ராம்குமாரும் எதுவும் பேசிக்கொள்ளவில்லை. அப்படிப் பேசுவதாக இருந்தால்கூட அது வழக்கைப் பற்றியதாக மட்டுமே இருந்தது. முகாமின் வெளியே, நிசப்தத்திலிருந்து சில்வண்டுகளின், சிறு சிறு உயிர்ஜீவிகளின் அலறல் சத்தம் கேட்டுக்கொண்டிருந்தது.

ஹிட்லரின் நாஜி முகாம்களைப் பற்றிப் படித்திருக்கிறேன். மரணத்தின் கடைசி முனையில் நின்று வாழ்க்கையையும் போராட்டத்தையும் குறித்து உரக்கப் பேச முடிந்த பெரிய மனிதன். கொள்கை வெறியும் திடசித்தமும் என்ற மகத்தான வரம்புகளைக் கடந்துவிட இயலுபவர்களுக்கு மரணம் ஒரு போதும் பாரமானதாக இருக்க முடியாது என்பது உறுதி. ஆனால், இந்திய தேசமெங்கும் கொடுங்காற்றாய் வீசிய நக்ஸல் இயக்கத்தின் சூடான சிந்தனைகள் ராஜனையும் பாதித்திருக்கக்கூடும் என்பதில் எனக்குக் கொஞ்சம்கூட நம்பிக்கையில்லை. ராஜன் ஒரு நக்ஸலைட்டாக இருந்தானா என்ற என் கேள்விக்கு, 'அவனுக்கு எங்கள் மீது அனுதாபமிருந்தது' என்று நக்ஸல்பாரி இயக்கத்தின் தீவிரத் தொண்டனாகயிருந்த ராஜனின் நண்பன் ஒருவன் பதில் சொன்னான். அதற்கான வாய்ப்புகள்தான் இருக்கும். ஒரு காவல் நிலையத்தை ஆக்கிரமிப்பதோ, துப்பாக்கியை எடுத்து வருவதோ அவனைப் பொறுத்தவரை நினைத்துப் பார்க்கவும் இயலாதது. அப்படி நினைத்துப் பார்ப்பதுகூட நரம்புகளுக்கு ஏற்றுக்கொள்ள முடியாத அளவுக்கு அவன் பலகீனம் கொண்டவனாகவிருந்தான்.

கேள்விப்பட்ட கதை வேறொன்றாக இருந்தது. காயண்ண போலீஸ் ஸ்டேஷன் தாக்குதலில் ஒரு ராஜனுமிருந்தான். அந்த ஒரு ராஜனைக் கண்டுபிடிக்க அத்தனை ராஜன்களையும் முகாமுக்குக் கொண்டு வந்து சேர்த்தார்கள். சித்திரவதையின் வெவ்வேறு முகங்கள். எந்தவிதமான நீதிபரிபாலன

முறையாகவும்கூட இதை ஏற்றுக்கொள்ள என்னால் முடிய வில்லை.

உலக்கை உருட்டல் வதை, முகாமிற்குள் அடைக்கப்பட் டிருந்த அத்தனை பேர்களின் கண் முன்னால்தான் நடக்கும் என்று கேள்விப்பட்டேன். சித்திரவதைகளில் உலக்கை உருட் டல் வதை நடக்கும்போது அதற்குட்படுபவன் துடிப்பதை, அதைத் தாங்க முடியாமல் கதறுவதை, அழுதழுது வற்றிப் போன கண்களை, எல்லாவற்றையும் மற்றவர்கள் பார்ப்பார் கள். ஒரு இரை துடித்தடங்கும்போது மற்றொரு இரை இதற்குத் தயாராக இருக்க வேண்டும். சித்திரவதையை ராஜன் திடமாக எதிர்கொண்டதாக அறிந்தேன். நாஜிகளின் முகாமில் சாவதற்காக அழைக்கப்படுபவர்களின் பெயரைக் கூப்பிடும் ராணுவ அதிகாரியின் முன் மரணப் பரிசு விழுந்த வர்களின் நீண்ட வரிசை காத்துக் கிடக்கும். கணவனையும் மனைவியையும் ஒரு சேர சாவதற்கு அழைக்கக்கூடாது என்பதில் அவர்கள் கவனமாக இருந்தார்கள். விரகமும் வேறுபடலும் மரணத்தை விடவும் வேதனையானது என்பதை ஹிட்லர் தெரிந்து வைத்திருந்தான்.

இன்று பிரபலமாக இருக்கும் பாப்புலர் ஆட்டோ மொபைல் உரிமையாளர் போள், கக்கயம் முகாமில் பிடித்துக் கொண்டுவரப்பட்ட ஒருவர்தான். உடனடியாக விவரம் அறிந்துகொள்ள இயன்றதால் போளின் தந்தை கருணா கரனைத் தொடர்புகொண்டு ஆவன செய்தார். கருணாகர னும் குறிப்பிட்ட நேரத்தில் தலையிட்டதால் அவர் விடுதலை யானார். விடுதலையாகும்போது அவர் கையில் இருந்த ஐந்நூறு ரூபாயை மற்றவர்களிடம் கொடுத்திருக்கிறார். அதைக் கொடுத்து யாரையோ வசப்படுத்தி சில நாட்கள் காஃபியோ வேறெதுவோ வாங்கிவரச் செய்து சாப்பிட்டிருக்கிறார்கள். அதுவரை பட்டினியாகவே இருந்திருக்கிறார்கள்.

ராஜனால் பசியைத் தாங்கிக்கொள்ள முடியாது. அவன் பசியெனும் காட்டுத்தீயில் வெந்து நீறியிருக்கிறான். சாவதற்கு முன் தன் தாயின் கையிலிருந்து ஒரு கவளச்சோறு வாங்கித் தின்ன அவனால் இயலவில்லை. இறந்த பிறகும்கூட ஆன்மா வின் பசியைப் போக்க அன்புடன் ஒரு கவளம் சோறு அவனுக்குப் பலியாக அர்ப்பணம் செய்ய முடியவில்லை.

அதுதான் வேதனை. அதுதான் என் நெஞ்சிலிருந்த நீங்காத ரணம். மழை பெய்துகொண்டிருந்த அந்த இரவு களில் அப்பா என்று அவன் மெதுவாக அழைப்பதுபோல் என் காதுகளில் கேட்டுக்கொண்டிருந்தது. அவனுக்குப் பசிக்கிறது. என் குழந்தைக்குப் பசிக்கிறது. அதற்குப் பிறகு

வயிறு நிறைய சாப்பிட்டாலும்கூட எனக்குத் திருப்தியாக வில்லை.

அப்புக்குட்டன் என்னை ஆசுவாசப்படுத்தினான். எது வந்தாலும் நமக்கு எதிர்கொண்டேயாக வேண்டும். தவிர்க்க முடியாததை நாம் திட சித்தத்துடன் ஏற்றுக்கொள்வோம். சார், அதற்குத் தயாராக இருந்தால்தான் நமக்கு நமது கடமைகளைச் செய்து முடிக்க இயலும்.

எனக்குப் புரிந்தது. நெருக்கடிநிலைக் காலகட்டத்திற்குப் பிறகு இந்தக் கக்கயம் முகாமிலிருந்துதான் நெருக்கடிநிலைக் கெதிரான போராட்டத்தின் ஆரம்பத்தை உருவாக்கி வளர்த் தெடுக்க வேண்டும். வரும் தலைமுறையினரை பெஞ்சில் கட்டிப்போட்டு உலக்கையால் உருட்டி வதைப்பதற்கு நாம் இடம் தரக்கூடாது.

நான் மௌனமானேன். பழைய கே.எஸ்.இ.பி. கட்டடத் தில் போலீஸ் முகாம் இருந்ததற்கான அடையாளங்கள் எதுவுமில்லை. வெறும் பதிமூன்று தின முகாம் இளைஞர் களின் உடல்களில் ஏற்படுத்திய முறிவுகள் அந்தச் சுவர்களில் பதிந்திருக்கவில்லை. ஆனால், இந்தச் சுவர்கள் ராஜனின் கதறலையும் இறுதி மூச்சு அடங்குவதையும் அறிந்திருக்கும். இளைஞர்கள் புழுவாகத் துடித்ததை இந்தச் சுவர் பார்த்து அசையாது நின்றிருக்கும்.

சுவர்களில் சிலந்தி வலைகள் படர்ந்திருந்தன. அடைத்து மூடப்பட்டிருந்த ஜன்னல்களிலொன்றில் கரையான் புற்று. நான் ஒரு ஜன்னலைத் திறந்தேன். அறைக்குள் வெளிச்சம் புகுந்தது. எந்தக் காடுகளின் ரகசிய அறைக்குள்ளிருந்து என் மகனின் ஆன்மா சுற்றித் திரிகிறதோ? நான் ஜன்னல் கம்பிகளில் முகமமர்த்தி நின்றேன்.

‘செல்ல மகனே, இதோ உன் அப்பா இங்கே நிற்கிறேன்.’ வெளியே வெயில். காட்சிகள் எதுவும் தெளிவாகத் தெரிய வில்லை. ஆன்மாவால் பார்க்க முடியுமென்றால் அவனால் என்னைப் பார்க்க முடியும். துடித்துக்கொண்டிருக்கும் என் கண்கள் அவன் பார்வையில் படும்.

வெளியில் காய்ந்த சருகுகள் மிதிபடும் சத்தம் காதில் விழுகிறதா? மெதுவான கால்சுவடுகள் தரையில் பதியும் ஓசை எங்கிருந்து எழுகிறது? நான் கேள்விப்புலனைக் கூர்மைப் படுத்தி நின்றேன்.

ராஜனை மரணப்படுகுழிக்குள் தள்ளிய அந்தப் போலீஸ் அதிகாரிகளின் மீது எனக்குப் பகையுணர்வு உண்டா எனும்

கேள்வியை நான் ஒருமுறை எதிர்கொண்டேன். உண்மையில் என்னை யோசிக்கத் தூண்டிய கேள்வி அது. இந்து மதத்தில் முழுமையான நம்பிக்கைக் கொண்ட ஒரு சூழ்நிலையில் வளர்ந்தவன் நான். பூஜைகளும், அனுஷ்டானங்களும், கோயில்களும் காவல் நிற்கும் வாரியத்தில் பிறந்த ஒருவனைப் பொறுத்தவரை, பகை வைத்தல் என்பது பெரும்பாலும் அவனுடைய நம்பிக்கைக்கு விரோதமானது.

டெலிவிஷனில் புலிக்கோடன் நாராயணனின் உருவத்தைப் பார்க்கும்போது, தெளிவான கருத்துக்களுடன் முறுக்கிவிடப்பட்ட மீசையைத் திருகியபடி அவர் பேசும் தோரணையைப் பார்க்கும்போது மனதிற்குள் மின்னல்போல் ஒரு பகையுணர்வு தோன்றுவதுண்டு. என் மகனுக்கு நேரிட்ட அந்த துர்பலமான நிமிடங்கள் அப்போது என் மனதில் அலையடித்து மேலெழும். மனம் என்னையறியாமலேயே ஒரு கோபத்துடன் இழப்புகளைக் குறித்துக் கணக்கெடுப்பு நடத்தும். மறந்துவிட்டதாக நினைத்துக்கொண்டிருப்பவை அதிகமாக மனதிற்குள் எழும்பும்.

மரணப்படுக்கையில் கிடந்த ராஜனின் அம்மா சொன்னாள், 'உங்களுக்கு ராஜனின் விஷயத்தில் எந்த அக்கறையுமில்லை' என்று. ஒரு குதிரையைப் போல் நாடு முழுவதும் ஓடி நடந்து அர்த்தமில்லாமல் நாட்களைக் கடத்தும் ஒரு தகப்பனின் முகச்சாயல் எனக்கு வந்துவிட்டது. கக்கயம் முகாமில் ஒவ்வொரு தினமும் உதிர்ந்துகொண்டிருக்கும் போது ராஜனை வெளியே கொண்டுவர இயலாத, கையாலாகாத ஒரு தகப்பனிடம் ஒரு தாய் இப்படியான ஒரு கேள்வியைக் கேட்பது என்பது முழுக்க அர்த்தம் நிறைந்த தாகத்தான் இருக்க முடியும்.

என்னிடம் அழுது தீர்ப்பதற்கான கண்ணீர் இன்னும் மிச்சமிருக்கிறது. உயிரின் துடிப்புகள் இன்னும் இந்தப் பலவீனமான உடலில் மீதமுண்டு. அதனால்தான் இதையெல்லாம் எழுதத் தோன்றியது. நான் மனவருத்தம் கொள்ளச் செய்திருப்பதாக யாராவது நினைத்தால் சாபமேற்ற இந்தத் தகப்பனைப் பொறுத்துக்கொள்ள வேண்டும்.

வழக்கறிஞர்கள் ஈஸ்வரய்யர், ராம்குமார், பிரின்ஸிபால் வகாபுதீன், அப்புக்குட்டன் வள்ளிக்குன்னு... இருள் குகைக்குள் ஆழ்ந்திறங்கியபோது வெளிச்சம் காட்டித் தந்தவர்கள் இப்படி நிறையபேர்கள். கேள்விப்படாத, அனுபவிக்காத பிரச்சனைகளில் சிக்கியபோது இவர்கள் நீட்டிய ஆதரவுக் கரங்களுக்கு எந்த ஜென்மத்தில் என்னால் நன்றிக் கடன் ஈட்ட முடியும்! நண்பர்களே, நன்றி!

என் பாதை முற்றுப்பெறவிருக்கிறது. ஆடிமாதச் சீற்றல் மழை பொழிந்து, ஓய்ந்து அதிக நாளாகவில்லை. இந்த மழையில் எனக்காக வேறு பலரும் நனைந்துவிட்டார்கள் என்பதை என் ஜென்ம சாபல்யமாகக் கருதுகிறேன் இந்த உண்மையை நான் சாஸ்வதமான மனப்பரிசுத்தியுடன் பதிவு செய்கிறேன்.

ராஜன் அற்புதமாகப் பாடுவான். அம்மா பாடச் சொன்னால் மட்டும்தான் அவன் பாடுவான் என்று நான் எழுதியதை என் பெண்மக்கள் ஏற்றுக்கொள்ள மறுத்தார்கள். ராஜன் அவர்கள் கேட்டுக்கொண்டதன் பேரிலும் பாடியதுண்டாம். எனக்காக அவன் பாடியதே இல்லை. அவனுடைய பாட்டைக் கேட்க எனக்கு நேரமிருக்கவில்லை. அதனால்தான் மோசமாகப் பதிவு செய்யப்பட்ட தன் பாட்டுகளை மரணம் வரை அப்பா கேட்டுக்கொண்டிருக்கட்டும் என்று அவன் முடிவு செய்திருக்க வேண்டும்.

"ராஜா, நீ உயிரோடிருக்கும்போது பாடிய, நான் கேட்காமல் விட்ட அந்தப் பாடல்களில் ஒரு சோகம் இழையோடிக் கொண்டிருக்கிறது. மரணத்தை எதிர்நோக்கும் ஏதோ ஒன்றை என்னால் அதில் உணர முடிகிறது. வாழ்க்கையை நீ ஏன் இவ்வளவு தூரம் வெறுத்திருந்தாய், என் குழந்தாய்?"

நான் முடித்துக்கொள்கிறேன். இந்த ஆடிமாதத்தில் பெருமழை பொழிந்துகொண்டிருக்கிறது. இம்மழை ஸ்ரீவிகாரின் மீது பெய்யும் ஒவ்வொரு தடவையும் நான் என் மகனை நினைக்கிறேன். முன்வாசல் அடைத்துப் பூட்டியிருந்தாலும் யாரோ அதைத் திறந்து வந்து வாசற்கதவைத் தட்டுவது போல். ஆன்மா, பூர்வஜென்ம உறவுகளைத் துண்டித்துக் கொள்கிறது என்று சொல்வது உண்மையாக இருக்க முடியாது.

மழை பெய்துகொண்டிருக்கும் இந்த இரவில் நான் பதிவு செய்யப்பட்ட அவனுடைய பாடல்களைப் போட்டுக் கேட்கிறேன். முனகிக்கொண்டிருக்கும் ஒலிநாடாவின் சத்தத்திலிருந்து இழந்து போன ஒரு சத்தத்தின் எனக்கான இழையை உருவியெடுக்க முயற்சி செய்கிறேன். கண்டிப்பு மிகுந்த ஒரு தகப்பனாக இருந்ததால் நான் கேட்காமல் விட்ட பாட்டுக்களால் இன்று என் உலகை நிரப்பப் பார்க்கிறேன். வெளியில், மழையில் நனைந்தபடி என் குழந்தை நின்று கொண்டிருக்கிறான்.

பகையுணர்வு மனதில் இருக்கிறதா என்ற கேள்விக்கு இப்போதுகூட என்னிடம் பதிலில்லை. ஆனால், இந்த உலகத்திடமும் என்னுடைய ஒரு கேள்விக்கான பதில்

ஒரு தந்தையின் நினைவுக்குறிப்புகள் ❖ 103

இருக்கிறது. களங்கமெதுவுமில்லாத என் குழந்தையை, அவன் இறந்துவிட்ட பின்பும்கூட நீங்கள் ஏன் மழையில் நிறுத்தியிருக்கிறீர்கள் ?

நான் வாசல் கதவை அடைப்பதில்லை. பெருமழை எனக்குள்ளேயே பெய்து தீர்க்கட்டும். ஒரு போதுமே கதவு களைத் தாழிட முடியாத ஒரு தகப்பனை அரூபியான என் மகனாவது அறிந்து கொள்ளட்டும்.

◯

பிற்சேர்க்கை: 1
ராஜன் – புகைப்படங்களினூடே

பி. ராஜன்

ராஜனும் சகோதரிகளும்

ராஜனின் குடும்பம் - சௌகிருத நிலையத்தின் முன்னால்

ராஜன் - ஒரு பழைய ஆல்பத்திலிருந்து

ராஜன் - ஒரு பழைய புகைப்படம்

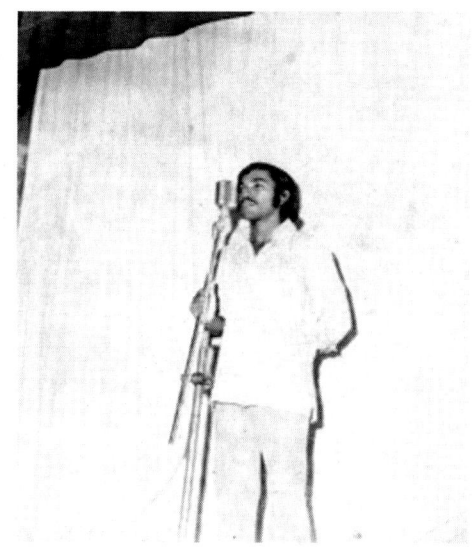

பாடகனாக ராஜன்

பிரின்ஸிபால் வகாபுதீனுடன்

ராஜன் - ஆர்.இ.சி. நிகழ்ச்சியொன்றில்

ராஜன் - ஆர்.இ.சி. ஆர்ட்ஸ் கிளப் செயலாளராக

ராஜன் - நாடக மேடையில்

பாடகனாக

ஓர் இசை நிகழ்ச்சியில்

நாடக நடிகனாக

நாடக மேடையில்

பிற்சேர்க்கை : 2
ஆள் கொணர்வு மனுவின் மீதான தீர்ப்பு

1977 K.L.T. 335

சுப்ரமண்யன் போற்றி & காலித் ஜே.ஜே
T.V. ஈச்சரவாரியர்

VS

உள்துறைச் செயலாளரும் மற்றுள்ளவர்களும்

இந்திய அரசியலமைப்பு, சட்டம் பிரிவு 226 – ஆள் கொணர்வு மனு – கஸ்டடி சம்பந்தமான சர்ச்சை – சர்ச்சையின் உண்மை நிலையைத் தெரிந்துகொள்ள நீதிமன்றம் உத்தரவு பிறப்பிக்கலாமா.

தனிநபர் சுதந்திரத்தையும் சட்டவிரோதமான கஸ்டடியி லிருந்து விடுதலைபெறும் உரிமையையும் பாதுகாப்பது நீதி மன்றத்தின் கடமையாக இருக்கும் காலம்வரை ஒரு நபர் கஸ்டடியில் வைக்கப்பட்டிருக்கிறாரா என்பதைப் பற்றி சர்ச்சை இருக்கும் ஒரே காரணத்துக்காக, நீதிமன்றம் தனது அதிகாரத்தை பிரயோகிக்காமலிருக்க முடியாது. ஆள் கொணர்வு சட்ட நடவடிக்கைகளின்படி, ஒரு விஷயத்தின் உண்மையான நிலையைப் பற்றி விசாரணை செய்ய உத்தரவு பிறப்பிப்பதிலிருந்து நீதிமன்றத்திற்கு விலக்கு அளிக்கப்பட்டி ருப்பதாகக் கருதுவது தவறானதாகும். தெளிவுபடுத்தப்படாத எந்த நடவடிக்கை முறைகளையும் நீதிமன்றம் முடிவு செய்ய லாம். நீதிமன்றத்திற்குத் தேவைப்படும் பட்சத்திலும்கூட அது குறித்து உண்மை நிலையை அறிந்துகொள்ள முனையக் கூடாது என்று நீதிமன்றச் சட்டம் எதிலும் குறிப்பிடப்பட வில்லை.

1964 எஸ் ஸி 1625; 1972 எஸ் ஸி. 1140. ஆதாரம்

இந்திய அரசியலமைப்பு, பிரிவு 226 – ஆள் கொணர்வு மனு – சம்பந்தமாக – விடுதலை செய்ய வேண்டிய நபரின் கைதும் கஸ்டடியும் எதிர் மனுதாரர்கள் மறுக்க – அந்நபரைக்

காவல்துறை அதிகாரிகள் கைது செய்திருப்பதாக ஆதாரங் களின் அடிப்படையில் நீதிமன்றம் முடிவு செய்ய – இது போன்ற வழக்குகளில் அளிக்கப்படவேண்டிய கோரிக்கை மீதான பரிகாரம்.

(இந்தியாவில்) ஆள் கொணர்வு ரிட் மனுவை இங்கி லாந்து தேசச் சட்டப்பிரிவுகளுடன் ஒப்புமைப்படுத்திப் பார்க்கலாமென்றாலும் இரண்டையும் ஒன்றாகவே கருத வேண்டும் என்றில்லை. தேவையை அனுசரித்து கோரிக்கை யின் மீதான பரிகாரத்தை உருவாக்கிக்கொள்ள நீதிமன்றத் திற்கு அதிகாரமுண்டு. இவ்வழக்கில், மனுதாரரின் மகனைக் காவல்துறை காவலில் எடுத்ததும், விடுவிக்கவும் (அந்நபரின் தற்போதைய நிலை) தகுந்த விளக்கங்கள் அளிக்காமலுமிருக்க, அந்த நபர் மாநிலக் காவல்துறையின் எந்த அதிகாரிகளின் பாதுகாப்பிலும் இல்லை என்று எதிர் மனுதாரர்கள் உறுதி யாகச் சொல்கிறார்கள் என்ற ஒரே காரணத்திற்காக அந்தப் பிரச்சனையை அப்படியே விட்டுவிடுவது எங்களுக்கு ஏற்பு டையதல்ல. இவ்வழக்கில் தெரிய வந்த உண்மைகளுக்கு ஏற்பதான தொடர் நடவடிக்கைகள் கைகொள்ளப்படவில்லை யெனில், முடிவில் அது இந்த தேசத்தை, ஜனநாயக வாழ்க்கை முறைகளை அடிப்படையாகக் கொண்ட நெறிமுறைகளை வலுவிழக்கச் செய்யும் விதத்தில் சட்டத்தை அமல்படுத்த வேண்டியவர்கள் குறிப்பாக, காவல்துறை கட்டுப்பாடற்று அதிகாரப் பிரயோகம் செய்யும் விதமாக மாறிவிடக்கூடும். மனுதாரரின் மகனைத் தாங்கள் எப்படி நடத்தினோம் என்றோ, அவர் இப்போது எங்கே இருக்கிறார் என்றோ, விளக்கமளிக்க எதிர்மனுதாரர்கள் முயற்சிகூட எடுத்துக்கொள்ளவில்லை என்பதால் குறிப்பாக, அவர்களின் பதில் எங்களுக்குத் திருப்தியைத் தரவில்லையென்றால் அது சம்பந்தமான முடிவுகளை நாங்கள் எடுத்தேயாக வேண்டும். தனிநபர் சுதந்திரம் ஒரு மனிதனின் மறுக்கப்பட முடியாத தார்மிக உரிமையெனும் நிலையில், இவ்வழக்கைப் போன்ற, மாநிலக் காவல்துறையைப் பின்பலமாகக் கொண்ட அதிகாரிகள், ஒரு நபரைச் சட்டவிரோதமாகத் தங்கள் காவலுக்குள் கொண்டு வந்து இவ்வுரிமையை அளிக்க மறுத்திருப்பதாக எங்களுக்குத் தெரியவந்த நிலையில், அந்நபரை விடுவிக்கச் செய்யும் அதிகாரத்தைப் பிரயோகிப்பதற்கு நீதிமன்றத்தால் இயலாது என்பதை எதிர்மனுதாரர்கள் சட்டரீதியாக நிரூபிக்க இயலாத பட்சத்தில் நாங்கள் திருப்தியடைய முடியாது. நீதிமன்றப் பரிந்துரைகளின் காரணமாகத் தனிப்பட்ட முறையில் பொறுப்பாளிகள் என்று இதுவரை குறிப்பிட இயலாத பிரதிகளை ஏதாவது ஒன்றில் குற்றவாளிகள்தான்

என்று நிரூபிக்க இயலுமென்றும் ஆகவே, நாங்கள் ஒரு ரிட் – டும் பிறப்பிக்கக் கூடாதென்றும் குறிப்பிடும் அடிஷனல் அட்வகேட் ஜெனரலின் உறுதியான கருத்தை எங்களால் கொஞ்சமும் புரிந்துகொள்ள முடியவில்லை. எங்களின் நோக்கம், ஏதாவதொரு அரசாங்க அலுவலரின் தவறான செயல்பாட்டிற்கான தண்டனையை அளித்தேயாக வேண்டும் என்பதல்ல. மாறாக, தனிநபர் சுதந்திரத்திற்கு ஏதாவது ஒரு சூழலில், ஏதாவது ஒரு இடத்தில் பாதிப்பு ஏற்படுமெனில், மனித உரிமையின் பாதுகாப்பாளர்கள் எனும் நிலையில் செயல்பட தேசத்தின் உன்னதமான நீதி, நியாய அமைப்புகளின் தார்மிகக் கடமைகளை மனதில் கொண்டு மனித சுதந்திரத்தைப் பாதுகாப்பதற்கு இந்த நீதிமன்றத்திற்கு இருக்கும் அதிகாரங்கள் சரியாகப் பயன்படுத்தப்பட வேண்டும் என்பதுதான். மனுதாரரின் கோரிக்கை மனுவில் சொல்லப்பட்டிருப்பது உண்மைதான். பாதிப்புக்குட்பட்ட ஒரு தகப்பன் எனும் நிலையில், அவர் தன் மகனை விடுவிக்கச் செய்வதற்காக, அவனை இந்த நீதிமன்றத்தில் ஆஜர்படுத்தக்கோரி காவலில் வைத்திருப்பவர் களுக்கு உத்தரவிட இந்த நீதிமன்றம் தன் அதிகாரத்தைப் பயன்படுத்தும்படி விண்ணப்பித்துள்ளார். மனுதாரரின் மகனைக் காவல்துறை தங்களின் கஸ்டடிக்குள் கொண்டு வந்தது உண்மை என்று ஆதாரங்களின் அடிப்படையில் முடிவு செய்யப்பட்டிருப்பதாலும் அவரைக் காவலிலிருந்து விடுவித்திருப்பதாக நிரூபிக்கப்படாத பட்சத்தில் அவர் காவ லிலேயே இருப்பதான யூகத்தின் அடிப்படையிலும் எங்களுக்கு இந்த மனு குறித்த வழக்கின் மீது உத்தரவு பிறப்பிக்காமலிருக்க முடியாது. ஆனால் ஏற்கனவே செய்திருக்க வேண்டிய, தவறைத் திருத்திக்கொள்வதற்கான வாய்ப்பை அரசு நிர்வாகத் திற்கு அளிக்காமலுமிருக்க முடியாது. இந்த வழக்கில் நாங்கள் பிறப்பிக்கவிருக்கும் உத்தரவு இந்த நோக்கத்தை நிறைவேற்றும் என்று எதிர்பார்க்கிறோம். அதிகாரிகள், காவலர்களின் உதவியோடு ஆட்களை கஸ்டடிக்குள் கொண்டு வந்து விசா ரணை செய்வதற்காக இப்படியான கைது நடவடிக்கைகள் தேவையாக இருக்கிறது என்பதுபோல் நடந்து கொள்வது இயல்புதான் என்பதால் காவலில் எடுக்கப்பட்ட நபர் இப்போது எந்த அதிகாரியின் கீழ் உள்ளார் என்பதை மனுதாரர் தெளிவுபடுத்த வேண்டும் என்ற நிர்பந்தமில்லை. மட்டுமல்ல, அது ஆள் கொணர்வு மனுவின் நடைமுறைக் கொள்கைகளை எவ்விதத்திலும் அறிவுக்குப் பொருந்தாமல் வரையறைக்குட்படுத்துவதும் இந்த நீதிமன்றத்தில் நியாய வரைமுறை அமல்படுத்துதல்களைத் தடைபடுத்துவதுமாகும்.

மனுதாரரின் மகன் காவல்துறையின் கஸ்டடியில் இருப்பதாக இருந்தால் யாருடைய கஸ்டடியில் இருக்கிறார் என்பது குறிப்பிடத்தக்க முறையில் எதிர்மனுதாரரின் அறிவிப்பில் இடம் பெற்றிருக்க வேண்டும். இதுபோன்ற வழக்கில் ரிட் பிறப்பிக்கப்பட வேண்டியது அதைச் சரியாக அமல்படுத்த அதிகாரம் பெற்றவர்களின் பேரில்தான்.

1966 எஸ்.ஸி. 81; 1892 எ.ஸி.326 ஆதாரம்

எஸ். ஈஸ்வரய்யரும் கெ. ராம்குமாரும் மனுதாரர் கட்சி

அடிஷனல் அட்வகேட் ஜெனரல் (டி.ஸி.என். மேனோன்) எதிர் மனுதாரர் தரப்பு

விதி தீர்ப்பு

சுப்ரமண்யன் போற்றி, ஜே : எங்களின் முன்பாக வைக்கப் பட்டுள்ள இந்த வழக்கு எவ்விதமான முன்னுதாரணங் களுமற்றது. இதன் மனுதாரர் 1975–76 கல்வியாண்டில் கோழிக்கோடு ரீஜனல் என்ஜினீயரிங் கல்லூரி இறுதி யாண்டு மாணவரான திரு. பி. ராஜனின் தந்தை. கல்லூரி விடுதியில் தங்கியிருந்த தன் மகனை 1.3.1976இல் காவல் துறை தங்களின் கஸ்டடியில் எடுத்ததாகவும் அவரின் தற்போதைய நிலை என்னவென்பதைக் காவல் துறை இதுவரை தெரிவிக்கவில்லையென்றும் மனுதாரர் தன் புகார் மனுவில் குறிப்பிட்டுள்ளார். மனுதாரரின் மகனைக் காவல்துறை கைது செய்ததாக அன்றைய தினமே பதிவுத் தபால் மூலம் அந்தக் கல்லூரியின் முதல்வர் மனுதார ருக்குத் தெரிவித்திருக்கிறார். இது நடந்தது நெருக்கடிநிலை அமலிலிருந்த காலகட்டம். அதற்குப் பிறகு மனுதாரர் தன் மகனைப் பார்க்கவில்லை; அவரைக் குறித்த எந்தத் தகவல்களைத் தெரிந்துகொள்ளவும் மனுதாரரால் முடியவில்லை. அப்போது மனுதாரரால் செய்ய முடிந்த ஒரே காரியம் அதிகாரிகளுக்கு புகார் மனு அனுப்புவது மட்டும்தான். அவர் அதைச் செய்தும் எந்தப் பயனும் கிடைக்கவில்லை.

2. மனுதாரர் கோழிக்கோடு அரசுக் கலை அறிவியல் கல்லூரி யின் பேராசிரியர் பதவியிலிருந்து ஓய்வு பெற்ற பிறகு கொச்சியில் வசித்து வருகிறார். ராஜன் சராசரிக்கும் மேலான திறமையுள்ள ஒரு மாணவர் என்றும் அவர் எந்த விதமான அரசியல் செயல்பாடுகளிலும் பிரச்சனைக் குரிய விவகாரங்களிலும் ஒருபோதும் ஈடுபட்டதில்லை

என்றும் அவருடைய ஒரே ஈடுபாடு இசை, நாடகம் போன்ற கலை சார்ந்த செயல்பாடுகள் மட்டும்தான் என்றும் சொல்லப்படுகிறது. 1973–74இல் அவர், கல்லூரி யின் ஆர்ட்ஸ் அசோசியேஷன் செகரட்டரியாகயிருந்தார்.

3. மனுதாரரின் வழக்கு இதுதான்: தன் மகனை எதற்காகக் கைது செய்துள்ளார்கள் என்பது தனக்குத் தெரியாது. தன் மகனின் கைது நடவடிக்கை, அவரின் தற்போதைய நிலை பற்றிய விவரங்களைத் தெரிவிக்கும் அதிகாரமிருப்ப வராகத் தன்னால் கருதப்பட்ட காவல்துறை அதிகாரிகளி டம் மகனைக் குறித்து விசாரித்துள்ளார். அப்போதுதான் வழக்கின் மூன்றாவது எதிரியான, திருவனந்தபுரம் கிரைம் பிராஞ்ச் போலீஸ் டெபுடி இன்ஸ்பெக்டர் ஜெனரலின் உத்தரவின்படி ராஜன் கைது செய்யப்பட்டதாகவும், அவரை மாநிலக் குற்றவியல் பிரிவு தங்களின் பாதுகாவலில் வைத்திருப்பதாகவும் அறிய நேர்ந்தது. 10.3.1976இல் தான் அப்போதிருந்த மாநில உள்துறையமைச்சர் திரு. கே. கருணா கரனைச் சந்தித்து புகார் செய்ததாகவும் அப்போது அவர் இதைப்பற்றி விசாரிப்பதாகத் தனக்கு உறுதி அளித்ததாகவும் மனுதாரர் நிரூபித்துள்ளார். ஆனால் அதில் எந்தப் பலனும் கிடைக்கவில்லை. மனுதாரர் கேரள அரசின் உள்துறைச் செயலாளருக்கு 15.6.1976இல் ஒரு புகார் மனுவும் 1.7.1976இல் ஒன்றும் 6.8.1976இல் மற்றொன்றும் அனுப்பியிருக்கிறார். புகார் மனுக்களுக்கு எந்தவிதமான பதிலோ, புகாரைப் பெற்றுக்கொண்டதான தகவலோ கிடைக்கவில்லை என்று மனுதாரர் நிரூபித்துள்ளார். இதில் Exh.P1 ஆக நகல் பதிவு செய்யப்பட்டுள்ள முதல் புகார் மனுவில் தன் மகன் 1.3.1976இல் கைது செய்யப்பட்டதாகவும் அதற்குப் பிறகு அவரின் நிலையைப் பற்றித் தன்னால் இதுவரை எதுவுமே தெரிந்துகொள்ள முடியவில்லை என்றும் மனு தாரர் குறிப்பிட்டுள்ளார். தன் குடும்பத்தின் மன அமைதிக் காக மகனின் தற்போதைய நிலை குறித்தாவது தனக்குத் தெரிவிக்க வேண்டும் என்பது அந்தப் புகார் மனுவில் மனுதாரரின் வேண்டுகோள். மகனைக் குறித்து ஏதாவது விவரம் தெரிந்துகொள்வதற்காகக் கேரளத்திலுள்ள எல்லா பாராளுமன்ற உறுப்பினர்களுக்கும் அனுப்பிய அதே மனுவை இந்திய ஜனாதிபதிக்கும் கேரள உள்துறையமைச் சருக்கும் அனுப்பி தன் முயற்சியை மனுதாரர் தொடர்ந்து நடத்தி வந்ததாகத் தெரிய வருகிறது. புகாரில் குறிப்பிடப் படும் விஷயம் கேரள அரசின் தலைமைச் செயலாளரின் கவனத்திற்குக் கொண்டுவரப்பட்டிருப்பதாக ஜனாதிபதி மனுதாரருக்குத் தெரிவித்திருக்கிறார். இந்த மனுக்கள்

இந்தியப் பிரதமர் உட்பட அனைவருக்கும் அனுப்பப்பட்ட தென்றும் அதனால் எந்தப் பயனும் கிடைக்கவில்லை என்றும் மனுதாரர் குறிப்பிட்டுள்ளார்.

4. மனுவில் குறிப்பிடப்பட்டிருக்கும் விஷயத்தில் தங்களின் கவனம் பதிந்திருப்பதாக பிரதமரிடமிருந்தும் மத்திய உள்துறையமைச்சரிடமிருந்தும் தங்களுக்குத் தகவல்கள் கிடைத்ததாக மேல்சபை உறுப்பினர் காலம் சென்ற திரு. ஏ.கே. கோபாலன் மற்றும் திரு. வி. விஸ்வநாதமேனோன் என்ற இரண்டு பாராளுமன்ற உறுப்பினர்கள் தனக்குத் தெரியப்படுத்தியதாகவும் மனுதாரர் தனது வாக்குமூலத்தில் தெரிவித்துள்ளார். மனுவில் குறிப்பிட்டுள்ள விஷயம் குறித்து மக்கள் சபையில் தானும் மேல் சபையில் திரு. சமர் முகர்ஜி எம்.பி.யும் குரலெழுப்பியதாக திரு. விஸ்வநாத மேனோன் எம்.பி. மனுதாரருக்குத் தெரிவித்திருக்கிறார்.

5. மனுதாரர், கேரளாவின் அன்றைய உள்துறையமைச்சர் திரு. கருணாகரனுக்கு ஒரு புகார் மனு கொடுத்தார். அதில் ராஜனின் அம்மா இந்தச் சம்பவங்களின் காரணமாக மனநிலை பாதிக்கப்பட்டுவிட்டதாகவும் அவரை மருத்துவ மனையில் சேர்த்திருப்பதாகவும் தெரிவித்தார். கடைசியாக, மேல் சபைத் தேர்தலுக்கான அறிவிப்பைத் தொடர்ந்து பெரும்பாலான அரசியல் கைதிகளையும் விடுதலை செய்த போது தன் மகன் ராஜனும் விடுதலையாவான் என்று மனுதாரர் எதிர்பார்த்தார். இதனிடையே ராஜன் விடுதலை குறித்து பரிசீலனை நடந்துவருவதாகக் குறிப்பிட்டு கேரள உள்துறையமைச்சரிடமிருந்து தனக்கு வந்த கடிதத்தின் நகலைத் திரு. விஸ்வநாத மேனோன் மனுதாரருக்கு அனுப்பி வைத்திருக்கிறார். விவாதத்திற்குரிய இந்தக் கடிதம் 1976 – டிசம்பர் 10ஆம் தேதி மாண்புமிகு உள்துறை மைச்சர் திரு. கே. கருணாகரன் திரு. பி. விஸ்வநாதமேனோ னுக்கு எழுதியதுதான் என்று இந்த வழக்கின் தொடர் நடவடிக்கைகளினிடையே தெளிவாக்கப்பட்டிருக்கிறது. அந்தக் கடிதத்தில் அவர் திரு. ஈச்சரவாரியரின் மகனான திரு. ராஜனைக் காவலிலிருந்து விடுவிக்க வேண்டும் என்று வேண்டுகோள் விடுக்கும் விண்ணப்பத்துடன் திரு. விஸ்வநாத மேனோன் எழுதிய கடிதத்தைத் தான் கைப்பற்றியதாக ஒப்புக்கொள்கிறார். குறிப்பிடப்பட்ட விஷயம் பரிசீலனை யிலிருப்பதாக அவர் விஸ்வநாதமேனோனுக்கு அறிவிக் கிறார். அந்த அறிவிப்பின் நகல்தான் எக்ஸி.பி.3.

6. Exh.P3-ன் நகல் விஸ்வநாதமேனோனிடமிருந்து கிடைத்த பின், தான் ராஜனின் நிலை குறித்து உறுதிபட தெரிந்து

கொள்ளப் பல போலீஸ் அதிகாரிகளைச் சந்தித்ததாகவும் ராஜனைப்போல் கைது செய்யப்பட்ட சில மாணவர்கள் கண்ணூர் மத்தியச் சிறைச்சாலையில் இருப்பதாக அறிந்ததால் மகனைக் கண்டுபிடிக்க தான் மாநிலத்தின் மூன்று மத்தியச்சிறைச்சாலைகளிலும் பல காவல்துறை முகாம்களிலும் வேறு பல இடங்களிலும் சென்று முறையாக விசாரித்தும் எந்தப் பலனுமில்லை என்று மனுதாரர் குறிப்பிட்டுள்ளார். அன்றைய முதல்வர் திரு. அச்சுத மேனோனைப் பலமுறை நேரில் சந்தித்ததாகவும் தன் மகனைக் கைது செய்து காவலில் வைத்திருக்கும் விவரம் தனிப்பட்ட முறையில் அவருக்குத் தெரிந்தேயிருந்தது என்றும் மனுதாரர் உறுதிபடக் கூறுகிறார். ஆனால் திரு. அச்சுத மேனோனைக் கடைசியாகச் சந்தித்தபோது, தான் இந்த விஷயத்தில் ஏதும் செய்ய இயலாதவனாக இருப்பதாகவும் உள்துறையமைச்சர் திரு. கருணாகரன்தான் இந்த விஷயத்தைக் கவனிப்பதாகவும் சொன்னதாக மனுதாரர் குறிப்பிட்டிருக்கிறார். அதற்குப் பிறகு மனுதாரர் தன்னுடைய பிரச்சனையைத் தெளிவுபடுத்தும் ஒரு துண்டுப்பிரசுரத்தை மக்களிடையே வினியோகித்து அவர்களின் உதவியை நாடியதாகத் தெரிகிறது. நடந்து முடிந்த பொதுத் தேர்தலில் வேட்பாளராகப் போட்டியிட்ட உள்துறையமைச்சர் 'மாளா'விலும் 'கல்பற்றா'விலும் பிற தொகுதிகளிலும் பல பொதுக் கூட்டங்களில் பேசும்போது, சில இடங்களில் மனுதாரரின் மகன் ஒரு கொலை வழக்கு பிரதியென்பதால் அவர் காவலில் வைக்கப்பட்டிருப்பதாகக் குறிப்பிட்டிருக்கிறார் என்று மனுதாரர் தன் புகார் மனுவில் தெரிவித்திருக்கிறார். அது உண்மையென்றால், நெருக்கடிநிலை அமலில் இருந்தபோது 21, 22 எனும் பிரிவுகளின் கீழுள்ள அதிகாரங்கள் நீக்கம் செய்யப்பட்டிருந்தாலும் குற்றவியல் சட்டவிதிகளை அனுசரித்து தன் மகனை நீதிபதியின் முன்பு ஆஜர்படுத்தியிருக்க வேண்டும் என்பதுதான் மனுதாரரின் நிலை.

7. ஆகவே, கஸ்டடியிலெடுத்த தன் மகனை, தொடர்ந்து காவல்துறை தன் கஸ்டடியில் வைத்திருப்பது சட்ட விரோதமானது. எனவே எதிர்மனுதாரர்களிடம் என் மகனை நீதிமன்றத்தில் ஆஜர்படுத்த உத்தரவு பிறப்பிக்க வேண்டுமென்றும் அவரை விடுதலை செய்யவேண்டும் என்றும் மனுதாரர் கோரிக்கை வைத்திருக்கிறார். வழக்கின் முதல் எதிர்மனுதாரர் கேரள அரசின் உள்துறைச் செயலர், இரண்டாம் எதிர்மனுதாரர் போலீஸ் இன்ஸ்பெக்டர் ஜெனரல், மூன்றாம் எதிர்மனுதாரர் திருவனந்தபுரம் க்ரைம் பிராஞ்ச் போலீஸ் டெபுடி இன்ஸ்பெக்டர் ஜெனரல்,

மாண்புமிகு உள்துறையமைச்சர் திரு. கருணாகரனையும் கோழிக்கோடு மாவட்ட காவல்துறைக் கண்காணிப்பாள ரையும் நான்காவது, ஐந்தாவது எதிர்மனுதாரர்கள் என வழக்கில் அதிகமாகச் சேர்த்துக்கொள்ளும்படி மனுதாரர் கோரிக்கை விடுத்துள்ளார். மனுதாரரின் தரப்பை விசா ரித்து எதிர்மனுதாரர்கள் மேலும் சேர்க்கப்பட்டுள்ளார்கள்.

8. எதிர்மனுதாரர்கள் ஒவ்வொருவரும் தனியாக வாக்குமூலங் கள் சமர்ப்பித்திருக்கிறார்கள். முதல் எதிர்மனுதாரரான அரசு உள்துறைச் செயலர், மனுதாரரின் 15.6.1976இல் ஒன்று, 6.8.1976இல் ஒன்று என இரண்டு புகார் மனுக்கள் உள்துறைச் செயலகத்திற்குக் கிடைத்ததாக ஒப்புக்கொண்டி ருக்கிறார். மனுதாரர் மத்திய உள்துறை அமைச்சருக்கும் இந்திய ஜனாதிபதிக்கும் அனுப்பிய மனுக்களின் மீது தகுந்த தொடர்நடவடிக்கை எடுக்கப்படவேண்டும் என்று கேரள அரசு அறிவுறுத்தப்பட்டதாகவும் முதல் எதிர்மனு தாரர் ஒப்புக்கொள்கிறார். கேரள உள்துறையமைச்சர் திரு. விஸ்வநாதமேனோன் கடிதமும் மனுதாரரின் மனுவும் கிடைத்ததாகவும் ஒப்புக்கொள்கிறார். இந்த மனுக்களில் சொல்லப்பட்டுள்ள புகார்களைக் குறித்து விசாரணை செய்வதற்காக இதன் நகல்கள் போலீஸ் இன்ஸ்பெக்டர் ஜெனரலுக்கு அனுப்பி வைக்கப்பட்டதாகவும் இந்தப் புகார்களைக் குறித்து விசாரணை செய்ததில் மனுதாரரின் மகனை போலீஸ் ஒருபோதும் கஸ்டடியில் எடுக்கவில்லை என்றும் கேள்விப்பட்டதை அடிப்படையாகக் கொண்டே பிரின்ஸிபால், மனுதாரரின் மகன் சம்பந்தமாகக் குற்றம் சுமத்தப்பட்ட கைது குறித்து மனுதாரருக்கு எழுதியிருக் கிறார் என்றும் தெரியவந்ததாக போலீஸ் இன்ஸ்பெக்டர் ஜெனரல் 7.1.1977இல் அரசுக்குத் தெரிவித்ததாகவும் சொல்லப் பட்டுள்ளது. ரீஜனல் என்ஜினீயரிங் கல்லூரியின் ஜோசப் சாலி என்றொரு மாணவரை 8.3.1976இல் 'மிசா'வில் கைது செய்து காவலில் வைத்ததாகவும், அந்த மாணவனிட மிருந்து ஜாகர்த்தாவின் முன்னாள் இந்தியத் தூதராகயி ருந்த திரு. கே.எம் கண்ணம்பிள்ளியின் மகனும் ரீஜனல் என்ஜினீயரிங் கல்லூரியின் மாணவருமாகிய முரளீதர னின் பங்கு குறித்த தகவல் போலீசுக்குக் கிடைத்ததாகவும் அந்த முரளீதரன் 18.4.1976இல் கைது செய்யப்பட்டார் என்றும் போலீஸ் இன்ஸ்பெக்டர் ஜெனரல் அரசுக்கு அறிவித்தார் என்றும் சொல்கிறார். முரளீதரன் விசாரணை செய்யப்பட்டபோது மனுதாரரின் மகன் ராஜன் சில தீவிரவாதிகளுக்கு ஒத்தாசையும் பாதுகாப்பும் அளித்திருந்த தாகத் தெரியவந்தது என்பதையும், போலீஸ் இன்ஸ்பெக்டர்

ஜெனரல் அரசுக்குத் தெரிவித்ததாகவும் தெரிகிறது. ஆனால் போலீசுக்கு இந்தத் தகவல்கள் கிடைத்த வேளையில் ராஜன் தலைமறைவாகிவிட்டதால் அவரைக் கைது செய்ய முடியவில்லை என்றும் சொல்லப்படுகிறது. Exh. Ex.1 என இலக்கமிடப்பட்டுள்ள 7.1.1977இல் போலீஸ் இன்ஸ்பெக்டர் ஜெனரலின் இந்த அறிக்கையின் அடிப்படையில் கேரள அரசு மத்திய அரசுக்கு இந்த விவரத்தைக் குறித்து ஒரு அறிக்கை அனுப்பியதாகச் சொல்கிறார். மனுதாரர் அரசுக்குப் பல புகார் மனுக்கள் அனுப்பினார் என்றாலும் அவருக்கு அரசிடமிருந்து எந்தப் பதிலும் அனுப்பியதில்லை என்பதை, முதல் எதிர்மனுதாரர் தன் வாக்குமூலத்தில் மறுக்கவில்லை.

9. போலீஸ் இன்ஸ்பெக்டர் ஜெனரல், மிகச் சுருக்கமான எதிர் வாக்குமூலத்தில் திரு. ராஜனின் கைது பற்றியும் அவர் காவல்துறையின் பாதுகாப்பில் இருப்பதாகச் சொல்வதையும் மறுத்திருக்கிறார். கேரளத்தின் காவல்துறை அதிகாரி எவரும் திரு. ராஜனைக் கைது செய்யவில்லை என்று அவர் தெரிவிக்கிறார். மத்திய அரசுக்கு விடுத்த மனுவின் மீதான விசாரணையாகவே இதைச் செய்திருப்பதாகவும் இதன் அறிக்கையை அரசுக்கு அளித்திருப்பதாகவும் அவர் குறிப்பிடுகிறார்.

10. மூன்றாம் பிரதி கிரைம் பிராஞ்ச் போலீஸ் டெபுடி இன்ஸ்பெக்டர் ஜெனரலும், மனுதாரரின் மகனை மாநிலக் காவல்துறை கைது செய்தது என்ற குற்றச்சாட்டு உண்மையல்ல என்று குறிப்பிட்டுள்ளார். மனுதாரரின் மகனைக் கைது செய்யும்படி எந்தவிதமான உத்தரவும் பிறப்பிக்கப்படவில்லையென்றும் மாநிலக் காவல்துறையால் அவர் கைது செய்யப்படவில்லை என்றும் கூறுகிறார்.

11. கேரள முன்னாள் உள்துறையமைச்சரும் இப்போதைய முதலமைச்சருமான திரு. கே. கருணாகரன், தான் மனுதாரரிடம் முக்கியமான சில வழக்குகளில் உட்பட்டிருப்பதால் அவர் மகனைக் கல்லூரியிலிருந்து கைது செய்திருப்பதாகவும் அதைப் பரிசீலனை செய்து தன்னால் இயன்றவரை அவருக்கு உதவி செய்வதாக 30.3.1976இல் சொன்னதாகவும் மனுதாரர் தன் வாக்குமூலத்தில் தெரிவித்திருப்பதை மறுக்கும் எதிர் வாக்குமூலம் பதிவு செய்யப்பட்டுள்ளது. மனுதாரரின் வாக்குமூலங்களின்படி நான்காம் பிரதியை வழக்கில் சேர்க்க விடுத்த கோரிக்கை, மனுதாரரின் வாக்குமூலத்துடன் சேர்த்துப் பதிவு செய்யப்பட்டிருக்கிறது. ஆனால் முதலமைச்சர் குறிப்பிடுவது, மனுதாரரின் மகன் காவல்துறையின் கஸ்டடியில் இருப்பதாக, தான் மனுதாரரி

டம் எப்போதுமே சொன்னதில்லை என்றும் விவாதத்துக் குட்பட்ட ராஜன் காவல்துறையின் பாதுகாப்பில் இருந்த தாக இன்றுவரை தனக்குத் தகவல் வரவில்லை என்பது மாகும். எக்ஸி. பி3. இலக்கமிட்ட கடிதத்தை, தான் திரு. விஸ்வநாதமேனோனுக்கு எழுதியதாக அவர் ஒப்புக் கொள்கிறார். ஆனால், ராஜனைக் காவலிலிருந்து விடுவிக் கும் விஷயத்தைப் பரிசீலனை செய்து வருவதாக, தான் ஒருபோதும் சொன்னதில்லை என்பது அவருடைய வாதம். மனுதாரரின் மகன் ஏதாவது ஒரு கொலைவழக்கில் பிரதியென்றோ, அதனால்தான் காவல்துறை அவரைத் தங்கள் கட்டுப்பாட்டில் வைத்துள்ளது என்றோ தான் பொதுக்கூட்டங்களில் பேசியதாகச் சொல்லப்படுபவதை யும் அவர் மறுத்துள்ளார்.

12. முதல் புகார் மனுவில் ஐந்தாவது எதிர் மனுதாரராகச் சேர்க்கப்பட்டுள்ள மாவட்டக் காவல்துறைக் கண்காணிப் பாளர், மனுதாரரின் மகனை ஒருபோதும் காவலில் எடுத்ததில்லை என்று மறுத்திருக்கிறார். தான் விசாரணை செய்த எந்த ஒரு வழக்கு சம்பந்தமாகவும் ராஜன் கைது செய்யப்பட வேண்டிய நபரல்ல என்றும் அவர் எந்தக் காவல்துறை அதிகாரியின் பாதுகாப்பிலும் வைக்கப்பட்ட தில்லையென்றும் கூறுகிறார். தன் மகன் 1976 – மார்ச் முதல் காவல்துறையின் பாதுகாவலிலிருப்பதான குற்றச் சாட்டும் அவரை விடுதலை செய்யவேண்டும் என்ற கோரிக்கையும் அடங்கிய மனுதாரரின் புகார் மனுவும் அரசின் சி.ஐ.டி & ரெயில்வே பிரிவு போலீஸ் டி.ஐ.ஜி யால் கொடுத்தனுப்பப்பட்டதுமான இரண்டு புகார் மனுக் களைப் பற்றி அவர் விவரித்துள்ளார். அவர் அதைப்பற்றிய விரிவான விசாரணையை மேற்கொண்டாராம். தன் விசாரணையின்போது ரீஜனல் என்ஜினீயரிங் கல்லூரியின் முதல்வரான திரு. வகாபுதீனையும் சீஃப் வார்டன் ஸ்ரீனிவா சனையும் மற்றும் சிலரையும் விசாரணை செய்தார். இந்த விசாரணையிலிருந்து மனுதாரரின் மகனைக் காவல் துறை கைது செய்ததற்கான எந்த சாட்சியமும் கிடைக்க வில்லையாம். 8.3.1976இல் பிறப்பிக்கப்பட்ட உத்தரவின் அடிப்படையில் ஜோசப் சாலி என்பவரைக் கைது செய்தி ருப்பதாகக் கூறுகிறார். ரீஜனல் என்ஜினீயரிங் கல்லூரியில் பாதுகாக்கப்படும் பதிவுத் தகவல்களில், மனுதாரருக்குக் குறிப்பிடும்படியான எந்தக் கடிதமும் அனுப்பியதான தடயங்கள் ஏதுமில்லை என்று கல்லூரியின் முதல்வரைச் சந்தித்தபோது அவர் கூறியதாக ஐந்தாம் பிரதி தெரிவிக் கிறார். மனுதாரரின் மகனைக் காவல்துறை கைது செய்ததாக

விடுதியின் வார்டன் தன்னிடம் தெரிவித்ததாகக் கல்லூரி முதல்வர் சொன்னாராம். வார்டனிடம் விசாரணை செய்தபோது தனக்கு ராமகிருஷ்ணன் என்பவரிடமிருந்து தான் அந்தத் தகவல் கிடைத்தது என்றார். விடுமுறையில் இருந்ததால் அந்த ராமகிருஷ்ணனை விசாரணை செய்ய முடியவில்லையாம். அடையாளம் தெரியாத சில மாண வர்கள்தான் மனுதாரரின் மகனைப் போலீஸார் கைது செய்ததாக ராமகிருஷ்ணனிடம் சொன்னார்களாம்.

13. ஐந்தாம் எதிர்மனுதாரர் காவல்துறைக் கண்காணிப்பாளர், மனுதாரரின் மகனைக் காயண்ண காவல் நிலையத்தில் 1976இல் குற்றவியல் எண் 19இன் விசாரணை தொடர்பாகக் கைது செய்யவில்லை என்று தொடர்ந்து குறிப்பிடுகிறார். காயண்ண விசாரணை முகாமில் 28.2.1976 முதல் 12.3.1976 வரை தான் நேரிடையாக ஆஜராகியிருந்ததால் விசாரணை செய்வதற்காக ராஜனை எந்தக் காவல்துறை அதிகாரிகளும் அங்கே கொண்டு வந்ததில்லை என்பதைத் தன்னால் சொல்ல இயலுமென்றும் ஆனால் 16.9.1975 முதல் கல்லூ ரிக்குப் போகாமலிருந்த அந்தக் கல்லூரியின் மாணவர் திரு. முரளீதரனிடமிருந்து இந்த ராஜன் தீவிரவாத நடவ டிக்கைகளில் ஈடுபட்டதாகக் காவல்துறையினர் அறிந்திருந் தார்கள் என்றும் அவர் கூறுகிறார். ஐந்தாம் எதிர்மனுதாரர் தன் வாக்குமூலத்தில், தன் விசாரணையின் காரணமாக அந்தக் கல்லூரியின் மாணவரான ஜோசப் சாலியைக் கைது செய்ததைத் தொடர்ந்து, மனுதாரரின் மகன் தன் மீதும் காவல்துறை நடவடிக்கை எடுக்கக்கூடும் என்று பயந்து 1976 – மார்ச் ஆரம்பத்தில் தலைமறைவாகியிருப் பதாகத் தெரிகிறது என்றும் சொல்லி இருக்கிறார். அவர் போலீஸ் டெபுடி இன்ஸ்பெக்டர் ஜெனரலுக்கு 28.12.1976 இல் அனுப்பிய அறிக்கை Exh.R.1 அந்த அறிக்கையில் ரீஜனல் என்ஜினீயரிங் கல்லூரியில் சில மாணவர்கள் 29.2.1976இல் (காயண்ண) காவல் நிலையத் தாக்குதல் சம்பந்தமான சில நக்ஸலைட் செயல்பாடுகளில் உட்பட்டி ருந்ததாக ஒரு இடத்திலிருந்து காவல்துறைக்குத் தகவல் கிடைத்ததாகச் சொல்லப்படுகிறது. 1.3.1976 முதல் விசா ரணை செய்ததாகவும் அன்றே திரு. ஜோசப் சாலி எனும் மாணவனைத் தெளிவான விசாரணைக்குட்படுத்தியதாகவும் தொடர்ந்து 3.3.1976இல் ‘மிசா’வின் கீழ் அவர் சிறையில டைக்கப்பட்டார் என்றும் சொல்கிறார். காயண்ண காவல் நிலையம் தாக்குதல் தொடர்பான சில முக்கிய எதிரிகள் ரகசியக் கூட்டங்கள் நடத்தவும், சம்பவத்திற்குப் பிறகு தலைமறைவான சில எதிரிகளுக்குத் தங்குவதற்கான

வசதிகளைச் செய்து கொடுத்ததாகத் தெரியவந்ததாகவும் சொல்லப்படுகிறது.

14. அசாதாரணமான நிலையிலுள்ள ஒரு வழக்கை நாங்கள் இங்கே எதிர்கொள்கிறோம். ஆள் கொணர்வு மனுவின் மீதான பிறப்பிக்கப்படுவதற்குக் கோரும் வழக்குகளாக இதற்கு முன் வந்தவைகளில் குறிப்பிடப்பட்டிருக்கும் கோரிக்கை விஷயம், ஒரு நபரைக் காவலில் வைத்துக்கொண்டிருக்கும் காவல்துறையின், மற்றவர்களின் உத்தரவின் சட்ட அடிப் படையும் நியாயம் குறித்தும் தீர்மானிப்பதற்காகவே நீதிமன்றத்தில் விண்ணப்பிக்கப்பட்டிருக்கும். வழக்கின் அடிப்படையான காவலில் வைக்கப்பட்டிருப்பது குறித்து உண்மை நிலையைத் தீர்மானிப்பதற்கான பணியை நீதிமன் றம் செய்யவேண்டியதாக எந்த வழக்கும் இதற்கு முன் நடைபெற்றதான ஒன்றை எங்களால் முன்மாதிரியாகக் கொள்ள இயலவில்லை. இதுபோன்ற ஒரு முன்மாதிரி எங்களின் கவனத்துக்குக் கொண்டுவரப்படவுமில்லை. ஆனால் இங்கே இப்படியான ஒரு அசாதாரணமான நிலை உருவாகியிருக்கிறது. தனிநபர் சுதந்திரத்தையும் நியாயமற்ற காவலிலிருந்து விடுதலை பெறும் உரிமையை யும் பாதுகாக்க வேண்டிய கடமை நீதிமன்றத்திற்கு இருக்கும்வரை காவலில் வைக்கப்பட்டிருப்பதைக் குறித்து மாற்றுக் கருத்து இருக்கிறது என்ற ஒரே காரணத்திற்காக எங்களின் அதிகாரத்தைப் பிரயோகிப்பதிலிருந்து விலகி நிற்க முடியாது. *முகம்மது ஹுசைன் எதிர் மனுதாரர். உ.பி. அரசு* என்ற வழக்கில் (ஏ.ஐ.ஆர் 1964 எஸ்.ஸி. 1625) உச்ச நீதிமன்றம் இப்படி அறிவித்தது. ஆள் கொணர்வு நட வடிக்கை விதிகளின் கீழ் உண்மைநிலை குறித்து விசாரணை செய்ய உத்தரவு பிறப்பிப்பதற்கு நீதிமன்றத்திற்கு உரிமை யில்லை என்று கருதுவது தவறானதாகும். தெளிவாகக் குறிப்பிட்டு விலக்கப்படாத எந்த நடவடிக்கை விதிகளை யும் நீதிமன்றம் எப்போதும் மேற்கொள்ளலாம். நீதிமன்றத் திற்குத் தேவைப்படும் பட்சத்தில்கூட தெளிவுபடுத்த உத்தரவு பிறப்பிப்பதற்கு நீதிமன்றத்தை எந்தச் சட்டமும் தடைசெய்ய வில்லை. அப்படியான எந்த விதிவிலக்குகளுமில்லாத சட்டம் எங்கள் கவனத்திற்குக் கொண்டுவரப்படவுமில்லை.

15. இந்தச் சந்தர்ப்பத்தில் நாங்கள் *ஜாகே ராம் எதிர் மனுதாரர் ஹம்ஸ்ராஜ்* (A.I.R.1972 S.C 1140) வழக்கின் அறிக்கையின்படி உச்ச நீதிமன்றத் தீர்மானத்தைக் கவனத்தில் கொள்வது உசிதமாக இருக்கும். கர்னாலில் சென்ட்ரல் இன்வெஸ்டி கேசன் ஏஜென்சி (சி.ஐ.ஏ) அதிகாரிகள், அநியாயமாகக் காவலில் வைத்திருந்த தன் மகன் பிரேம் பிரகாஷ் மீடாவை

நீதிமன்றத்தில் ஆஜர் செய்வதற்கு ஹம்ஸ்ராஜ் மீடா என்பவர் பதிவு செய்த ஆள் கொணர்வு மனுவின் மீதான நீதிமன்றத் தீர்ப்பில், பஞ்சாப் ஹரியானா உயர் நீதிமன்றம், தங்களின் நடைமுறைகளைக் குறித்து எழுதப்பட்ட சில அபிப்பிராயங்களை மாற்றிக்கொள்ளும் பொருட்டு இரண்டு போலீஸ் அதிகாரிகள் உச்ச நீதிமன்றத்தில் பதிவு செய்த அப்பீல்தான் அவ்வழக்கு. தன் மகன் பிரேம் பிரகாஷ் காவல்துறை அதிகாரிகளால் 5.5.1968இல் மாலை சுமார் 5.00 மணிக்கு வீட்டிலிருந்து பிடித்துக்கொண்டு போகப்பட்டு காவல்நிலையத்தில் வைத்துத் துன்புறுத்தப் பட்டு வருவதாகவும் அவரைக் கைது செய்ததற்கான சாட்சியங்களெதுவுமில்லை. ஆனால், கொடூரமான துன்பு றுத்தல்கள் அவன் மீது தொடர்ந்து நடந்து வருகிறது என்பது அந்தத் தகப்பனின் புகார். உயர் நீதிமன்றம் பிறப் பித்த உத்திரவின்படி கர்னால் சி.ஐ.ஏ. அலுவலகத்தைச் சோதனை செய்வதற்காக நீதிமன்றம் ஒரு ஆய்வாளரை நியமித்தது. இதன் மூலம் காவல்நிலையத்தில் அறைக் குள்ளே தரையில் விரிக்கப்பட்ட கோணிப்பை விரிப்பில் வீங்கிய கால்களுடன், தலையில் காயங்களுடன் கிடந்த பிரேம் பிரகாஷ் கண்டுபிடிக்கப்பட்டார். பிறகு அவர் நீதிமன்றப் பரிந்துரையின்படி மருத்துவப்பரிசோதனைக் குள்ளாக்கப்பட்டு 13.6.1968இல் நீதிமன்றத்தில் ஆஜர்படுத்தப் பட்டார். நீதிமன்றத்தில் வைத்து அவரிடமிருந்து வாக்கு மூலம் வாங்கப்பட்டது. எதிர் மனுதாரர்களின் வாக்கு மூலங்களும் சாட்சியங்களாக மாறின. இதன் அடிப்படை யில் பிரேம் பிரகாஷைப் போலீசார் துன்புறுத்தியது உண்மைதானென்றும் 1968 – மே மாதம் 10ஆம் தேதி வரையிலான அவரின் காவல் சட்டவிரோதமானது என்றும் உயர் நீதிமன்றம் முடிவு செய்தது. ஆனால் மே மாதம் 10ஆம் தேதி அவரை நீதிமன்ற ஹாலுக்குள் கொண்டு வருவதற்கான உத்தரவு பிறப்பிக்கப்பட்டிருந்த தால் ஆள் கொணர்வு மனுவின்மீது உத்தரவு பிறப்பிக்கப் படவில்லை என்றாலும் ஆள் கொணர்வு புகார்படி எதிர் மனுதாரர்களின் வாக்குமூலங்களில் சரியான உண்மைகள் சொல்லப்படவில்லை என்றும் அதில் உண்மைக்குப் புறம்பான விஷயங்களைத் தெரிந்தே உட்படுத்தியதாகவும் புகாரின் மீதான உத்தரவில் உயர் நீதிமன்றம் தெளிவுபடுத் தியது. எதிர்மனுதாரர்களுக்கெதிரான இந்த நீதிமன்ற முடிவு நீக்கம் செய்யப்பட வேண்டும் என்பதுதான் உச்ச நீதிமன்றத்தில் சமர்ப்பிக்கப்பட்ட அப்பீல். ஆனால் உயர் நீதிமன்ற முடிவுகள் தெளிவுடன் இருப்பதாகவும் ஆட்சேபத்துக் குரிய சில கருத்துகளைக் கவனமின்மையென்றோ, தேவை

யற்றதென்றோ, தகாததென்றோ, எளிமைப்படுத்தப்பட்ட தென உயர்வாகவோ சொல்லமுடியாது என்று உச்ச நீதி மன்றம் குறிப்பிடுவதற்கான வாய்ப்பாக அமைந்தது இந்த அப்பீல். தீர்ப்பின் ஏழாவது பத்தியில் மேலும் குறிப்பிடு வதாவது:

'இந்த நாட்டில் ஒரு தனிமனிதனை அநியாயமாகக் காவலில் வைத்திருப்பதாகக் குற்றம் சாட்டும் ஒரு ஆள் கொணர்வு மனு தாக்கல் செய்யப்படுகிறதெனில், நமது அரசியல் சட்டம் உறுதியளித்துள்ள மனித சுதந்திரம் பாதுகாக்கப்படு வதற்காக, உயர்ந்தவர், தாழ்ந்தவர் என யாரும் யார் மீதும் சட்டவிரோதமாகவோ, பலப்பிரயோகமாகவோ, சுய வெறுப்பு சார்ந்தோ மற்றும் அநியாயமான முறையிலோ சட்டத்தைப் பயன்படுத்த முடியாது என்ற நிலையை உறுதிப்படுத்திக் கொள்ளத் தேவையான நடவடிக்கைகளை உடனே மேற் கொள்ள வேண்டியது நீதிமன்றத்தின் கடமையாகும்.'

ஆள் கொணர்வு மனு சம்பந்தமான அவ்வழக்கு, உண்மையைக் கண்டறிவதில் ஈடுபட்டதை உச்ச நீதிமன்றம் அங்கீகரிக்க மறுக்கவில்லை என்பதைச் சுட்டிக்காட்டவே இதை இங்கே குறிப்பிடுகிறோம்.

16. திரு. ராஜனைக் காவல்துறை தங்கள் கஸ்டடியில் எடுத்திருந் தது என்ற வாதம் உண்மையா, பொய்யா என்று விசா ரணை மூலம் முடிவு செய்வதற்கான இவ்வழக்கின் நிலையைப் பற்றி ஆய்வு செய்ய நீதிமன்றம் முயற்சி செய்யக்கூடாது என்ற வாதத்தை நான் முன்னிறுத்தமாட் டேன் என்று சட்ட நிபுணர் அடிஷனல் அட்வகேட் ஜெனரல் திரு. டி.ஸி.என். மேனோன் குறிப்பிட்டுள்ளதால் நாங்கள் இந்த விஷயத்தை அதிகமாக மேலும் பரிசீலனை செய்ய வேண்டியதில்லை.

17. இந்த வழக்கில் நாங்கள் பரிசீலனைக்குட்படுத்த வேண்டிய மூன்று விஷயங்கள் இதுதான்:

(அ) திரு. ராஜனை 1.3.1976இல் காவல்துறை காவலில் எடுத்ததா இல்லையா?

(ஆ) ராஜன் இப்போது காவல்துறையின் பாதுகாப்பில் இருக்கிறாரா?

(இ) இந்த வழக்கில் சூழ்நிலைகளின் அடிப்படையில் எந்தவிதமான நியாயத்தை, யாருக்கெதிராக நீதிமன்றம் வழங்க வேண்டும்?

18. ராஜனைக் காவல்துறை தங்களின் கஸ்டடிக்குள் கொண்டு வந்தது என்பதற்குப் போதுமான சாட்சியங்கள் உள்ளன.

1977 – மார்ச் 26 வெள்ளிக்கிழமையன்று முதல் புகார் மனு இந்த நீதிமன்றத்தில் தாக்கல் செய்யப்பட்டது. சட்ட நிபுணர் அட்வகேட் ஜெனரல் எதிர்மனுதாரர்களுக்கான நோட்டீஸைக் கைப்பற்றினார். மனுவை ஏற்றுக் கொள்ளாமலிருப்பதற்குக் காரணம் சொல்வதற்காக வழக்கு 30.3.1977 தேதிக்கு மாற்றி வைக்கப்பட்டது. அன்றைய தினமே மாண்புமிகு முதல்வர் திரு.கே.கருணாகரனையும் கோழிக்கோடு மாவட்ட காவல்துறைக் கண்காணிப்பாளரையும் வழக்கில் கூட்டு எதிர்மனுதாரர்களாகச் சேர்த்துக் கொள்ள மனுதாரர் விண்ணப்பித்தார். சட்ட நிபுணர் அடிஷனல் அட்வகேட் ஜெனரல் இந்த விண்ணப்பத்தின் மீதான நோட்டீஸைக் கைப்பற்றினார்; விண்ணப்பம் 30.3.1977இல் ஏற்றுக்கொள்ளப்பட்டது; 4.4.1977இல் எதிர் மனுதாரர்கள் வாக்குமூலம் அளித்தார்கள்; வழக்குக் குறித்த விசாரணை 6.4.1977ஆம் தேதிக்கு மாற்றி வைக்கப் பட்டது; 6.4.1977 அன்று மீண்டும் மனுதாரரின் வாக்குமூலம் பதிவு செய்யப்பட்டது. அத்துடன் திரு.ராஜனைக் காவல் துறை கைது செய்தது எனும் மனுதாரரின் தரப்பை உறுதிப்படுத்தும் பன்னிரண்டு நபர்களின் வாக்குமூலங் களும் பதிவு செய்யப்பட்டன. இந்த வாக்குமூலங்கள் மறுவாக்குமூலத்துடன் பதிவு செய்ததையும், மனுதாரர் 10.3.1976இல் அன்றைய உள்துறையமைச்சர் திரு.கருணா கரனைச் சந்தித்ததான உண்மை 30.3.1977இல் பதிவு செய்த வழக்கில் எதிரியாகச் சேர்ப்பதற்கான விண்ணப்பத்தில் மட்டுமே தெரியப்படுத்தியதற்கான காரணம்: இதற்கு முன் யாருமே மனுதாரரிடம் அவருடைய மகன் ராஜன் காவல்துறையின் பாதுகாவலில் இல்லை என்று சொல்லி யிருக்கவில்லையென்றும் ஆகவே அவர் நீதிமன்றத்தை அணுகும்போது இந்த விஷயம் வழக்கில் விவாதத்திற்குரிய தாக மாறும் என்பதும் அவரால் முன்னரே அனுமானிக்க இயலவில்லை என்பது மனுதாரரின் வழக்கறிஞரான திரு.ஈஸ்வரய்யர் அளித்துள்ள விளக்கம். மனுதாரர் இந்த நீதிமன்றத்தில் மனுதாக்கல் செய்த மறுநாள், முன்னாள் உள்துறையமைச்சராக இருந்த கேரள முதல்வர் திரு.கே.கருணா கரன், திரு.ராஜனைக் காவல்துறை ஒருபோதும் கைது செய்யவில்லை என்று சட்டப்பேரவையில் பேசி, அந்தச் செய்தி எல்லாத் தினப்பத்திரிகைகளிலும் பிரசுரமானதாக மனுதாரரின் வக்கீல் தெரிவித்தார். ஆகவே, திரு.ராஜன் காவலில் எடுக்கப்பட்டாரா என்பது அப்போதுதான் விவாத விஷயமானது என்றும், அதனால்தான் 10.3.1976இல் மனுதாரர் முதல்வரைச் சந்தித்த விஷயம் 1977 – மார்ச் 30இல் அளித்த மனுவில் மட்டுமே சேர்க்கப்பட்டது

ஒரு தந்தையின் நினைவுக்குறிப்புகள் ❖ 131

என்பதுவும் வழக்கு விசாரணையின்போது தெளிவுபடுத்தப் பட்டது. 30.3.1977இல் மனுதாரர், கோழிக்கோடு ரீஜனல் என்ஜினீயரிங் கல்லூரி முதல்வரை ஒரு சாட்சியாக விசாரணை செய்ய அனுமதிகோரி மற்றொரு மனுவை நீதிமன்றத்தில் சமர்ப்பித்தார். அதையேற்று இந்த வழக்கின் விவாத விஷயமான ராஜனின் கைதைத் தெளிவுபடுத்தும் சாட்சியாகக் கல்லூரி முதல்வரை விசாரணை செய்ய நீதிமன்றம் உத்தரவு பிறப்பித்தது. தேவையான எல்லா ஆதாரங்களுடனும் 1977 ஏப்ரல் 5 அன்று ஆஜராகும்படி சம்மனைச் சேர்ப்பிக்க இயலாதபட்சத்தில் 1977 எப்ரல் 6இல் இந்த நீதிமன்றத்தில் ஆஜராக அவர் கேட்டுக் கொள்ளப்பட்டார். முதலில் குறிப்பிட்ட நாளில் சம்மனைச் சேர்ப்பிக்க இயலாத காரணத்தால் ஏப்ரல் 5 அன்று வழக்கு விசாரணைக்கு எடுத்துக்கொள்ளப்பட்டபோது கல்லூரி முதல்வர் நீதிமன்றத்தில் ஆஜராகவில்லை. மறு நாள்; அதாவது 6.4.1977 அன்று வாக்குமூலம் சமர்ப்பித் திருந்த பன்னிரண்டு சாட்சிகளை மனுதாரரின் வழக்கறி ஞர் குறுக்கு விசாரணைக்கு ஆஜர்படுத்தினார். 6.4.1977இல் வழக்கு விசாரணைக்கு வந்தபோது சம்மன் பெற்றுக் கொண்டதன்படி ரீஜனல் என்ஜினீயரிங் கல்லூரி முதல்வர் பேராசிரியர் வகாபுதீன் நீதிமன்றத்தில் ஆஜராகி விசாரணை செய்யப்பட்டார். சாட்சிகளாக வாக்குமூலம் அளித்திருந்தவர்களில் ஒன்பதுபேர்களைக் குறுக்கு விசார ணைக்கு மனுதாரர் உட்படுத்தினார். அடிஷனல் அட்வகேட் ஜெனரல் அதற்கான கால அவகாசம் கோரியதற்கேற்ப நீதிமன்றத்தின் கோடைகால விடுமுறை விடும் ஏப்ரல் 7இல் வழக்கின் விசாரணை முடியவில்லையென்றால் 11.4.1977 அன்று மீண்டும் விசாரணை தொடரும் என்ற தெளிவான புரிதல்களின் அடிப்படையில் சாட்சி விசா ரணை மாற்றி வைக்கப்பட்டது. வாக்குமூலம் அளித்திருந்த சாட்சிகளில் பத்துப் பேரை மனுதாரரின் வழக்கறிஞர் 7.4.1977இல் ஆஜர்படுத்தினார். அன்று எதிர் மனுதாரர் களின் வழக்கறிஞர் அவர்களைக் குறுக்கு விசாரணை செய்தார். அவர்கள் இந்த வழக்கில் பி.டபுள்யூ 2 முதல் 11 வரையாகும் தன் வாக்குமூலம் உண்மை என்று சத்தியம் செய்த மனுதாரர் குறுக்கு விசாரணை செய்யப்பட்டார். அவரின் வாக்குமூலம் சம்பந்தமாக எதிர்மனுதாரர்களின் வழக்கறிஞர் அவரைக் குறுக்கு விசாரணை செய்வதற்குத் திரு.ஈஸ்வரய்யர் ஆஜர்படுத்தினார். ஆனால் மனுதாரரை அவரின் வாக்குமூலத்தின் அடிப்படையில் குறுக்கு விசாரணை செய்ய தான் விரும்பவில்லையென்று சட்ட நிபுணர் அடிஷனல் அட்வகேட் ஜெனரல் குறிப்பிட்டார்.

இந்த வழக்கின் எதிர்மனுதாரர்கள் குறுக்கு விசாரணைக்கு ஒப்புக்கொண்டால் அவர்களை விசாரணை செய்யத் தான் தயாராக இருப்பதாக மனுதாரரின் வழக்கறிஞர் தெரிவித்திருந்த போதும் அவர்களைக் குறுக்கு விசாரணை செய்ய ஆஜர்படுத்தப் போவதில்லை என்று சட்ட நிபுணர் அடிஷனல் அட்வகேட் ஜெனரல் அறிவித்தார். இந்தச் சூழ்நிலையில் விசாரணை முடிவு பெற்று வழக்கு 11.4.1977இல் மீண்டும் விவாதத்திற்கு வந்தது.

19. என்ஜினீயரிங் கல்லூரியின் சில மாணவர்கள் நக்ஸலைட் செயல்பாடுகளில் ஈடுபடுவதாக 29.2.1976இல் தகவல் கிடைத்ததைத் தொடர்ந்து 1.3.1976 முதல் அந்தக் கல்லூரி மாணவர்களிடையே விசாரணை மேற்கொண்டதாகக் கோழிக்கோடு மாவட்டக் காவல்துறை கண்காணிப்பாள ரின் எதிர் வாக்குமூலத்திலிருந்து தெரிகிறது. ஜோசப் சாலி என்ற மாணவரை 1.3.1976 அன்று விசாரணை செய்ததாகவும் தொடர்ந்து அவரை 'மிசா' சட்டத்தின்படி 8.3.1976 அன்று சிறையிலடைத்ததாகவும் சொல்லப்படுவது மறுக்க முடியாத உண்மை. இங்கே சொல்லப்பட்ட விஷயங்களிலிருந்து தெளிவுபடுத்தப்பட்ட மனுதாரரின் வழக்கு இதுதான்: 1.3.1976 அன்று அதிகாலையில் சுமார் 4.30 மணிக்குச் சில காவலர்கள் ரீஜனல் என்ஜினீயரிங் கல்லூரியின் விடுதிக் கட்டடத்திற்குள் புகுந்தார்கள்; அவர்கள் ஜோசப் சாலியையும் ராஜனையும் பிடிப்பதற் காக விடுதி அறைகளுக்குள் தேடியலைந்தார்கள்; இது விடுதிக்குள் கொந்தளிப்பை உருவாக்கியது; காலை 6.00 அல்லது 6.30 மணி அளவில் ஜோசப் சாலியை விடுதியி லிருந்து பிடித்து, ஒரு வேனில் கொண்டு சென்றார்கள்; ராஜனும் அதே வேனில் வெளியே கொண்டு போகப்பட் டார்; அந்த விடுதியில் அப்போது ராஜன் 'டி' பகுதியிலும் சாலி 'இ' பகுதியிலும் தங்கியிருந்தார்கள்; மேலே குறிப் பிட்டபடி அவர்கள் கோழிப் பண்ணையையொட்டிய லாட்ஜுக்கு வேனில் கொண்டு போகப்பட்டார்கள். இரண்டு மாணவர்களையும் லாட்ஜுக்குள் கொண்டு சென்றார்கள்; லாட்ஜுக்குள் அலறல் சத்தம் கேட்டது; சிறிது நேரத்திற்குப் பிறகு லாட்ஜிலிருந்து இருவரும் வெளியே கொண்டு செல்லப்பட்டார்கள்; தொடர்ந்து ராஜனை ஒரு வேனில் எங்கேயோ கொண்டு போனார்கள்; ராஜன் ஸ்டேட் பாங்க் அருகில் வேனுக்குள் இருந்திருக் கிறார்; பிறகு சாத்தமங்கலத்தில் வைத்து ராஜனை அதே வேனுக்குள் பார்த்திருக்கிறார்கள்; ராஜன் கக்கயம் டூரிஸ்ட் பங்களாவிற்குக் கொண்டு போகப்பட்டார்; அது விசா

ரணை செய்யப்படுவதற்காகத்தான் என்பது தெளிவான விஷயம்; ஒரு போலீஸ் இன்ஸ்பெக்டர் உட்பட ஆறு காவலர்களால் துன்புறுத்தப்பட்ட ராஜன் அங்கே ஒரு பெஞ்சில் கிடப்பதைப் பார்த்திருக்கிறார்கள்; சுயநினைவற்ற நிலையில் அவனை அங்கிருந்து எடுத்து எங்கேயோ கொண்டு போயிருக்கிறார்கள். அன்று நெருக்கடிநிலை அமலில் இருந்ததால் மனுதாரருக்குச் சட்ட விரோதமான இந்தக் கைதிலிருந்து தன் மகனை விடுவித்து ஆஜர்படுத்தக் கோரி நீதிமன்றத்தை அணுக இயலவில்லை. ஆகவே தன் மகனைக் குறித்த விவரத்தைத் தெரிந்துகொள்வதற் காகத் தன்னால் இயன்றளவு மாநில அரசிடமும் மத்திய அரசின் அதிகாரிகளிடமும் தொடர்ந்து வேண்டுகோள் விடுத்துக்கொண்டிருந்தார். ஆனால், எந்த விவரமும் அவருக்குக் கிடைக்கவில்லை. அன்றைய உள்துறையமைச் சர் திரு. கருணாகரனை 10.3.1976இல் நேரில் சந்தித்து, தன்னந்தனியனாகத் தான் நின்று போராட நேர்ந்த நிலைமைகளைத் தெரிவித்ததாகவும் பரிசீலனை செய்வதாக உள்துறையமைச்சர் உறுதியளித்ததாகவும் அதற்குப் பிறகும் எந்தப் பலனுமில்லையென்பதையும் தெளிவுபடுத்த மனு தாரர் முயற்சி செய்கிறார். அன்றைய முதல்வர் திரு. அச்சுத மேனோனைத் தான் பலமுறை சந்தித்ததாகவும் இது உள்துறையமைச்சரின் பொறுப்பு தொடர்பான விஷயம் என்பதால், தான் எதுவும் செய்ய இயலாதவனாக உள்ளேன் என்று கடைசியில் அவர் தெரிவித்ததாகவும் மனுதாரர் குறிப்பிட்டுள்ளார். இந்த விஷயம் பொதுமக்களின் கவ னத்துக்குட்பட்டதாக மாறிய சூழ்நிலையைப் புரிந்து கொண்ட திரு. கருணாகரன் நடந்து முடிந்த தேர்தலின் போது தன்னுடைய தொகுதியிலும் மற்ற இடங்களிலும் பல பொதுக்கூட்டங்களில் இதைப் பற்றிப் பேச வேண்டிய தாயிற்று என்று சொல்கிறார். சுருக்கமாக இந்த வழக்கில் அவர் சொல்ல வரும் விஷயங்கள் இவைதான்.

20. ராஜனையும் ஜோசப் சாலியையும் கைது செய்ததாக 1.3.1976 அன்று காலை 7.00 மணிக்கு ஆக்டிங் சீஃப் வார்டன் கல்லூரி முதல்வருக்குத் தெரிவித்தார் என்பதனை உறுதிபடுத்திக்கொள்வதற்காகவே ரீஜனல் என்ஜினீயரிங் கல்லூரி முதல்வர் பேராசிரியர் வகாபுதீன் விசாரணை செய்யப்பட்டார். அன்றைய தினம் 9.00 மணிக்கு எழுத்து பூர்வமாகவும் அவருக்குத் தகவல் தெரிவித்ததாகச் சொல்லப் படுகிறது. தொடர்ந்து திரு. வகாபுதீன் இரண்டு மாணவர் களின் தகப்பன்களுக்கும் அன்று காலையில் மாணவர் களைக் காவல்துறையினர் கைது செய்திருப்பது குறித்து

உடனே பதிவுத் தபால் மூலம் தகவல் சொல்லியிருக்கிறார். இது தொடர்பான ஆதாரங்களை ஆஜர்படுத்த திரு.வகாபுதீன் கேட்டுக்கொள்ளப்பட்டார். அதனை ஏற்று ஆதாரங்கள் ஆஜர் செய்யப்பட்டன. திரு.வகாபுதீனின் சாட்சியத்தை நம்ப முடியாது என்று நீதிமன்றத்தில் தெரிவிக்கப்படவில்லை. மாறாக, அவர் நேரடியாகக் கண்ட விஷயங்களைத்தான் நம்ப முடியுமே தவிர அவர் கேள்விப்பட்டவற்றை அடிப்படையாகக்கொண்டு அவர் சொன்னவற்றை உண்மை என்று அங்கீகரிக்கக்கூடாது என்று விசாரணையின் போது அடிஷனல் அட்வகேட் ஜெனரல் உறுதியாகத் தெரிவித்தார். அது ஏற்றுக்கொள்ளப்படவேண்டியதுதான். பேராசிரியர் வகாபுதீன், 1.3.1976 காலை ஏழுமணிக்குத் தனக்குத் தகவல் கிடைத்ததென்றும் அன்று காலையில் காவலர்கள் விடுதிக்குள் நுழைந்தார்களென்றும் திரு.ராஜனைக் கைது செய்தார்களென்றும் சாட்சியமளித்திருக்கிறார். ராஜனின் கைதையோ, அவரைக் காவல்துறை தங்களின் கட்டுப்பாட்டுக்குள் எடுத்ததையோ அவர் நேரில் பார்த்த சாட்சியல்ல. அப்படி சாட்சியம் கூற அவர் முயற்சி செய்யவில்லை. அப்படி சாட்சியமளிக்க அவர் நினைக்கவுமில்லை. பிரதிவாதிகளுக்கெதிராகவும் மனுதாரருக்கு அனுகூலமாகவும் சாட்சியமளிக்கப் பேராசிரியர் வகாபுதீனுக்கு ஏதாவது குறிப்பிட்ட காரணங்கள் இருக்கக்கூடும் என்ற வாதமும் இங்கே முன்வைக்கப்படவில்லை. அவர் இந்த வழக்கில் எந்தச் சார்புமில்லாத உண்மையான ஒரு சாட்சி என்பது தெளிவான விஷயம். மாணவர் ராஜனைக் கல்லூரி வளாகத்திலிருந்து 1.3.1976 காலை 6.30 மணிக்கு ஒரு வேனில் ஏற்றிக் கொண்டுபோனதாகச் சொன்னார்கள் என்பதுதான் திரு.வகாபுதீனின் சாட்சி மொழி. அதைத் தொடர்ந்து காலை 7.00 மணிக்கு ஆக்டிங் சீஃப் வார்டன் இந்தத் தகவலை அவருக்குத் தெரிவித்தார் என்ற உண்மை தெளிவாகத் தெரிகிறது. இரண்டு மாணவர்களும் விடுதியில் தங்கியிருப்பவர்களென்பதால் கல்லூரி முதல்வர் உடனே குந்தயங்கலம் காவல் நிலையத்தைத் தொடர்புகொண்டதாகத் தெரிய வருகிறது. தாங்கள் யாரையும் கைது செய்யவில்லை; தங்களுக்கு இதைப்பற்றி எதுவும் தெரியாது என்று அவர்கள் பதில் சொன்னார்கள். கோழிக்கோடு மாவட்டக் காவல்துறைக் கண்காணிப்பாளரைத் தொலைபேசியில் தொடர்புகொள்ள முயன்றிருக்கிறார். ஆனால் முடியவில்லை. அவர் விடுதிக்குச் சென்றபோது மாணவர்கள் ஒன்றுசேர்ந்து அவரிடம் மேற்கண்ட இரண்டு மாணவர்களைக் காவல்துறை கைது செய்து காவலில் எடுத்ததாகச்

சொன்னார்கள். அவர் அன்றைய தினமே அந்த மாணவர்களின் பெற்றோர்களுக்குக் கடிதம் எழுதி அதைப் பதிவுத் தபால் மூலம் அனுப்பி வைத்தார். ராஜனைக் குறித்து தொடர்ந்து நடந்த தேடுதல்களின் ஒரு பகுதியாக இப்போது இந்தியாவிற்கு வெளியே சென்றுள்ள திரு. அப்துல் காஃபர் என்பவரைக் கல்லூரி முதல்வர் தன் பிரதிநிதியாகக் காவல்துறை அதிகாரிகளைச் சந்திக்க அனுப்பி வைத்தார். ஈச்சரவாரியருக்கும் போள்சாலிக்கும் அனுப்பிய கடிதங்களின் நகல்கள் Exh. P.1 என்று பதிவு செய்யப்பட்ட Exh. P.1 (A) ஆகும். இந்தக் கடிதங்கள் அனுப்பிய விவரங்கள் தஸ்தாவேஜில் Exh. P.1 (B) என்று அடையாளப்படுத்தியுள்ள ஸ்லிப்பில் குறிப்பிடப்பட்டுள்ளன. இந்த இரண்டு மாணவர்களின் கைது நடவடிக்கையைக் குறித்துத் தனக்குக் கிடைத்த தகவலும், மற்றவர்கள் தன்னிடம் தெரிவித்தது மல்லாது தான் நேரடியாகப் பார்த்ததல்ல என்பதைக் குறுக்கு விசாரணையின்போது சாட்சி ஒப்புக்கொண்டிருக்கிறார். கல்லூரியில் 1975, 76இல் (இறுதியாண்டு) ஏழாவது செமஸ்டர் வகுப்பின் பதிவுப்புத்தகம் Exh. P.2 என்று அடையாளப்படுத்தியதாகும். 1.3.1976 முதல் ராஜன் வகுப்பில் ஆஜராகவில்லை என்பது வருகைப் பதிவேடு மூலம் தெரியவருகிறது.

21. இந்த வழக்கில் ஆதாரங்களை உறுதி செய்வதற்கு பி.டபுள்யூ 1-ன் வாக்குமூலம் ஏற்றுக்கொள்ளும்படியான சூழலை உருவாக்குவதாக எங்களுக்குத் தோன்றுகிறது. ஏனென்றால், திரு. ராஜனின் கைது ஒரு கட்டுக் கதை, இழிவான ஏதோ ஒரு நோக்கத்தை நிறைவேற்றுவதற்காகக் கற்பனை செய்யப்பட்ட பிற்போக்கான ஒன்று எனச் சொல்லிவிட முடியாது. இறுதியாண்டு மாணவனான ராஜன் 1.3.1976லிருந்து வகுப்பில் ஆஜராகவில்லையென்றும் அவரின் தந்தை தன் மகனின் தற்போதைய நிலையைக் குறித்த தகவலைத் தெரிந்துகொள்வதற்காக மண்ணையும் விண்ணையும் புரட்டிப் பார்க்கிறார் என்றும் இந்த வழக்கில் மிகத் தெளிவாகவே தெரிகிறது. 29.2.1976இல் நக்ஸலைட் செயல்பாடுகளில் கோழிக்கோடு ரீஜனல் என்ஜினீயரிங் கல்லூரி மாணவர்கள் சிலர் ஈடுபட்டிருந்தது தங்களுக்குத் தெரியவந்ததாகக் காவல்துறையினரே ஒப்புக்கொண்டிருக்கிறார்கள். நக்ஸலைட் எனச் சந்தேகிக்கப்படும் சிலருக்கு ராஜன் அபயமளித்ததாகத் தெரிந்து நாங்கள் பெருமுயற்சி யெடுத்தும் ராஜனைக் கண்டுபிடிக்க முடியவில்லையென்று Exh.R.1 என அடையாளமிட்ட ஐந்தாம் எதிர்மனுதாரரின் அறிக்கையில் சொல்லப்பட்டிருக்கிறது. 1.3.1976இல் ராஜன்

விடுதியில் இல்லை என்று சொல்லப்படவில்லை. கைது செய்யப்படுவதற்குச் சற்று முன் ராஜன் பல்கலைக்கழக, 'பி' மண்டல கலைநிகழ்ச்சியில் பங்கு வகித்த பிறகு விடுதிக்குத் திரும்பி வந்து சேர்ந்தார் என்பதற்கான சாட்சியங்கள் உள்ளன. 1.3.1976இல் மற்றொரு மாணவரான ஜோசப் சாலியை விசாரணை செய்வதற்காகவாவது காவல்துறையினர் ரீஜனல் என்ஜினீயரிங் கல்லூரிக்கு வந்தார்களென்பதுதான் உண்மை. அன்று காலை 7.00 மணிக்கு ஆக்டிங் சீஃப் வார்டனான திரு. ராமகிருஷ்ணன் மூலம் ராஜன் கைது செய்யப்பட்டதைப் பற்றிக் கல்லூரி முதல்வருக்குத் தகவல் கிடைத்தது. ராஜனைக் காவல்துறை கைது செய்ததென்ற கட்டுக்கதை அப்போதுதான் உருவாக்கப்பட்டதாகவும் மாணவர்கள் கூட்டமாகச் சேர்ந்து அந்தக் காலை நேரத்தில் உருவாக்கியெடுத்த இந்தக் கதையைச் சொல்லிக்கொள்ளக் கல்லூரி முதல்வரைப் பார்த்ததாகவும் சொல்வதை நம்புவதில் சிரமமிருக்கிறது.

22. சாட்சிகளில் யாரும் மனுதாரர் தரப்பால் விசாரணை செய்யப்படவில்லை. ஏனென்றால் அவர்கள் தங்களுடைய வாக்குமூலங்களில் உண்மைகளையே சொல்லியிருப்பதால் அதையே சாட்சியமாக ஏற்றுக்கொள்ளலாமென்றும் எதிர் மனுதார் தரப்பில் அவர்களை விசாரிக்க விரும்பினால் அப்படியே செய்யலாமென்றும் மனுதாரரின் வழக்கறிஞர் குறிப்பிட்டிருந்தார். ஆகவே, சாட்சிகளின் வாக்குமூலங்களில் சொல்லப்பட்டிருப்பவற்றைக் குறித்துத் தெரிந்து கொள்ளக் குறுக்கு விசாரணை நடத்தப்பட்டது. இந்த சாட்சிகள் பலவேறு கால அளவுகளிலுள்ள நிகழ்வுகளைக் குறித்து சாட்சியமளித்தார்கள். P.W 2 ரீஜனல் என்ஜினீயரிங் கல்லூரியின் ஒரு இறுதியாண்டு மாணவராகும்; இந்த வழக்கின் முக்கியமான நேரத்தில் அங்கே விடுதியில் தங்கியிருந்தவர் அவர். P.W 3 நாராயணன் நாயர் என்பவர் 29.2.1976 இரவு 10.00 மணி முதல் 1.3.1976 காலை 6.00 மணி வரை பணியிலிருந்த விடுதிக் காவலராவார். காவல் துறையினர் ஒரு குழுவாகக் கல்லூரிக்கு வந்து ராஜனைப் பற்றி விசாரணை செய்யத் தொடங்கினார்கள் என்று வழக்கு விசாரணையில் இவர்கள் இருவரும் சாட்சியமளித்தார்கள். P.W 2, காவல்துறையினர் ராஜனையும் சாலியையும் குறித்துக் கேட்டதாகவும் P.W 3 அவர்கள் விடுதியில் 'டி' பகுதியில் 144 இலக்கமிட்ட அறையில் தங்கியிருக்கும் பி.ராஜனைத் தேடியதாகவும் சாட்சியமளித்தனர். இந்த விஷயத்தை, தான் விடுதியின் செயலாளர் பிரகாசுக்கும் ஆக்டிங் சீஃப் வார்டன் திரு. ராமகிருஷ்ணனுக்கும் தெரி

வித்ததாக P.W 3 உறுதிபடச் சொல்கிறார். சம்பவங்களின் தொடர்ச்சியாக அடுத்தது P.W 5ஐக் குறிப்பிட வேண்டும். இவர், அன்று காலையில் விடுதியில் பணிக்குச் சென்ற போது ராஜனை ஒரு சர்க்கிள் இன்ஸ்பெக்டரும் சில கான்ஸ்டபிள்களும் சேர்ந்து காவல்துறையின் டெம்போ வேனுக்குக் கொண்டு போவதைப் பார்த்தவர் P.W 4, கல்லூரியில் வேலை பார்க்கும் பாலசுப்ரமணியம் என்ற பகுதி நேரத் துப்புரவுத் தொழிலாளி. 1.3.1976 அன்று பணியிலிருந்த அவர் அன்று காலை 6.30 மணியளவில் கல்லூரிக்கு வந்தபோது விடுதியின் 'டி' பகுதியின் முன் புறம் இரண்டு வேன்கள் நிற்பதைக் கண்டார். அதையடுத்து குற்றவியல் பிரிவின் புலனாய்வு ஆய்வாளர் திரு. ஸ்ரீதரன், காவலர் ராகவன் நாயர், குற்றவியல் பிரிவின் வாகன ஓட்டுனர் ஆகியவர்களையும் கண்டார். அவர்கள் வேனின் அருகில் நின்றுகொண்டிருந்தார்கள். அந்த வேன்களில் ஒன்றில் ராஜனையும் சாலியையும் பார்த்ததாகவும் அவர் சொல்கிறார். அந்த மாணவர்களுடனும் சில காவலர்களுடனும் அந்த வேன் அடுத்துள்ள ஒரு லாட்ஜுக்குச் சென்ற தாகவும் வேன் லாட்ஜின் அருகே நிறுத்தப்பட்டதாகவும் சொல்கிறார். மாணவர்களை லாட்ஜுக்குள் கொண்டு போனார்கள், லாட்ஜுக்குள்ளிருந்து அலறல் சத்தம் கேட்டதாகவும் சுமார் பதினைந்து நிமிடத்திற்குப் பிறகு இரண்டு பேரும் வெளியே கொண்டு வரப்பட்டதாகவும் சொல்கிறார். அடுத்ததாக அந்த வேன் கல்லூரி இருக்கும் ஏரியாவிலுள்ள ஸ்டேட் பாங்க் கிளையின் எதிர் ஓரத்தில் நிறுத்தப்பட்டிருந்ததையும் பார்த்திருக்கிறார். கல்லூரியின் முழுநேரத் துப்புரவுத் தொழிலாளியான P.W 6, ஸ்டேட் பாங்க் கிளையின் அடுத்துள்ள லாட்ஜின் அருகில் வேன் நிறுத்தப்பட்டிருந்ததைப் பார்த்திருக்கிறார். அப்போது அந்த வேனுக்குள் காவலர்களுக்கு நடுவில் ராஜன் மட்டுமே அமர்ந்திருக்கிறார். சாப்பாடு விடுதியின் ஊழியர் கோரு எனும் P.W 7, கல்லூரிப் பகுதியிலுள்ள ஸ்டேட் பாங்க் கிளையின் முன்பு வேன் நிற்பதைக் கண்டதாக சாட்சி யமளித்தார். அப்போது வேனுக்குள் ராஜன் மட்டுமே அமர்ந்திருந்தார். P.W 7ஐ 1976இல் கிரைம் 19 தொடர்பாக 1.3.1976 இரவு சுமார் 9.30 மணிக்கு அவருடைய வீட்டிலிருந்து கைது செய்து குந்தமங்கலம் காவல் நிலையத்துக்கும் அங்கிருந்து கக்கயத்தில் ஒரு காவல் முகாமுக்கும் கொண்டுபோன காவலர்கள் அவரை அந்த முகாமில் 12 நாட்கள் வைத்திருந்துவிட்டு பிறகு சேவாயூரில் மாலூர் குன்னத்துக்குக் கொண்டுபோய் அங்கிருந்து கண்ணூர் மத்தியச் சிறையில் அடைத்து அங்கே 24.3.1977

வரை கைதியாக வைத்திருந்ததை இங்கே தனியாகக் குறிப்பிட வேண்டும். நான் கக்கயம் முகாமிலிருந்தபோது அங்கே வைத்து ஜோசப் சாலியைக் கண்டதாக அவர் சாட்சியமளித்துள்ளார். அந்த வேன் சென்றபோது சுரேந்திரன் என்ற P.W 8, சாத்தமங்கலத்தையடுத்து ஒரு இடத்தில் வைத்து அந்த வேனைப் பார்த்தார். அவருக்கு ராஜனை ஏற்கனவே தெரியும். வேன் ஒரு கள்ளுக்கடையின் அருகில் நின்றது. வேனுக்குள் காவலர்களுடன் ராஜன் இருப்பதை அவர் பார்த்துள்ளார். அதன் பிறகு ராஜனுக்கு என்ன நடந்தது என்பதைப் பற்றி சாட்சிய மளிக்க P.W 9 சாட்சியம் இருக்கிறது. P.W 9, தட்டச்சுப் பயிலகம் நடத்தும் ராஜன் என்பவர் ஆவார். அவர் ஏற்கனவே 28.2.1976இல் குற்றவியல் பிரிவினரால் கைது செய்யப்பட்டவர். அந்தக் கைது சம்பவம் தனக்கு நக்ஸலைட் இயக்கத்துடன் தொடர்பிருந்தது எனும் தவறான அனுமானத்தின் அடிப்படையில் நடந்ததாகக் கூறுகிறார். காவல்துறையின் குற்றவியல் பிரிவு அவரைக் கைது செய்து விசாரணை செய்து, மறுநாள் ஹோட்டல் மகாராணியின் ஒரு அறைக்குக் கொண்டு சென்றார்கள். பிறகு அங்கிருந்து 2.3.1976 அன்று கக்கயம் டூரிஸ்ட் பங்களா விற்குக் கொண்டு போகப்பட்டு அங்கு ஒரு அறைக்குள் இழுத்துக்கொண்டு போனார்கள். அங்கிருந்தபோது ஆறு காவலர்கள் சேர்ந்து ராஜனைத் துன்புறுத்துவதைப் பார்த்தார். அவர்களில் ஒருவர் இன்ஸ்பெக்டர் புலிக்கோடன் நாராயணன் என்பது அவருக்குத் தெரிந்திருந்தது. சிறிது நேரத்திற்குப் பிறகு ராஜன் மயக்கமடைந்தார். அப்போது அந்தக் காவலர்கள் அவரை அங்கிருந்து தூக்கிச் சென்றார்கள். அப்போது டூரிஸ்ட் பங்களாவில் மாவட்டக் காவல் துறைக் கண்காணிப்பாளரும் மற்றும் சில காவலர்களுமிருந்தார்கள் என்ற உண்மையை அவர் சாட்சியம் மூலம் தெரிவித்தார். சுருக்கமாக இந்த சாட்சிகள் பதிவு செய்த வாக்குமூலங்களிலிருந்து நாங்கள் தெளிவுபடுத்த நினைப்பதுவும் இதுதான் என்பதைச் சொல்ல விரும்புகிறோம். நாங்கள் இதை எடுத்துச் சொல்வதற்கான காரணம் இது குறுக்கு விசாரணை மூலம் தெரியவந்த உண்மைகளல்ல என்பதைக் குறிப்பிடுவதற்காகவே.

23. கல்லூரி விடுதியின் பகுதிநேரத் துப்புரவுத் தொழிலாளியான P.W 4, காவல்துறையினரை, தான் மஃப்டியில் பார்த்ததாகவும் தனக்கு அவர்களை அடையாளங்காட்ட இயலுமென்றும் சாட்சியமளித்திருந்தாலும் காவல்துறைக்கெதிராக சாட்சியளித்தால் தனக்கு ஏதாவது ஆகிவிடும்

என்று பயப்படுவதால் குறுக்கு விசாரணையின்போது இதைப்பற்றி அதிகமாகச் சொல்ல விரும்பவில்லை. அவர் நீதிமன்றத்தின் பாதுகாப்பைக் கோரினார். இந்த வழக்கில் சாட்சியமளித்தவர்களுக்குப் பயப்படும்படி எதுவும் நடக்காது என்று அடிஷனல் அட்வகேட் ஜெனரல் நீதிமன்றத்திற்கு உறுதியளித்துள்ளார். குற்றவியல் பிரிவு விசாரணை செய்த ஒரு வழக்கில், தான் சாட்சியாக இருந்ததாக P.W 4 சொல்லியிருப்பதால் குறிப்பாக, அவருக்குக் காவல்துறையினரின் பெயரைக் குறிப்பிட்டுச் சொல்ல முடியும்தான். ஆயுதம் ஒன்றினைக் கண்டுபிடிப்பதற்கு அவர் சாட்சியாக இருந்தார். ஆகவே அவர் நீதிமன்றத்திற்கு வரவழைக்கப்பட்டார். சாட்சியமளிப்பதற்காக அவர் காவல்துறை வேனில் நீதிமன்றத்திற்குக் கொண்டு வரப்பட்டார். காவலர் ராகவன் நாயரையும் குற்றவியல் பிரிவின் வாகன ஓட்டுனரையும் அவருக்குத் தெரியும். அவருடைய வீட்டினருகில் வைத்து நடந்ததும் அவர் சாட்சியாக இருந்ததுமான அந்த வழக்கை விசாரிக்கச் சென்றவர் (இந்த வழக்கில் உட்பட்ட) காவல்துறையின் இதே உதவி ஆய்வாளர்தான். இந்த சாட்சியின் வாக்கு மூலம் நம்பத் தகுந்ததல்ல என்பதுபோல் காட்ட எந்த முயற்சியும் மேற்கொள்ளப்படவில்லை. வெகு தூரத்தில், கொச்சியில் வசித்து வரும் ஓய்வு பெற்ற பேராசிரியரான மனுதாரரின் வழக்குக்குச் சாதகமாக P.W 4ஐப் போன்ற ஒருவர் பொய்யாக சாட்சி சொல்கிறார் என்று நம்புவதற்கும் காரணம் எதுவும் தெரியவில்லை. இந்த வழக்கின் அடிப்படையான சம்பவங்கள் இப்போது உண்மையான ஒரு நிலையை அடைந்திருப்பதைப் பார்க்கும்போது சாட்சிகள் தாங்கள் நேரில் பார்த்திராத விஷயங்களைக் கூட சாட்சியப்படுத்தலாம் என்பது தெரிய வருகிறது. நிச்சயமாக நாங்கள் அவர்கள் தெரிவிக்கும் விஷயங்களை முடிந்தவரைக்கும் கௌரவமாகவே கவனத்தில் கொள்ள வேண்டியிருக்கிறது. ஆனால் இப்போது குறிப்பிட்டதானது, இந்த சாட்சிகள் தாங்கள் சாட்சியமளித்த சம்பவங்களுடன் நேரிடையான தொடர்பு இல்லாதவர்கள் என்ற பொருளில் அல்ல. ஒரு வருடத்திற்கும் அதிகமாகக் காலம் கடந்த ஒரு சம்பவம் குறித்து சாட்சியமளிப்பதால் குறிப்பாக, அவர்களுக்குச் சம்பவம் நிகழ்ந்த நேரம், நபர்கள், பிற விஷயங்களில் பிழைகள் நேரலாம். ஆனால் இந்த சாட்சிகள் அனைவருமோ அல்லது ஒரு நபரோ ஏதோ கெடுதியான ஒரு நோக்கத்துடன் பொய்ச் சாட்சி சொல்வதாகச் சுட்டிக்காட்டப்படவில்லை என்பதால் இவர்களை நம்பாமலிருக்க எந்தக் காரணமுமில்லை.

24. சாட்சிகளைக் குறுக்கு விசாரணை செய்ய முயற்சி செய்தது கூட சம்பவம் நிகழ்ந்த நேரம் குறித்தும் காவல்துறை அலுவலர்கள் சீருடையணிந்திருந்தார்களா இல்லையா என்பதைக் குறித்தும் மாணவர்கள் இருவரும் ஒரு வேனில் கொண்டுபோகப்பட்டார்களா அல்லது இரண்டு வேன்களிலா? என்பது போன்ற விசாரணைகளினூடே வாக்கு மூலங்களின் மீதான முரண்பாடுகளை எடுத்துக்காட்டவே நடந்தது என்பது இங்கே குறிப்பிடப்பட வேண்டும். சாட்சிகள் அளித்த வாக்குமூலங்களிலிருந்து நாம் புரிந்து கொண்டவற்றில் அவர்களின் வாய்மொழிகளில் புறக்கணிக்கும்படியான எந்த முரண்பாடுகளும் காணப்பட வில்லை. சாட்சிகளின் வாக்குமூலங்களிலிருந்து தெரிய வருவது இதுதான்: சீருடையணியாத காவலர்கள், இரண்டு வெவ்வேறு விடுதிகளில் தங்கியிருந்த ராஜனையும் சாலியையும் தேடி அறைகளில் சுற்றித் திரிந்தார்கள். சில காவலர்கள் சீருடை அணிந்துமிருந்தார்கள்; ஆனால் அவர்கள் இந்தத் தேடுதல்களில் பங்கேற்கவில்லை. ஒரே நேரத்தில் காவல்துறையின் இரண்டு வேன்கள் கல்லூரியின் முன் நின்றிருந்தன. தங்கும் விடுதியிலிருந்து இரண்டு மாணவர்களையும் ஒன்றாகவே கொண்டு போனார்கள் என்றாலும் அருகிலுள்ள லாட்ஜுக்குள் கொண்டுபோன பிறகு ராஜன் மட்டும் தனியாக ஒரு வேனில் கொண்டு போகப்பட்டான். இதுதான் மறு வாக்குமூலங்களிலிருந்து இந்த சாட்சிகள் சொல்ல வந்த விஷயங்கள். இந்த வாய்மொழிகள் குறுக்கு விசாரணை மூலம் தெரியவந்தவைகளல்ல.

25. P.W 2 பதிவு செய்த வாக்குமூலத்தில் ராஜனையும் சாலியையும் ஒரே வாகனத்தில்தான் கொண்டு போன தாகச் சொல்லும்போது மற்றும் பல சாட்சிகள் ராஜனை மட்டுமே தனியாகக் கொண்டு போனதாகச் சொல்கிறார்கள் என்று அடிஷனல் அட்வகேட் ஜெனரல் குறிப்பிடு கிறார். எக்ஸி. பி5 என்று அடையாளப்படுத்தியுள்ள P.W 2இன் வாக்குமூலம், மறு வாக்குமூலத்துடன் இணைத்து வாசிக்கும்போது ராஜனையும் சாலியையும் ஒரே வேனில் கொண்டு போனதாக அதில் சொல்லப்படவில்லை என்பது தெரிய வந்தது. உண்மையில் அவர்கள் இருவரும் இரு விடுதிகளில்தான் இருந்தார்கள். அவர்களை ஒருசேர பிடிப்பதென்பது நடைமுறைச் சாத்தியமற்ற விஷயம். இரண்டு மாணவர்களையும் விடுதியிலிருந்து பிடித்துக் கொண்டு போனவர்கள் சீருடையணியாத காவலர்கள் தான் என்றாலும் சீருடையணிந்த காவலர்களும் அங்கு வந்திருந்தார்கள். ராஜனைப் பிடித்துக்கொண்டு போன

வர்கள்தான் சாலியையும் பிடித்துக்கொண்டு போனார்கள்; பிறகு சாலியைக் கைது செய்ததாகக் கேள்விப்பட்டதால் ராஜனைப் பிடித்துக்கொண்டு போனவர்களும் காவல் துறையினர்தான் என்று நான் கருதினேன் என்றுதான் P.W 2 சொன்னார். மாணவர்களை வேனுக்குக் கொண்டு போனதாகவோ அவர்கள் வேனுக்குள் ஏறுவதைக் கண்ட தாகவோ அவர் சாட்சியமளிக்கவில்லை; மாறாக இரண்டு பேரையும் ஒரே வேனில் விடுதி ஏரியாவிலிருந்து கொண்டு போனதைப் பார்த்தாகவே சாட்சியமளித்துள்ளார். சாட்சி கள் பதிவு செய்த வாக்குமூலங்களின் வெளிப்பாடும் மனுதாரரின் நிலையும் அதுதான். சாதாரண உடையில் ஒரு குழுவாகக் காவலர்கள் விடுதிக்குள் வந்து ராஜனைத் தேடி அறைகளில் நுழைந்ததாகத் தன் வாக்குமூலத்தில் சொல்லும் P.W 3, குறுக்கு விசாரணையில் சிலர் சீருடை யணிந்திருந்தார்கள் என்று சொல்வதன்மூலம் அவரின் வாக்குமூலம் கேள்விக்குள்ளாக்கப்பட்டது. ஆனால் மீண்டும் விசாரணை செய்யப்பட்டதில் சீருடை அணியாதவர்கள் தான் அறைகளில் நுழைந்து தேடியதாக அவர் சாட்சியத் தில் குறிப்பிட்டுள்ளார்; அவர் பதிவு செய்த வாக்குமூலத் தில் சொல்லப்பட்டுள்ளதன் சாரமும் அதுதான். சீருடை யணிந்த காவலர்கள் அங்கே வரவேயில்லை என்று அவர் தன் வாக்குமூலத்தில் சொல்லவில்லை. சீருடையணிந்தவர் கள் அங்கே இருந்தார்கள் என்பதில் இந்த வழக்கின் மற்ற சாட்சிகளும் உடன்பட்டிருக்கிறார்கள். P.W 5ஆல் ராஜன் காவல்துறையின் டெம்போவுக்குள் கொண்டு போன நேரம் சாட்சியப்படுத்தப்பட்டது; அவர் சாட்சியப் படுத்துவது இந்த உண்மையை மட்டும்தான். அந்த நேரத்தில் காவல்துறையினர் அங்கே இருந்தார்கள் என்பது மற்ற சாட்சியங்களின் மூலம் தெளிவாகிறது. சீருடை யணிந்த காவலர்கள் ராஜனை வேனுக்குள் ஏற்றுவதை சாட்சி பார்த்திருந்தால் அந்த வாக்குமூலத்தில் தவறேது மில்லை. அப்போது அங்கே ஒரு வேன்தான் நின்றிருந்தது. பத்து நிமிடத்திற்குப்பின் அந்த வேன் மேற்குத் திசையை நோக்கிப் போனதாகச் சொல்லப்படுகிறது. இந்த இடைப் பட்ட நேரத்தில் என்ன நடந்தது என்பது குறித்து சாட்சி யிடம் கேட்கப்படவில்லை. P.W 4ஆன பாலசுப்ரமணியம் அங்கே வந்தது ராஜனையும் சாலியையும் ஒரே வேனுக்குள் ஏற்றும்போதுதான் என்பது தெளிவு. அதற்குப் பிறகு அந்த வேன் லாட்ஜுக்குச் சென்றது. அப்போது இரண்டு வேன்கள் நின்றிருந்தன. இரண்டு வேன்கள் அங்கே நின்றன என்பது மனுதாரர் குறிப்பிடுவதுடன் முழுக்க ஒத்திருக் கிறது. இரண்டு மாணவர்களையும் லாட்ஜுக்குக் கொண்டு

சென்ற பிறகு ராஜனை மட்டும் ஒரு வேனில் ஏற்றிக் கொண்டு போனார்கள் என்பது மனுதாரரின் தரப்பு. அதற்குப் பொருள் மற்றொரு வேன் சாலியைக் கொண்டு செல்வதற்காகத் தயாராக இருந்திருக்க வேண்டும் என்பது தான். சாட்சி அளித்திருக்கும் சாட்சியத்தின் உண்மை நிலையைச் சந்தேகிக்கக் காரணமெதுவுமில்லை. P.W 6, வேன், ஸ்டேட் பாங்கின் முன் நிற்பதைப் பார்க்கும்போது அதில் ராஜன் மட்டுமே இருந்தார்; கூட மூன்று, நான்கு காவலர்களும். அதில் ஒன்றோ இரண்டோ பேர் சீருடையு டனிருந்தார்கள். ஸ்டேட் பாங்கின் பக்கத்திலிருந்து அந்த வாகனம் புறப்படுவதுவரை அவர் காத்து நிற்கவில்லை. P.W 7, உள்ளே ஒன்றோ இரண்டோ ஆட்களுடன் வேன் அதே இடத்தில் நின்றதைப் பார்த்ததாக சாட்சியமளித்திருக் கிறார். 1.3.1976 இரவு 9.30 மணிக்குத் தன்னைக் கைது செய்து குந்தமங்கலம் காவல் நிலையத்திற்கும் தொடர்ந்து கக்கயம் காவல்துறை முகாமுக்கும் கொண்டு சென்று அங்கு பன்னிரண்டு நாள் காவலில் வைத்திருந்ததாக அவர் சொல்கிறார். இது சம்பந்தமாக அவர் எதிர் மனுதாரர் தரப்பில் குறுக்கு விசாரணை செய்யப்படவில்லை என்பது முக்கியமானதாகும். தன்னைக் காவல்துறை காவலில் வைத்திருந்தது என்று அவர் சொல்வது மறுக்கவியலாத உண்மையாகவே இருக்கக்கூடும்; அவர் சாட்சியமளித்த தன்படி அவர் சாலியைப் பார்த்தது கக்கயம் முகாமில் வைத்து என்பதுவும் உண்மை. மனுதாரருக்காக சாட்சிய மளிக்க P.W 8க்கு ஏதாவது தனிப்பட்ட ஆர்வமிருக்க கூடும் எனும் கருத்தும் யாராலும் சுட்டிக்காட்டப்பட வில்லை. ஸ்டேட் பாங்கின் பகுதியிலிருந்து வேன் சாத்தமங் கலம் எனும் இடத்துக்குப் போய் அங்கே ஒரு கள்ளுக்கடை யின் முன் நிறுத்தப்பட்டது. இந்த சாட்சியையும் நாங்கள் நம்பாமலிருக்க எந்தக் காரணமுமில்லை.

26. P.W 9 அளித்த சாட்சி, மனுதாரரின் வழக்கு உண்மைதான் என்று காட்டுவதில் மிகுந்த ஆர்வமுடனிருப்பதாகக் கருதுவதால் நாங்கள் எச்சரிக்கை உணர்வுடன் அதை நன்றாகப் பரிசீலித்தோம். தன்னைக் கக்கயம் முகாமுக்குக் கொண்டு போனதாகவும் சில நாட்கள் அங்கே இருந்ததாக வும் அப்போது அங்கே ராஜன் இருப்பதைப் பார்த்ததாகவும் அவர் சந்தேகத்திற்கிடமின்றித் தெரிவித்துள்ளார். அவரை 28.2.1976இல் காவல்துறை தங்களின் காவலில் கொண்டுவர வில்லையென்றோ, அவர் சொன்ன நாட்களில் அவர் கக்கயம் முகாமில் இல்லையென்றோ எந்த ஒரு சந்தேகமும் அவரின் குறுக்கு விசாரணைகளில் தெரியவரவில்லை.

கக்கயம் டி.பி.யிலிருந்த ஆறு காவலர்களில் யாரையாவது தெரியுமா என்று மட்டும்தான் அவரிடம் கேட்கப்பட்டது. அதிலொருவர் புலிக்கோடன் நாராயணன் என்று அவர் பதில் சொன்னார். அவர் அன்று ராஜனைப் பார்த்தாரா, சாலியைப் பார்த்தாரா, அவர் கைது செய்யப்பட்டதற்கு என்ன காரணம் என்றும் அவரிடம் கேட்கப்பட்டது. தன்னை 28.2.1976 அன்று காவல்துறை கஸ்டடியிலெடுத்தது என்றும், தான் கக்கயம் டி.பி.யில் வைத்து ராஜனைக் கண்டதாகவும், ராஜனைப் போலீஸ் துன்புறுத்தியதாகவும், அதன் பிறகு மயக்கநிலையிலிருந்த ராஜனைத் தூக்கிக் கொண்டு போனதாகவும் அவர் சொன்ன சாட்சியத்தை நம்பாமலிருக்க எங்களுக்கு எந்தக் காரணமும் இல்லை. இந்த சாட்சிகள் சொல்வதை நாங்கள் ஏன் ஆதாரமாகக் கொள்ளக்கூடாது என்று நாங்கள் நம்பும்படியான காரணங்கள் எதுவும் சொல்லப்படவில்லை. அடிஷனல் அட்வகேட் ஜெனரல், சாட்சிகளின் வார்த்தைகளிலுள்ள சில முரண்பாடுகளைச் சுட்டிக்காட்டியதைத் தவிர இவர்களெல்லாம் தாங்கள் இதுவரை அறிந்திராத புதிய விஷயங்களைப் பொய்யாக சாட்சியப்படுத்துகிறார்கள் என்று கூறவில்லை. குறுக்கு விசாரணையின்போதுகூட இப்படியான வாதத்தை முன் வைக்க முயற்சி மேற்கொள்ளப்படவேயில்லை. ஆகவே சாட்சிகள் அளித்த வாய்மொழி ஆதாரங்களின் ஆகக்கூடிய தெளிவாக, 1.3.1976 அன்று காலை காவல்துறையினர் ரீஜனல் என்ஜினீயரிங் கல்லூரியிலிருந்து ராஜனைக் கைது செய்தார்கள். பின்னர் புலிக்கோடன் நாராயணன் உட்பட ஆறு காவலர்கள் ராஜனைக் கஸ்டடிக்குள்ளாக்கிக் கக்கயம் டி.பி.யில் வைத்து துன்புறுத்தியதாகத் தெரியவருகிறது. ஆகவே அதுவரை ராஜன் காவல்துறையினரின் பாதுகாப்பிலேயே இருந்துள்ளார் என்ற முடிவுக்கு நாங்கள் வர ஏதுவாகிறது.

27. மனுதாரர் மற்றொரு விஷயத்தையும் நிரூபிக்க முயற்சி செய்கிறார். சமீபத்தில் நடந்த மக்களவைத் தேர்தலில் திரு. கருணாகரன் 'மாளா' மக்களவைத் தொகுதியில் ஒரு வேட்பாளராகப் போட்டியிட்டார். தன் மகனுக்காகப் பொதுமக்களிடம் வேண்டுகோள் விடுக்கும் ஒரு சிறு பிரசுரத்தை மனுதாரர் திரு. ஈச்சரவாரியர் வெளியிட்டதாகச் சொல்லப்படுகிறது. இப்பிரசுரம் மக்களிடையே பரவலான கவனத்தை ஈர்த்ததின் விளைவாக, தன் வெற்றிக்குப் பாதிப்பு ஏற்படக்கூடும் என்று நினைத்த திரு. கருணாகரன் தன் தேர்தல் பிரச்சாரத்தின்போது இந்த விஷயத்தைப் பற்றிப் பேச வேண்டியதாயிற்று என்று

சொல்லப்பட்டது. தேர்தல் பிரச்சாரம் முடிவு பெறும் ஊர்வலத்தில் திரு. கருணாகரன், ராஜனைக் கைது செய்த தாக ஒப்புக்கொண்டதுடன் அவருக்குத் தடை செய்யப் பட்ட ஒரு அமைப்புடன் தொடர்பிருந்த காரணத்தினால் தான் கைது செய்யப்பட்டார் என்று விளக்கமளிக்கவும் செய்தாராம். P.W 10, P.W 11 ஆகிய இரண்டு பேரும் அந்தச் சொற்பொழிவைக் கேட்டதாகச் சொல்கிறார்கள். அவர்கள் அரசியல் ரீதியாக எதிர்முகாமைச் சேர்ந்ததவர்கள் என்றும் ஆகவே மனுதாரருக்கு அனுகூலமாகப் பேசக்கூடும் என்பதும் குறுக்கு விசாரணை செய்தபோது தெரிய வந்தது. அவரின் சாட்சியத்தை மறுதலிக்க இதைச் சரியான காரணமாகக் கொள்ள வேண்டியதில்லை. ஆனால், நாங்கள் வேறு ஒரு காரணத்தாலும் இந்த சாட்சிகள் அளிக்கும் ஆதாரங்களை எங்கள் தீர்மானத்திற்கான அடிப்படையாகக் கொள்வதில்லை. அன்று உள்துறையமைச்சராக இருந்த கே. கருணாகரன், ராஜனைக் கைது செய்திருப்பதாக ஒப்புக்கொண்ட வாதத்தை நாங்கள் நம்பினால் போதும். மனுதாரரின் கோரிக்கையை ஏற்க ஒப்புக் கொண்டதாகச் சொன்னதை அவர் மறுத்திருக்கும் நிலையில் நேரிடையான சாட்சிகள் தரும் ஆதாரங்களைத்தான் நாங்கள் எங்களுடைய முடிவுகளுக்கான அடிப்படையாகக் கொள்ளவேண்டும். EXh. P3 கடிதத்தின் விஷயமும் இதுதான். அதைப்பற்றி நாங்கள் தகுந்த நேரத்தில் விளக்குவோம்.

28. திருவனந்தபுரம் மன்மோகன் பாலஸில் வைத்து 10.3.1976இல் அன்றைய உள்துறையமைச்சர் திரு. கருணாகரனைச் சந்தித்ததாகவும் தன் மகன் ராஜன் சிக்கலான ஒரு வழக்கில் உட்பட்டிருப்பதால் கல்லூரியில் வைத்துக் கைது செய்யப் பட்டிருக்கிறான். அது குறித்து விசாரித்து முடிந்தவரை உதவி செய்கிறேன் என்று திரு. கருணாகரன் தன்னிடம் சொன்னதாகவும் மனுதாரர் 30.3.1977இல் தன் வாக்குமூலத்தில் தெரிவித்தார். பிறகு 1977 ஜனவரி 4லும் 1977 பிப்ரவரி 2லும், தான் மகாராஜாஸ் கல்லூரியின் முன்னாள் மாணவரும் கே.பி.சி. சி. தலைவருமான திரு. ஏ.கே. ஆன்டனியைச் சந்தித்ததாகவும் ராஜன் உயிருடன்தானிருக்கிறான்; காவல் துறை கஸ்டடியில் இருக்கிறான்; இது சம்பந்தமாக நான் உள்துறை அமைச்சரைப் பார்க்கிறேன் என்று ஆன்டனி தனக்கு உறுதி தந்ததாகவும் மனுதாரர் சொல்கிறார். திரு. கருணாகரன் பதிவு செய்த எதிர் வாக்குமூலத்தில் மனுதாரரின் இந்த வாக்குமூலம் விமர்சனம் செய்யப்பட்டது. அவரின் பதிலாவது:

‘1976 மார்ச் 10ஆம் தேதி நான் மனுதாரரிடம் அவருடைய மகன் ராஜனை, அவர் சிக்கலான சில வழக்குகளில் உட்பட்டிருப்பதால் அவரைக் கல்லூரியிலிருந்து கைது செய்திருப்பதாகவும் அந்த விஷயத்தைப் பற்றி விசாரித்து மனுதாரருக்கு முடிந்தவரை உதவுவதாகச் சொன்னதாகவும் மனுதாரரின் மறு வாக்குமூலத்தின் இரண்டாவது பத்தியில் சேர்க்கப்பட்டுள்ள புகார் முற்றிலும் தவறானது. மனுதாரரிடம் அவர் மகன் ராஜன் கஸ்டடியில் இருப்பதாக நான் ஒருபோதும் கூறியதில்லை; இந்த ராஜன் காவல்துறையின் கஸ்டடிக்குள் எப்போதாவது இருந்ததாக எனக்கு இன்று வரை தகவலெதுவும் கிடைக்கவுமில்லை.’

மனுதாரர் சுட்டிக்காட்டிய புகாருக்கான நேரடிப் பதில் அல்ல இந்த விளக்கம் என்பதைக் குறிப்பிட வேண்டியிருப்பதில் எங்களுக்கு வருத்தமுண்டு. மனுதாரர் 1976 மார்ச் 10ஆம் தேதி திரு. கருணாகரனைச் சந்தித்தாரா என்பதற்கு, குறிப்பாக மனுதாரரின் வாக்குமூலத்தின் அடிப்படையைக் கணக்கிலெடுத்தால் நேரிடையான பதிலைத்தான் யாருமே எதிர்பார்த்திருக்க முடியும். மனுதாரர், திரு. கருணாகரனைச் சந்தித்திருந்தால் அது நிச்சயமாகத் தன் மகன் காணாமல் போனதைப் பற்றி புகார் செய்வதற்காகத்தான் இருக்கும். திரு. கருணாகரன் என்ன பதில் சொன்னார் என்பதை விடவும் முக்கியம் அவர் திரு. கருணாகரனைச் சந்தித்தார் என்ற உண்மைதான். தான், மனுதாரருக்கு என்ன பதில் சொன்னேன் என்று திரு. கருணாகரன் சொல்லியிருக்கலாம். மனுதாரர், அன்றைய உள்துறையமைச்சரைச் சந்திக்கவில்லை என்ற நிலைப்பாட்டைத்தான் எதிர்வாக்குமூலத்திலிருந்து யாருமே எதிர்பார்க்க முடியும். ஆனால் விசாரணையின்போது திரு. டி.ஸி.என். மேனோனிடம் இதைத் தனியாகக் குறிப்பிட்டுக் கேட்டபோது திரு. கருணாகரன், மனுதாரர் தன்னைச் சந்தித்ததை மறுக்கவேயில்லை. மாறாக ராஜனைக் கைது செய்ததாக, தான் ஒப்புக்கொண்டதாகச் சொல்வதை மட்டுமே மறுத்துள்ளதாகவே தெளிவுபடுத்தினார். மனுதாரர் தன்னைச் சந்தித்த தேதி எதுவென்று திரு. கருணாகரனுக்கு நிச்சயமாகத் தெரியவில்லையென்பதுடன் மனுதாரர் குறிப்பிடும் தேதியை அவர் மறுக்கவும் செய்வதாக வழக்கறிஞர் கூறுகிறார். தன்னைச் சந்தித்தவர் எந்தத் தேதியில் சந்தித்தார் என்பதைக் குறிப்பிட்டுச் சொல்ல ஒரு ஆளுக்கு இயலாமல் போகலாம். மனுதாரர் ஒரு முறை தன்னைச் சந்தித்தார். அப்போது ராஜன் கஸ்டடியில் இருப்பதாக அல்ல, வேறு ஏதோ ஒரு விஷயம் குறித்துதான் நான் அவரிடம் பேசினேன் என்று அவரின்

வாக்குமூலத்தில் குறிப்பிட்டிருந்தால் நாங்கள் திருப்தியடைந்திருக்க முடியும். சட்ட நிபுணர் அடிஷனல் அட்வகேட் ஜெனரல் முதலில் தெளிவுபடுத்தியது இதுதான் என்றாலும் பிறகு விசாரணையின் போது அவர் சமர்ப்பித்த விசாரணைக் குறிப்பில் (hearing note) மற்றொரு நிலையை எடுத்திருப்பது எங்களை ஆச்சரியப்படுத்தியது. நாங்கள் கேட்டுக்கொண்டபடியல்ல அந்த விசாரணைக் குறிப்பு சமர்ப்பிக்கப்பட்டது. விசாரணைக் குறிப்பு பதிவு செய்யும் முறையை நாங்கள் உற்சாகப்படுத்துவதில்லை. வழக்கு விசாரணை நடந்துகொண்டிருக்கும்போது வழக்கைக் குறித்துத் தீர்மானத்திற்கு வருவதற்கு முன் நாங்கள் கவனத்தில் எடுத்துக்கொள்ள வேண்டும் எனக் கோரிக்கை வைக்கும், இந்த விசாரணைக் குறிப்பைச் சட்ட நிபுணர் அடிஷனல் அட்வகேட் ஜெனரல் சமர்ப்பித்துக்கொண்டார். அதில் இப்படிக் குறிப்பிடப்பட்டிருந்தது:

'இங்கு தெளிவுபடுத்தப்பட வேண்டிய முக்கியமான மற்றொரு விஷயம்: மனுதாரர், கேரளத்தின் அன்றைய உள்துறையமைச்சரை 10.3.1976 அன்று சந்தித்ததாகவும் அப்போது சிக்கலான ஒரு குற்றவியல் பிரச்சனை தொடர்பாக மனுதாரரின் மகனைக் காவல்துறை கஸ்டடியில் எடுத்திருப்பதாகவும் உள்துறை அமைச்சர் தன்னிடம் தெரிவித்ததாக மனுதாரரின் புகார் மனுவில் சொல்லப்பட்டுள்ளது. இது முழுக்க முழுக்க அடிப்படையற்ற புகார் என்பதைத் தெரிவித்துக்கொள்ள விரும்புகிறேன். அன்றைய உள்துறையமைச்சர், இந்த நீதிமன்றத்தில் பதிவு செய்திருக்கும் வாக்குமூலத்தில் இந்தப் புகாரை முழுமையாக மறுத்திருப்பதையும் மேலும் சூழ்நிலைக் காரணங்களும் மனுதாரரின் நடவடிக்கைகளும் இந்தப் புகார் உண்மையல்ல என்பதைக் காட்டுகிறது. சட்டநிபுணர் அடிஷனல் அட்வகேட் ஜெனரல் இந்த நீதிமன்றத்திற்குத் தெரிவித்திருக்கும் இந்த விசாரணைக்குறிப்பு பற்றிய தன் வாதத்தைத் தொடர்ந்து விளக்க முன் வரவில்லை என்று நாங்கள் கருதுகிறோம். 10.3.1976 அன்றோ அல்லது அதைத் தொடர்ந்து வேறொரு நாளோ மனுதாரர், திரு. கருணாகரனைச் சந்தித்ததாகவும் அப்போது அவர் திரு. கருணாகரனிடம் புகார் மனு கொடுத்ததாகவும் ஒப்புக்கொள்ளும் பட்சத்தில் அவருக்குத் திரு. கருணாகரன் கூறிய பதில் மனுதாரர் சொன்னதிலிருந்து மாறுபட்டதாகயிருந்தால் அதை வாக்குமூலத்தில் திரு. கருணாகரன் தெரிவித்திருக்கலாம். அது எப்படியாயினும், தன் மனவேதனையைப் பற்றிப் புகார் மனு கொடுக்க, திரு. கருணாகரனைத் தான் சந்தித்ததாக மனுதாரர் சொல்

வதை எங்களால் நம்பாமலிருக்க முடியாது. அந்தச் சந்திப்பு நிகழ்ந்தது 10.3.1976லோ அல்லது அதைத் தொடர்ந்து மற்றொரு நாளாகவோ இருக்கலாம். தன் வாக்குமூலத்தின் அடிப்படையில் தன்னைக் குறுக்கு விசாரணை செய்ய மனுதாரர் ஒப்புக்கொண்டும் சட்ட நிபுணர் அடிஷனல் அட்வகேட் ஜெனரல் அவரைக் குறுக்கு விசாரணை செய்ய விரும்பவில்லை என்று தெரிவித்துவிட்டார்.

29. கேரள அரசுக்கு மீண்டும் மீண்டும் புகார் மனுக்கள் அனுப்பியும் அவை மனுதாரருக்கு எந்தப் பலனையும் ஏற்படுத்தவில்லை என்பது தெளிவாகத் தெரிகிறது. மனுவைக் கைப்பற்றியதாக அறிவிக்கும் சாதாரண மரியாதையைக்கூட அரசு அவரிடம் காட்டவில்லை. உள்துறைச் செயலாளருக்கு 15.6.1976லும் 1.7.1976லும் 6.8.1976லுமாக மனுதாரர் மூன்று புகார் மனுக்களைப் பதிவுத் தபால் மூலம் அனுப்பி வைத்ததாகத் தெரிகிறது. முதல் பிரதிவாதியின் எதிர்வாக்குமூலத்தில் 15.6.1976இல் ஒன்றும் 6.8.1976இல் ஒன்றுமாகக் கையொப்பமிடாத புகார் மனுக்கள் உள்துறைச் செயலகத்திற்குக் கிடைத்ததாகச் சொல்லப்பட்டுள்ளது. 1.7.1976இல் அனுப்பி வைத்த புகார் மனு கிடைக்கவில்லை என்றோ, அது கையொப்பமிடாமல் வந்தது என்றோ எதுவும் சொல்லப்படவில்லை. கையொப்பமில்லை என்ற காரணத்தால் அந்த மனுக்கள் மீது நடவடிக்கைகள் எதுவும் எடுக்கப்படவில்லை என்று வாதிப்பது போல் தெரிகிறது. ஆனால், 15.6.1976 தேதியிட்ட புகார் மனுவைக் கைப்பற்றியும் இலக்கமிட்டும் அதன் மீதான சில நடவடிக்கைகளை எடுத்ததாகவும் தெரிகிறது. ஆனால் 6.8.1976 புகார் மனுவைப் பொறுத்தவரை அதைக் கைப்பற்றிய அலுவலரின் இனிசியல்கூட போடப்படவில்லை. எதுவாயினும் இதைப்பற்றி அதிகமாகப் பேசவேண்டியதில்லை. பாராளுமன்ற உறுப்பினர்களுக்கும், மத்திய உள்துறைய மைச்சருக்கும், ஜனாதிபதிக்கும் மனுதாரர் அனுப்பி வைத்த புகார் மனுக்களை அவர்கள் மாநில அரசுக்கு அனுப்பிக் கொடுத்தபோது மட்டும்தான் மத்திய அரசுக்கு ஒரு அறிக்கையை அனுப்பி வைக்க வேண்டும் என்று நிர்வாகத்திற்குத் தோன்றியிருக்கிறது. அதன்படி சேகரிக்கப்பட்ட அறிக்கைதான் Exh. XI. அது தெளிவாக, கோழிக்கோடு மாவட்டக் காவல்துறைக் கண்காணிப்பாளரின் அறிக்கையை அடிப்படையாகக் கொண்டிருக்கிறது. அந்த அறிக்கையின் நகல் அவர் தன்னுடைய எதிர் வாக்குமூலத்தோடு சேர்க்கப்பட்ட Exh. R1 அந்த அறிக்கையின்படி மேற்கொண்டதாகச் சொல்லப்படும் விசாரணை எவ்வளவு

உதாசீனமாகவும் சிரத்தையற்றதுமாக இருந்தது என்பதுவும் தெரிகிறது. மனுதாரருக்கு அனுப்பிய கடிதத்தின் நகலைக் கல்லூரி முதல்வரால் கல்லூரி அலுவலகத்திலிருந்து தேடி யெடுக்க முடியவில்லை என்று அதில் சொல்லப்பட்டுள் ளது. திரு. ஈச்சரவாரியருக்கு அந்தக் கடிதம் எழுதப்பட்ட சூழ்நிலை சம்பந்தமான குறிப்புகளும் கல்லூரி அலுவலகத் திலிருந்து கிடைக்கவில்லை என்று அறிக்கையில் சொல்லப் பட்டுள்ளது. Exh.P1 இலக்கமிடப்பட்ட ஃபைலைப் பற்றிச் சொல்லப்படுகிறது என்பது தெளிவாகத் தெரிகிறது. கைதான மாணவர்களின் பெற்றோர்களுக்கு, தான் எழுதிய கடிதங்களைப் பற்றியும் கல்லூரியின் நிர்வாகக் குழுவுக்கும் (மத்திய அரசின்) கல்வியமைச்சகத்திற்கும் தான் அனுப் பியத் தகவல்களைப் பற்றியும் காவல்துறை அதிகாரிகள் தன்னிடம் விசாரணை செய்யவே இல்லை என்று கல்லூரி முதல்வர் தெளிவாகக் குறிப்பிட்டுள்ளார். ஆகவே, இதைப் பற்றியெல்லாம் தீவிரமான எந்த விசாரணையை மேற் கொள்ளவும் முயற்சியெடுக்கவில்லை என்பது தெளிவாகத் தெரிகிறது.

30. தன் மகன் காணாமல் போனதைக் குறித்து புகார் மனு கொடுக்க மனுதாரர் 10.3.1976 அன்று உள்துறையமைச்சரைச் சந்தித்தாரா என்பது தனிப்பட்ட முறையில் எந்த முக்கியத் துவமுமற்றதாக இருப்பினும், உள்துறையமைச்சரின் தொடர்ந்த செயல்பாடுகளைக் கூர்ந்து நோக்கும்போது தெரியவரும் உண்மையின் அடிப்படையில் அதற்கொரு முக்கியத்துவமுண்டு. உள்துறைச் செயலாளருக்கு மனுதார ரிடமிருந்து நேரடியாகவும் மத்திய அரசு வழியாகவும் கிடைத்த அநேக புகார்களில் ஒன்றுகூட உள்துறையமைச் சரின் கவனத்துக்கு வந்து சேரவில்லையென்று சொல்லக் கூடும். ஆனால், திரு.விஸ்வநாதமேனோனின் கடிதத்துடன் இணைத்த புகார் மனு அவரின் கவனத்துக்கு வந்தது. எக்ஸி. பி.3. என அடையாளமிடப்பட்ட பதில் அவரே கையொப்பமிட்டது. 1976 மார்ச் மாதத்திலோ, அதை யடுத்தோ மனுதாரர் விவாத விஷயமாகத் தொடர்பு கொண்டு உள்துறையமைச்சரைச் சந்தித்ததும், மாதங்களான பிறகும் அந்த விஷயத்தை முடிவுக்குக் கொண்டுவராமலு மிருக்கும் பட்சத்தில் சாதாரணமாக உள்துறையமைச்ச ருக்கு ராஜன் காவலில் இல்லை என்பதால் எந்த நடவடிக்கையும் தேவையில்லை என்று சொல்லியிருக்க முடியும். 1.3.1976க்குப் பிறகு தாமதமாகாமல் மனுதாரர் உள்துறை அமைச்சரை இந்த விஷயமாகத் தொடர்பு கொண்டிருந்தார். 1976 டிசம்பர் வரை மாநில அரசோ,

அதிகாரிகளோ ராஜனைக் காவலில் எடுக்கவில்லை என்று சொல்லவில்லையென்பதற்கான ஆதாரம்தான் Exh. P3 ராஜனை விட்டுவிடச் சொல்லும் விஷயத்தை உள்துறையமைச்சர் Exh. P3 மூலமாகத் தெரிவிக்கிறாரா என்பது மிகுந்த விவாதத்துக்குரிய ஒன்று. உள்துறையமைச்சர் நான் அதைச் சொல்ல வரவில்லை என்கிறார். நேரடி வாசிப்பில் Exh. P3 என்ற அந்தக் கடிதத்தில் 'குறிப்பிட்ட விஷயம்' என்ற வார்த்தைகளிலிருந்து தெரிய வருவது அதுதான் என்றாலும், புகார் பரிசீலனை செய்யப்பட்டு வருகிறது எனும் பொருளும் அதில் கூடி வருவதை நாங்கள் புறக்கணித்துவிடவில்லை. இதில் எங்களுக்குத் தவறேதும் நேர்வதாக இருந்தால்கூட அது கடிதம் எழுதிய நபரின் விளக்கத்தை ஏற்றுக்கொண்டதால் ஏற்பட்ட தவறாகவே இருக்க முடியும் என்றே நாங்கள் கருதுகிறோம். மட்டுமல்ல, எக்ஸி. பி.3 எனும் கடிதத்தின் விளக்கத்தை மட்டுமே அடிப்படையாகக் கொள்ளாமல் முடிவெடுக்கப்பட்ட பெருமளவிலான காரணங்களை அடிப்படையாகக் கொண்டே தீர்மானம் செய்ய நாங்கள் விரும்புகிறோம். ஆனாலும் உள்துறைச் செயலாளருக்கும் உள்துறையமைச்சருக்கும் தொடர்ந்து அனுப்பப்பட்ட மனுதாரரின் புகார்களைப் பரிசீலனை செய்தவர்களின் அல்லது அவற்றைப் பரிசீலனை செய்யும் பொறுப்பை வகிப்பவர்களின் நடவடிக்கை ஒருவேளை எந்த விதமான சந்தேகத்துக்கிடமுமில்லாமல் இருக்கலாம், ஆனால் தாட்சண்யமற்றது. முதல் எதிர்மனுதாரராகிய உள்துறைச் செயலாளருக்கு மனுதாரரிடமிருந்து நேரடியாகக் கிடைத்த புகார்களின் மீதான எந்த நடவடிக்கைகளும் எடுக்கப்படவில்லையென்றாலும் மத்திய அரசு மற்றும் பாராளுமன்ற உறுப்பினர்களிடமிருந்து புகார் மனுக்கள் வந்து கிடைத்த போது நடந்தது இன்னொரு மாறுபட்ட நிகழ்வு. மனுதாரரின் புகார் மனுவுடன் திரு.ஏ.கே. கோபாலன் எழுதிய கடிதம் 10.9.1976இல் முதல் எதிர் மனுதாரருக்கு அனுப்பி வைக்கப்பட்டதாகத் தெரிகிறது. அது கிடைத்ததும் முதல் எதிர்மனுதாரர் இரண்டாம் எதிர்மனுதாரரான போலீஸ் இன்ஸ்பெக்டர் ஜெனரலின் குறிப்புக்காக அது அவருக்கு அனுப்பி வைக்கப்பட்டது. 17.9.1976 தேதியிட்ட கடிதம் மூலம் இது நடந்தது. எம்.கே.கிருஷ்ணன் எம்.பி.யின் இது போன்ற ஒரு கடிதத்தை மத்திய உள்துறையமைச்சகம் 13.9.1976இல் முதல் எதிர்மனுதாரருக்கு அனுப்பி வைத்தது. அதற்குப் பிறகுதான் விஸ்வநாதமேனோன் எம்.பி. 19.9.1976இல் தன் கடிதத்துடன் மனுதாரரின் புகார் மனு

ஒன்றினை உள்துறையமைச்சர் திரு. கருணாகரனுக்கு அனுப்பி வைத்தார். அதுவும் விசாரணைக்காகவும் தொடர் நடவடிக்கைகளுக்காகவும் இரண்டாம் எதிர்மனுதாரருக்கு அனுப்பி வைக்க உத்தரவிடப்பட்டது. போலீஸ் இன்ஸ்பெக்டர் ஜெனரல் அறிக்கையெதுவும் அனுப்பியதாகத் தெரியவில்லை. அதனால்தானே 11.10.1976இல் கடிதம் மூலம் அவருக்கு இந்த விஷயத்தைக் குறித்து நினைவூட்ட வேண்டியதாயிற்று. குறிப்பிட்ட விஷயத்தைப்பற்றி சி.ஐ.டி. & ரயில்வே டி.ஐ.ஜிக்கு எழுதியிருப்பதாகவும் பதில் அறிக்கையை எதிர்பார்த்திருப்பதாகவும் இன்ஸ்பெக்டர் ஜெனரல் முதல் எதிர்மனுதாரருக்கு 22.10.1976 அன்று அறிவித்ததாகத் தெரிகிறது. இதற்கிடையில், தான் முன்பு அனுப்பி வைத்த கடிதத்தைப் பெற்றுக்கொண்டதாகத் தகவல் கிடைக்கவில்லை என்று திரு. விஸ்வநாதமேனோன் 5.11.1976இல் கடிதம் மூலம் உள்துறையமைச்சருக்கு நினைவூட்டினார். இப்படி நினைவுபடுத்தியதைத் தொடர்ந்ததாக இருக்கலாம், சுமார் ஒருமாதத்திற்குப் பிறகு எக்ஸி.பி.3. அனுப்பப்பட்டது. 11.12.1976இல் கடிதம் மூலம் முதல் எதிர்மனுதாரர், அறிக்கையைக் குறித்து போலீஸ் இன்ஸ்பெக்டர் ஜெனரலை மீண்டும் நினைவுபடுத்தினார். அதைத் தொடர்ந்து இரண்டாம் எதிர்மனுதாரர் அறிக்கை அனுப்பும் விஷயத்தை நினைவுபடுத்தி மீண்டும் சி.ஐ.டி & ரயில்வே டி.ஐ.ஜி.க்கு எழுதினார். அவரோ, கோழிக்கோடு காவல்துறைக் கண்காணிப்பாளரிடம் அறிக்கை கேட்டிருப்பதாகவும் அது இன்னும் அனுப்பப்படவில்லை என்றும் அவருக்கு நினைவுறுத்தப்பட்டிருக்கிறது என்றும் பதில் அனுப்பினார். அப்போதுதான் வருகிறது இந்த நீதிமன்றத் தீர்ப்பின் மற்றொரு இடத்தில் விமர்சிக்கப்பட்டிருக்கும் கோழிக்கோடு காவல்துறைக் கண்காணிப்பாளரின் அறிக்கை: எந்தவிதமான அக்கறையுமில்லாத ஒரு விசாரணையோ நடத்தப்பட்டிருந்தாலும் தொடர்புள்ள எல்லா அதிகாரிகளும் முழுக்க ஒருவிதக் கருத்தாகவே பணியாற்றியிருக்கிறார்கள். அவர்களின் ஆர்வம் அறிக்கை தயார் செய்வதைக் காட்டிலும் மத்திய அரசுக்கு ஏதாவதொன்றை அறிக்கையாக அனுப்பி வைப்பதிலேயே இருந்தது. தயார் செய்யப்படும் அறிக்கையின் துல்லியத்தையோ முழுமையையோ யாருமே கவனத்தில் கொண்டதாகவே தெரியவில்லை. அறிக்கையைத் தயார் செய்வதற்கு எடுத்துக் கொண்ட அசாதாரணமான கால தாமதம், அதைத் தயார் செய்வதில் காணப்பட்ட கவனமின்மை, அது தங்கள் கைக்கு வந்தபோது ஒவ்வொருவரும் காட்டிய உதாசீன

பாவம் – இதைப்பற்றியெல்லாம் விசேஷமாக எதுவும் நிரூபிக்கத் தேவையில்லை. இது மனித உரிமை, தனி மனித சுதந்திரம் போன்றவற்றில் காட்டும் உதாசீன மனோபாவத்தின் பிரதிபலிப்பைத் தவிர வேறெதுவுமில்லை என்று நாங்கள் பயப்படுகிறோம். அக்காலகட்டத்தில் தனிமனிதனுக்கு நீதிமன்றப் பாதுகாப்புக் கிடைப்பதாகயில்லை. துறை சார்ந்த அதிகாரிகளின் நல்ல மனதையும் பாரபட்சமின்மையையுமே சார்ந்திருக்க வேண்டியதிருந்தது என்பதால் குறிப்பாக இந்த விஷயம் மிகுந்த மனவருத்தம் கொள்ள இடமளிக்கிறது.

31. இந்த வழக்கில் எதிர்மனுதாரர்களெல்லோரும் வாக்கு மூலங்கள் சமர்ப்பித்திருப்பினும் ஒன்று முதல் நான்கு வரையுள்ள எதிர்மனுதாரர்கள் தங்களின் எதிரிலுள்ள விவாதப் பொருளைக் குறித்து, அவர்களின் சுயம் சார்ந்த அறிவை அடிப்படையாகக் கொண்டு பேச நினைக்கவில்லை. ராஜனைக் காவல்துறை கஸ்டடியில் எடுக்கவில்லையென்று நேரடியாகத் தெரிந்துகொண்டதன்படி சொல்ல முடியவில்லை அவர்களால். ஐந்தாம் எதிர்மனுதாரர், தான் கக்கயம் டூரிஸ்ட் பங்களாவில் ஆரம்பம் முதல் கடைசி வரை இருந்ததாகவும் ராஜனை அங்கே கொண்டு வரவேயில்லை என்றும் உறுதிபடத் தெரிவிக்கிறார். அவரின் இந்த உறுதி எங்களிடம் எந்த மதிப்பையும் ஏற்படுத்தவில்லை. ராஜன் காணாமல் போனதைக் குறித்து விசாரணை செய்து அவர் தயாராக்கிய அறிக்கையின் நகல் அவருடைய எதிர் வாக்குமூலத்துடன் பதிவு செய்யப்பட்டிருக்கிறது; அதைப்பற்றி இந்தத் தீர்ப்பில் நாங்கள் இதற்கு முன்னரே நிரூபணம் செய்திருக்கிறோம். பேராசிரியர் வகாபுதீன் அளித்த சாட்சியத்தின் அடிப்படையில் Exh. P1 எனச் சேர்த்துள்ள ஃபைல் தயாராகயிருந்தாலும் அந்த விசாரணையை மேற்கொண்ட காவல்துறை அதிகாரி ஒரு தடவைகூட அந்த ஃபைலைப் பார்வையிடக் கோரவில்லை என்று நாங்கள் கண்டுள்ளோம். இந்நிலையில் ஐந்தாம் எதிர்மனுதாரர் தயார் செய்த அறிக்கையில் (மனுதாரருக்குக் கல்லூரி முதல்வர் கடிதம் எழுதியதன்) சூழ்நிலைத் தடயங்கள் காணப்படவில்லையென்ற வாதம் பொய்யைத் தவிர வேறெதுவுமில்லை. இந்த உண்மை வெட்ட வெளிச்சமான பிறகும் மாவட்டக் காவல்துறைக் கண்காணிப்பாளர் திரு. லக்ஷ்மணா குறுக்கு விசாரணைக்கு உட்பட முன்வரவில்லை. ராஜனை டூரிஸ்ட் பங்களாவில் வைத்துப் பார்த்த பி.டபுள்யூ.9இன் சாட்சியத்தை ஏற்றுக் கொள்வதாக நாங்கள் தீர்மானித்திருக்கிறோம். இந்தச்

சூழ்நிலையில் ராஜனை 1.3.1976இல் காவல்துறை கஸ்டடியி லெடுத்தது என்ற வாதத்தை எதிர்கொள்ள இந்த வழக்கின் எதிர்மனுதாரர்கள் சமர்ப்பித்த எதிர் வாக்குமூலங்கள் அவர்களுக்கு உதவியாக இல்லை.

32. இந்த எதிர்வாக்குமூலங்கள் எங்களுக்கும் குறிப்பிடும்படி யாக உதவவில்லை என்பதைச் சுட்டிக்காட்டுவது மிக முக்கியமானதாகும். இந்த வழக்கின் முக்கியத்துவத்தையும் தீவிரத்தன்மையையும் கணக்கிலெடுத்தால் உள்துறைச் செயலாளரின், அன்றைய உள்துறையமைச்சரின் எதிர் வாக்குமூலங்கள், ராஜனின் தற்போதைய நிலையைப் பற்றிய புகார்களை விசாரணை செய்ய மாநில அரசு மேற்கொண்ட அனைத்து நடவடிக்கைகளையும் விவரிக்கக் கூடும் என்றும், விசாரணை மீதான அறிக்கையைத் தயார் செய்ய எடுத்துக்கொண்ட காலதாமதத்தைக் குறித்து விளக்கக்கூடும் என்றெல்லாம் நாங்கள் எதிர்பார்த்தோம். இன்றைய முதலமைச்சர் திரு. கருணாகரனின் எதிர்வாக்கு மூலத்தில் ராஜன் கைது செய்யப்பட்டதாகச் சொல்லப் படும் தேதியையடுத்த 10.3.1976இல் மனுதாரர் அவரைச் சந்தித்ததாகச் சொல்லும் வாதத்தின் மீதான அவரின் பதிலாவது அதிக சந்தேகத்துக்குக்கிடமில்லாமல் இருக்கும் என்று நாங்கள் எதிர்பார்த்தோம். திரு. கருணாகரன் மறுத்திருக்கும் அந்த 'முக்கியமான விஷயம்' பரிசீலனை செய்கிறேன் என்ற வார்த்தைகள் மனுதாரர் சொல்வது போலில்லை என்றால் அது வேறு எதுவாக இருக்கும் என்பதைத் தெரிந்துகொள்ள நாங்கள் ஆர்வத்துடனிருந் தோம். திரு. கருணாகரன் ஏதாவது தொடர் நடவடிக்கை களை மேற்கொண்டாரா என்பதைத் தெரிந்துகொள்ள எங்களுக்கு இயல்பான எதிர்பார்ப்பும் இருந்தது. எதிர் வாக்குமூலம் பற்றிய விஷயங்களை நாங்கள் இத்துடன் நிறுத்திக்கொள்கிறோம்.

33. விசாரணையின்போது சட்டநிபுணர் அடிஷனல் அட்வ கேட் ஜெனரல், 'குறிப்பிட்ட விஷய'த்தைப் பற்றி விசா ரணை செய்ய ஒரு விசாரணைக் கமிஷனை நியமிக்க விருப்பதாகக் குறிப்பிட்டார். சம்பவம் நீண்ட நாட்களுக்கு முன் நடந்தது; மனுதாரர் இந்த நீதிமன்றத்தை அணுகியதன் பிறகுதான் இப்படியான ஒரு கமிஷனை நியமிப்பதற்கான யோசனை உருவாயிற்று. இந்த அறிவிப்பு எங்களிடம் எந்த மதிப்பையும் உருவாக்கவில்லை. மட்டுமல்ல, அது இந்த ரிட்டின் உத்தரவுமல்ல. இந்த வழக்கின் அடிப்படை யான சம்பவத்தின் உண்மை நிலையைத் தெரிந்து கொள்ள, சந்தர்ப்பங்கள் ஒத்துவரும்போது அரசே மேற்

கொள்ளும் என்ற எதிர்பார்ப்பின் பேரில் இந்தப் புகார் மனுவின் மீது முடிவுகள் எடுக்கும் பொறுப்பை எங்களால் கைவிட முடியாது. எங்களின் முன் வைக்கப்பட்ட உண்மை களின் அடிப்படையில் முடிவெடுக்க நாங்கள் கடமைப் பட்டவர்கள்.

34. நாங்கள் மேலே விவாதித்த விஷயங்களிலிருந்து மனுதார ரின் மகனாகிய திரு. பி. ராஜன் கோழிக்கோடு ரீஜனல் என்ஜினீயரிங் கல்லூரிப் பகுதியிலிருந்து 1.3.1976 அன்று காலை கஸ்டடியிலெடுக்கப்பட்டு கக்கயம் டூரிஸ்ட் பங்களா வுக்குக் கொண்டுபோகப்பட்டிருக்கிறார். 2.3.1976இல் அவரை அங்கே வைத்துப் பார்த்ததாகவும் நாங்கள் தெரிந்து கொண்டோம். ஆகவே, வழக்கின் இந்தப் பகுதி தெளிவு படுத்தப்பட்டுவிட்டது.

35. அடுத்த கேள்வி, திரு. ராஜன் காவல்துறை கஸ்டடியில் தற்போது இருப்பதாக நிரூபணமாகிவிட்டதா என்பதுதான். அவர் கஸ்டடியில் தற்போது இல்லையென்றால், ஒருமுறை அவர் கஸ்டடிக்குள் கொண்டுவரப்பட்டார் என்பது எங்களுக்கு நிரூபணம் ஆனபிறகும், எதிர்மனுதாரர்களின் பெயரில் ரிட் பிறப்பிக்க எங்களால் முடியாது. ஹேபியஸ் கார்பஸ் ரிட் ஒரு பரிகார வழிமுறை மட்டும்தான். அதிகாரி களுக்கெதிரான ஒரு பிரயோகம் என்ற வகையில் சலசலப்பை யேற்படுத்தும் என்பதைத் தவிர அதற்குத் தண்டனையோ, எச்சரிக்கையோ அளிக்கும் சக்தி கிடையாது என்பதை நாங்கள் நினைவில் வைத்துள்ளோம். ஆனால், ராஜன் இப்போது காவல்துறையின் பாதுகாப்பிலிருக்கிறாரா என்பது விசாரணை செய்யப்பட வேண்டிய விஷயம்தான். அவரைக் காவல்துறை கைது செய்திருப்பதை நாங்கள் தெளிவுபடுத் தியிருப்பதால், மாறாகத் தெளிவு செய்யப்படாவிட்டால் இப்போதும் அந்த கஸ்டடி தொடர்வதாகவே கருதவேண் டும். அவர் விடுவிக்கப்பட்டதால் அல்லது அவர் தப்பி யோடி ஒளிந்திருப்பதால் அல்லது கஸ்டடியில் வைத்து இறந்து போனதால் இப்போது அவர் கஸ்டடியில் இல்லை யென்பதை நிச்சயமாக எதிர்மனுதாரர்கள் நிரூபிக்க வேண்டும். ராஜனைக் காவல்துறை கஸ்டடியிலெடுத்தது என்ற உண்மையை (எதிர்மனுதாரர்கள்) ஒப்புக்கொள்ளவோ, (மனுதாரர்) நிரூபிக்கவோ செய்தால் பதிலுக்கு எதிர் மனு தாரர்களால் சொல்லப்பட வேண்டிய வாதம் இது. ஆனால் துரதிருஷ்டவசம் என்று சொல்லலாம் தாங்கள் மேற்கொண்ட நிலைப்பாடு காரணமாக எதிர்மனுதாரர்கள் அப்படியான ஒரு வாதத்திற்கும் நிரூபிப்பதற்கும் தங்களைக் கடமைப்

படாதவர்களாக ஆக்கிக்கொண்டிருக்கிறார்கள். இந்த வழக்கைப் போன்று இரண்டிலொன்றைத் தீர்மானிக்கும்படியான நிர்ப்பந்தத்திற்கு நாங்கள் தள்ளப்பட்டால் சாதாரணமாக, ராஜன் கஸ்டடியில் தொடர்வதாகவே முடிவுக்கு வரவேண்டும். இந்தப் புகார் மனுவுக்குத் தீர்ப்பு சொல்வதில் ராஜன் காவல்துறை கஸ்டடியில் இருப்பதான முடிவுக்கு நாங்கள் வருவதற்கான விசேஷமான சூழ்நிலைகளையும் நாங்கள் கவனித்தேயாக வேண்டும். இவ்வழக்கில் கோரிக்கை மனு மீதான பரிகாரத்திற்கு வடிவம் ஏற்படுத்தும்போது தெளிவுபடுத்தப்படாத இந்த அம்சங்களிலும் எங்களின் கவனம் பதிய வேண்டும்.

36. இந்த வழக்கில் தீர்ப்பளிக்கும் நடவடிக்கைகளில் மிகவும் சிரமமான பகுதி மேலே சொல்லப்பட்ட சூழ்நிலையில் மனுதாரருக்கு அளிக்கப்பட வேண்டிய கோரிக்கைக்கான பரிகாரம் எதுவாக இருக்க வேண்டும் என்று தீர்மானம் செய்வதாகும். இந்தியாவில் 'ஆள் கொணர்வுச் சட்டம்' இங்கிலாந்துச் சட்டத்துடன் ஒப்புமைப்படுத்தலாமெனினும் இரண்டையும் துல்லியமாகப் பார்க்க வேண்டியதில்லை என்பது அங்கீகரிக்கப்பட்ட ஒரு கருத்துதான். ஆனால் தேவையை அனுசரித்து பரிகாரத்திற்கான வடிவம் ஏற்படுத்த உயர் நீதிமன்றத்திற்கிருக்கும் அதிகாரத்தை உச்ச நீதிமன்றம் *துவாரகா நாத் எதிர்மனுதாரர் கான்பூர் ஸ்பெஷல் சர்க்கிள் 'டி' வார்டு இன்கம் டாக்ஸ் ஆஃபீசரும் மற்றொருவரும்* என்ற வழக்கில் (A.I.R. 1966 S.C. 81) அங்கீகரித்துள்ளது. உச்ச நீதிமன்றத்தின் கருத்தாவது: '...என்றால் அந்த ரிட்டுகளின் அதிகார வரம்பு, இயல்பு (Nature) என்ற பதத்தினூடே விரிவாக்கம் பெற்றிருக்கிறது. அந்த பதம் எதற்காகவென்றால் இந்தியாவில் பிறப்பிக்கப்பட வேண்டிய ரிட்டுகள் இங்கிலாந்தினோடு துல்லியமாக்கப்படாமல் ஒப்புமைப்படுத்தப்பட்டுள்ளதுதான். மட்டுமல்ல, உயர் நீதிமன்றங்களுக்கு விசேஷ அதிகார (Prerogative) ரிட்டுகளிலிருந்து வேறுபட்ட அறிவுறுத்தல்களோ, உத்தரவுகளோ, ரிட்டுகளோ பிறப்பிக்கவும் முடியும். அது இந்த நாட்டின் வேற்றுமைக்கும் ஒற்றுமைக்கும் தேவையான பரிகார முறைகளுக்கு வடிவமளிப்பதற்கு உயர் நீதிமன்றத்திற்கு அதிகாரமளிக்கிறது. அரசியல் சட்டத்தின் 226ஆம் பிரிவின் அடிப்படையில், உயர் நீதிமன்றத்தின் அதிகார வரம்பை விசேஷ அதிகார ரிட்டுகளை பிறப்பிப்பதற்கான, ஆங்கிலேய நீதிமன்றங்களைப் போன்று துல்லியமாக்கப்படுவதற்கான எந்த முயற்சியும் பயன்பாட்டில் யூனிட்டரி முறையிலான அரசாங்கமான இங்கிலாந்தை விடவும் சிறிய ஒரு

ஒரு தந்தையின் நினைவுக்குறிப்புகள் ❖ 155

தேசத்தில், நெடுங்காலமாகவே நிலவி வந்த தடை செய்ய வியலாத நடைமுறைச் சட்டங்கள் ஃபெடரல் (அரசியல்) முறையைக் கடைப்பிடிக்கும் இந்தியாவைப் போன்ற அகண்ட தேசத்திலும் நடைமுறைப்படுத்த இயலும்.'

37. இந்த வழக்கில் அளிக்கப்பட வேண்டிய நிவாரணம் எதுவாகயிருக்க வேண்டுமென்று விவாதம் செய்யும்போது *தாமஸ் ஜான் பர்னார்டோ எதிர்மனுதாரர் ஹாரி போர்டின் (1892 ஏ.ஸி. பக்கம். 326)* என்ற வழக்கில் (இங்கிலாந்து) பிரபுக்கள் சபை மேற்கொண்ட தீர்மானத்தைக் கவனத்தில் கொள்வது உசிதமாகும். தன் குழந்தையைப் பராமரிக்கும் பொறுப்பை ஒப்படைத்த ஸ்தாபனத்தின் மேலதிகாரி மீது தன் குழந்தை சம்பந்தமாக ஒரு ஆள் கொணர்வுத் தீர்ப்பைக் கோரி ஒரு தாய் விண்ணப்பித்த அந்த வழக்கில், அந்தத் தாயின் உத்தரவில்லாமல் குழந்தையைக் கனடாவிற்குக் கொண்டு செல்வதற்காக மற்றொருவருக்குக் கை மாற்றிய தாகத் தெரிய வந்தது. குயீன்ஸ் பெஞ்ச் டிவிஷன், சூழ்நிலை களைக் கணக்கிலெடுத்து ரிட் பிறப்பிக்க சிபாரிசு செய்தது; அப்பீல் நீதிமன்றம் அதை ஏற்றுக்கொண்டது. முழு உண்மைகளைச் சரிவர விசாரணை செய்வதற்கு ரிட் மனுவுக்குப் பதில் கேட்டுப்பெறுவதற்கு விண்ணப்பதாரருக்கு உரிமை உள்ளதால் ரிட் பிறப்பிக்கப்பட வேண்டும் என்ற அபிப்பிராயத்துடன் பிரபுக்கள் சபை, அப்பீல் நீதிமன்றத் தின் உத்தரவை ஏற்றுக்கொண்டது. (எங்களின் முன் வைக்கப்பட்ட இந்த வழக்கில்) காவல்துறை, மனுதாரரின் மகனை கஸ்டடியில் எடுத்ததாகவும் அவரை இதுவரை விடுவிக்கவில்லையென்றும், அதைப்பற்றிச் சரியாக விளக்க மளிக்கவுமில்லை என்று தெளிவுபடுத்தப்பட்ட பிறகு, அந்த மாணவன் மாநிலக் காவல்துறையின் எந்த அதிகாரி களின் அதிகார வரம்பிற்குள்ளும் இல்லை என்று எதிர் மனுதாரர்கள் தீர்க்கமாகத் தெரிவித்துவிட்டார்கள் என்ற ஒரு காரணத்திற்காக அந்த விஷயத்தை அங்கேயே விட்டு விடுவதில் எங்களுக்கு உடன்பாடில்லை. இந்த வழக்கில் இவ்வளவு உண்மைகள் வெட்ட வெளிச்சமாகிவிட்ட நிலையில், அதற்கு ஏற்ற தொடர் நடவடிக்கைகள் எடுக்கப் படவில்லை என்றால், அது கடைசியில் இந்தத் தேசத்தின், ஜனநாயக வாழ்க்கை முறைகளின் அடிப்படை நெறி களைக் குலைத்துவிட இயலும்படியான அதிகாரப்பிரிவி னர் குறிப்பாக, காவல்துறை கட்டுப்பாடற்ற அதிகாரப் பிரயோகத்தைத் தொடர்வதாகவே கொண்டு செல்லும். ராஜனைத் தாங்கள் எப்படி நடத்தினோம் என்றோ, அவர் இப்போது எங்கே இருக்கிறார் என்றோ விளக்கம்

சொல்ல எதிர்மனுதாரர்கள் முயற்சிகூட செய்யவில்லை யென்பதால் குறிப்பாக, எதிர்மனுதாரர்களின் பதில் எங்களுக்குப் போதுமானதாக இல்லாத பட்சத்தில் அது சம்பந்தமான முடிவுகளையெடுக்க எங்களால் இயலவேண் டும். தனிநபர் சுதந்திரம் ஒரு மனிதனின் மிக உயர்ந்த தார்மிக உரிமையாக இருக்கும்போது, இந்த வழக்கைப் போன்ற மாநிலக் காவல்துறையினரின் பின்பலமுள்ள அதிகாரிகள் ஒரு நபரைச் சட்டவிரோதமாக கஸ்டடியில டைத்து அவரின் அந்த உரிமையை மறுத்திருப்பதாக எங்களுக்குத் தெரிய வந்த நிலையில் அந்நபரை விடுதலை செய்விப்பதற்கு இந்த நீதிமன்றத்திற்கு அதிகாரமில்லை யென்று நிரூபிக்காத வரைக்கும் நாங்கள் திருப்தியடைய இயலாது. நீதிமன்றம் அளிக்கும் பரிந்துரைகளின் காரண மாக, தனிப்பட்ட முறையில் பொறுப்பாளிகள் என்று இதுவரை நிரூபிக்க இயலாத பிரதிவாதிகளை, ஏதாவது ஒன்றில் குற்றவாளிகள்தான் என்று நிரூபிக்க இயலுமென் றும் ஆகவே நாங்கள் எந்த ரிட்டும் பிறப்பிக்கக்கூடாது என்று அடிஷனல் அட்வகேட் ஜெனரல் உறுதியான வாதத்தை முன்வைத்திருக்கும் எங்களால் சிறிதும் புரிந்துகொள்ள முடியவில்லை. எங்களுடைய நோக்கம், ஏதாவதொரு அரசு அலுவலரின் முறையற்ற செயல்பாடு களுக்கான தண்டனை விதியை வலியுறுத்துவதல்ல. மாறாக, தனிநபர் சுதந்திரத்திற்கு எப்போதாவது, எந்த இடத்திலாவது அச்சுறுத்தல் ஏற்படுமென்றால் மனித சுதந்திரத்தின் பாதுகாவலர்கள் என்ற நிலையில் செயல்பட தேசத்தின் உன்னதமான நீதி, நியாய அமைப்புகளுக்கான கடமையை முழுமையாக நினைவில்கொண்டு மனித சுதந்திரத்தைப் பாதுகாப்பதற்கு இந்த நீதிமன்றத்திற்கிருக்கும் அதிகாரத்தை அதிகபட்சமாக பிரயோகிக்க வேண்டும் என்பதை மறுபடியும் தெரிவித்துக்கொள்கிறோம். மனுதாரரின் கோரிக்கை நியாயமானது. பாதிக்கப்பட்ட ஒரு தகப்பன் எனும் நிலையில் அவர் தன் மகனை விடுதலை செய்வதன் பொருட்டு இந்த நீதிமன்றத்தில் ஆஜர்படுத்த வேண்டும் என்று கஸ்டடியில் வைத்திருப்பவர் களுக்கு உத்தரவு பிறப்பிக்க இந்த நீதிமன்றம் தன் அதிகா ரத்தைப் பயன்படுத்த வேண்டும் என்று விண்ணப்பித்திருக் கிறார். திரு.ராஜனைக் காவல்துறை கஸ்டடியில் எடுத் திருப்பது ஆதாரங்களின் அடிப்படையில் தெளிவுபடுத்தப் பட்டிருப்பதாலும் அவர் கஸ்டடியிலிருந்து விடுவிக்கப்பட் டுள்ளதாக நிரூபிக்கப்படாத வரை கஸ்டடியிலிருக்கிறார் என்ற அனுமானத்தின் அடிப்படையில் கோரிக்கைக்கான

நிவாரணத்துக்கு உத்தரவு பிறப்பிப்பதைத் தவிர வேறு வழியில்லை. எனவே நாங்கள் இதற்கு முன் தெரிவித்தது போல் ஏற்கனவே செய்திருக்க வேண்டிய தவறைத் திருத்திக் கொள்ளும் வாய்ப்பை நிர்வாகத்திற்கு அனுமதிக்காமலிருக்க முடியாது. இந்த வழக்கில் நாங்கள் பரிந்துரை என்ற பெயரில் பிறப்பிக்கப்பட நினைக்கும் உத்தரவு இந்நோக்கத்தை நிறைவேற்றுமென்று நம்புகிறோம்.

38. கடைசியாக, காவல்துறை அதிகாரிகளில் யாராவது சிலர் ஒரு நபரைச் சட்டவிரோதமாக கஸ்டடியிலெடுத்து விசாரணை செய்வதற்காக அவரை கஸ்டடியில் வைத்திருந்து தன் விருப்பப்படி மோசமாக நடத்தினால் அது அவர்களுக்கெதிரான தீவிர நடவடிக்கை எடுக்கப் போதுமான காரணமாக அமையும். ஆனால், அப்படியான நியாயமற்ற கஸ்டடிக்கு நேரடியாகக் காரணமில்லாத உயர் அதிகாரிகளுக்கெதிராக ரிட் பிறப்பிக்க அது போதுமான காரணமாக இருக்க முடியாது எனும் வாதத்தைச் சட்ட நிபுணர் அடிஷனல் அட்வகேட் ஜெனரல் திரு. டி. ஸி. என். மேனோன் உறுதியாகத் தெரிவித்திருக்கிறார். இது விவாதப் பொருளை ஏற்கனவேயுள்ள இடத்திற்குக் கொண்டு சென்றுவிடக் கூடும் என்று நாங்கள் அஞ்சுகிறோம். வழக்குகள் சம்பந்தமான விசாரணைக்கெனத் தனியாக அமைக்கப்பட்டுள்ள இடத்தில் வைத்து விசாரணை செய்வதற்காகக் கல்லூரி விடுதியிலிருந்து ஒரு மாணவரைக் கஸ்டடியிலெடுத்த அதிகாரியின் செயல்பாட்டின் அடிப்படையும், தான் ஒரு காவல்துறை அதிகாரி எனும் நிலைதான். அப்படியான ஒரு எதிர்மறையான நிலையை நிர்வாகத்தின் கவனத்துக்குக் கொண்டு வந்தும் இத்தகைய செயல்பாடுகளைக் கண்டிக்கும் விதமாக நிர்வாகம் எதுவும் செய்யாத பட்சத்தில் இப்படிச் சொல்லப்படுவது மிகவும் முக்கியத்துவம் வாய்ந்ததாகப் படுகிறது. இந்த வழக்கில் குறிப்பிடப்பட்டிருப்பது உண்மைதான் என்றால் – இது உண்மைதான் என்று நாங்கள் விசாரணையின் மூலம் தெளிவுபடுத்தியுள்ளோம் – இது ஒரு நோய்க்கான அறிகுறியாகும். இப்படியான சூழ்நிலைகளில் ஆள் கொணர்வு உத்தரவு கோரி விண்ணப்பிக்கும் ஒரு நபருக்கு கஸ்டடியில் எடுத்த அதிகாரி யார் என்பதைக் குறிப்பிட்டுச் சொல்ல இயலாது. அதிகாரிகள், போலீஸ் பட்டாளத்தை அனுப்பி ஆட்களை கஸ்டடியிலெடுப்பதுவும், விசாரணைக்கு இப்படிப்பட்ட கைது நடவடிக்கைகள் தேவைதான் என்பது போல் அவர்களைக் கையாள்வதும் சாதாரண நிகழ்வுகளாகயிருக்க, காவலில் வைக்கப்பட்ட அந்த நபர்

இப்போது எந்தக் காவல்துறை அதிகாரியின் கீழ் உள்ளார் என்பதை மனுதாரரே தெரிவிக்க வேண்டும் என்று நிர்பந்திக்க முடியாது. மட்டுமல்ல, இது ஆள் கொணர்வுச் சட்டக் கொள்கைகளை இயல்புக்குப் பொருத்தமில்லாத ஒன்றாக வரையறைக்குட்படுத்துவதுடன், இந்த நீதிமன்றம் தன் பொறுப்பை நியாயபூர்வமாக நிர்வகிப்பதற்குத் தடை போடுவதுமாகும். சட்ட நிபுணர் அடிஷனல் அட்வகேட் ஜெனரல், விசாரணையின்போது தேவைக்கதிகமாகக் காட்டும் உற்சாகம் சில காவல்துறை அதிகாரிகளின் மீது பழிபோடுவதற்காகவும் மிகவும் தாமதித்துப்போய்விட்டது மான முயற்சி என்பதாகும். இந்தக் காரணம் மனுதாரரின் கோரிக்கைக்கான நிவாரணம் மறுக்கப்படும் அளவில் எங்களைப் பாதிக்கவில்லை. ராஜனைக் காவலில் எடுத்த தில் உட்பட்டுள்ளவர்களாகச் சொல்லப்படும் காவல்துறை அலுவலர்களைச் சுட்டிக்காட்டும் விதமான ஆதாரங்கள் எதுவும் எங்களுக்குக் கிடைக்காமல் இல்லை. ராஜனை வேனுக்குள் கொண்டு போனபோது அங்கிருந்த குற்றவியல் பிரிவு ஆய்வாளர் ஸ்ரீதரனையும் காவலரையும், P.W 4 தெளிவாகத் தெரிந்து வைத்திருக்கிறார். ராஜனைக் காவ லில் வைத்துத் துன்புறுத்துவதைக் கண்டபோது கக்கயம் டூரிஸ்ட் பங்களாவில் புலிக்கோடன் நாராயணனும் அங்கி ருந்ததாகச் சாட்சியப்படுத்தப்பட்டுள்ளது. கக்கயம் டூரிஸ்ட் பங்களாவில் வைத்து ராஜன் துன்புறுத்தப்படும்போது அங்கே காவல்துறைக் கண்காணிப்பாளர் திரு. லக்ஷ்மணா இருந்ததை P.W 9 சாட்சியப்படுத்தியிருந்ததுவும் அவரின் வாக்குமூலம் ஏற்றுக்கொள்ளப்பட்டதுமாகும். பொறுப்பை ஏதாவதொரு அதிகாரியின் மீது சுமத்த வேண்டுமெ னில் எங்களுக்கு இந்த ஆதாரங்களையே உபயோகிக்க முடியும். இப்போது ராஜனின் கஸ்டடி யாரிடமிருக்கிறது என்பதுதான் பிரச்சனையென்பதால் இதற்கு எந்த முக்கியத்துவமுமில்லை. ராஜன் காவல்துறையின் கட்டுப் பாட்டுக்குள்தானென்பது இந்த வழக்கின் எதிர் மனுதாரர் களுக்குக் குறிப்பாகத் தெரிந்த விஷயம்தான். இப்படியான வழக்கில் ரிட் பிறப்பிக்கப்பட வேண்டியது அதைச் சரியாக நடைமுறைப்படுத்த இயலுபவர்களின் பேரில்தான்.

39. ஆர்.ஜெ. ஷார்ப் (R.J. Sharpe) ஆள் கொணர்வுச் சட்டத்தைக் குறித்தெழுதிய புத்தகத்தின் ஒரு பகுதியை நாங்கள் விளக்க நினைக்கிறோம். பக்: 170இல் சட்டவல்லுனரான அவர் விவரிக்கிறார். ‘கைதியை உடல் ரீதியாக கஸ்டடியில் வைத்துக்கொண்டிருக்கும் நபரின் பெயரில்தான் ஆள் கொணர்வு உத்திரவுப் பிறப்பிக்கப்பட வேண்டும் என்பது

தான் சாதாரணமானச் சட்டம். என்றால் கைதாகியிருக்கும் நபரின் கஸ்டடி யாரிடமிருக்கிறது என்பதில் சந்தேகம் இருக்கும் பட்சத்தில் ஒன்றுக்கு மேற்பட்டவர்களின் பெயருக்கோ, சிறை அதிகாரிக்கோ, உண்மையான கஸ்டோடியன் பேருக்கோ, பிற சார்புடையவர்களுக்கோ ரிட் பிறப்பிக்கலாம். இதில் இரண்டாவது வாய்ப்பு குறித்த விஷயத்தில், அதாவது ரிட்டுக்குள்ளாகும் நபருக்குக் கைதியின் மீது போதுமான கஸ்டடியோ, கட்டுப்பாடோ இருக்கிறதா என்று சந்தேகங்கள் ஏற்படும் பட்சத்தில் பிரச்சனைகள் உருவாகவும் கூடும்.

இந்நிலை பொதுவாக அரசரின் ஒரு மந்திரியை ரிட்டில் எதிர்மனுதாரராகச் சேர்க்கப்படும்படி விண்ணப்பிக்கப்படும் வழக்குகளில்தான் ஏற்படக்கூடும். நிறைய வழக்குகளில் வாதப்பிரதிவாதம் நடத்தவோ விளக்கமளிக்கவோ செய்யப்படாமலும் இப்படியாகியிருக்கிறது.

மன்னர் எதிர்மனுதாரர் செகரட்டரி ஆஃப் ஸ்டேட் ஃபார் ஹோம் அஃபயர்ஸ். எக்ஸ் பார்ட்டி ஓபிரியன் *1923 (2)* KB. *361* என்ற வழக்கில் இங்கிலாந்தில் அப்பீல் நீதிமன்றம், மனுதாரரைக் கைது செய்து டப்ளினுக்கு நாடு கடத்தியபோது பொறுப்பிலிருந்த உள்துறை நிர்வாகச் செயலாளரின் பேரில் ஆள் கொணர்வு உத்தரவுக்கான புகார் மனு குறித்த விஷயம் பரிசீலனை செய்யப்பட்டது. தன்னைக் கைது செய்திருக்கக்கூடாது என்பதும் விடுதலை செய்ய வேண்டுமென்பதும் மனுதாரரின் வழக்கு. ஃப்ரீ ஸ்டேட் அரசாங்கத்திற்கு மனுதாரரை ஒப்படைத்ததால், உள்துறை நிர்வாகச் செயலகம் அவரின் உடல்ரீதியான சட்டப்பூர்வமான கட்டுப்பாட்டை இழந்திருந்தது. சூழ்நிலை இதுதான் என்றாலும் அப்பீல் நீதிமன்றம் (ஃப்ரீ ஸ்டேட்) அரசாங்கத்துடனான உள்துறை நிர்வாகச் செயலக ஒப்பந்தத்தின் அடிப்படையில் மனுதாரரின் கஸ்டடியின் உண்மையான (defacto) கட்டுப்பாடு, உள்துறை நிர்வாகச் செயலாளரின் கைகளில் இல்லை என்பதில் போதுமான சந்தேகமிருப்பதால் அவருக்கெதிரான புகார் சரியான முறையில் ஆனதாகும் என்று நிலையை எடுத்தது. வழக்கைக் கையாண்ட சட்ட நூலாசிரியரான திரு. ஆர். ஜெ. ஷார்ப் ஓபிரியனின் வழக்கைப் பற்றிக் குறிப்பிடும்போது சொல்கிறார்: 'ஓபிரியனின் வழக்கினூடே தெரியவருவது சட்ட விதிகளுக்கான தத்துவம் முழுமையடைந்த ஒன்றாகும் என்பதே. அதிலுள்ள உண்மையான பிரச்சனை, நீதிமன்றத்தின் உத்தரவு அமல்படுத்தப்படுவதற்கான கட்டுப்

பாட்டைப் பொறுத்திருக்கிறது என்பதைத் தெரிவிக்கிறது. இது சம்பந்தமான கேள்வி இப்படியிருக்கலாம்: விடுதலை செய்ய நீதிமன்றம் உத்தரவு பிறப்பித்தும் அது நடைமுறைப் படுத்தப்படாமல் இருந்தால் உத்தரவை அமல்படுத்தும் பொறுப்புக்குரியவர் எனக்கருதும் எதிர்மனுதாரரை அதை அமல்படுத்துவதில் தோல்வியடைந்த காரணத்தை விளக்கும் பொறுப்புக்குட்படுத்துவது அறிவுபூர்வமாகுமா?'

40. 1976இல் குற்றவியல் எண் 19இன் தொடர்பாக மாணவர்களை விசாரணை செய்வதற்காகக் காவல் துறையினர் ரீஜனல் என்ஜினீயரிங் கல்லூரிக்குச் சென்றிருந்தார்கள் என்பதை யாருமே மறுக்கவில்லை. அந்த வழக்கின் விசாரணையைக் குற்றவியல் பிரிவும் உள்ளூர் காவல் துறையும் சேர்ந்து நடத்தியதாகவும் ஐந்தாம் எதிர்மனுதாரர் 28.2.1976 முதல் 12.3.1976 வரை கக்கயம் விசாரணை முகாமில் முழுநேரமும் இருந்ததாகவும் Exh. R1இல் ஐந்தாம் பத்தியில் ஒப்புக்கொண்டுள்ளார். அந்த விசாரணை முகாமில் ராஜனைக் கொண்டு வரவில்லை என்று ஐந்தாம் எதிர்மனுதாரர் சொல்லியிருப்பது நம்ப முடியாத ஒன்று என்பதை நாங்கள் ஏற்கனவே தெளிவுபடுத்திவிட்டோம். ஆகவே ரிட்டை அவர் பெயருக்கும் மூன்றாம் எதிர்மனுதாரரும் குற்றவியல் பிரிவின் சார்பில் அந்த வழக்கின் விசாரணைப் பொறுப்பை வகித்திருந்தவருமான போலீஸ் டெபுடி இன்ஸ்பெக்டர் ஜெனரலின் பேரிலும் பிறப்பிக்கப் படுவதுதான் பொருத்தமானதாக இருக்கும். இப்போது ராஜன் எந்தக் காவல்துறை அதிகாரியின் கஸ்டடியில், அதாவது எந்தக் காவல்நிலையத்தில் இருக்கிறார் என்பது முடிவு செய்யப்படாமலிருப்பதால் போலீஸ் இன்ஸ்பெக்டர் ஜெனரலின் பேரில் ரிட்டைப் பிறப்பிக்க முடியாது என்றில்லை. நாங்கள் இதற்கு முன் விவரித்தபடி (புத்தகப் பகுதி) சந்தர்ப்பத்திற்கேற்ப உள்துறைச் செயலாளர் மற்றும் முதலமைச்சர் பேரில்கூட ரிட் பிறப்பிப்பது இந்த வழக்கின் சூழ்நிலையைப் பொறுத்தவரை சரியாகவே இருக்கும். இந்நிலையில் ரிட் அமல்படுத்தப்படுவதன் பொருட்டு ஒன்று முதல் ஐந்து வரையிலான எதிர்மனுதாரர்களின் பேரிலும் பிறப்பிக்கப்பட வேண்டும்.

41. இனி நாங்கள் இந்த வழக்கில் எடுத்துக்கொள்ள வேண்டிய ஒழுங்கு நடவடிக்கைகள் குறித்துக் கவனத்தில் கொள்கிறோம். மனுதாரரின் புகார் மனு முன்பு எப்போதாவது ஒரு கட்டத்தில் கவனமாகப் பரிசீலனை செய்யப்பட்டதாக நம்ப இடமில்லை. அது அன்றைய உள்துறையமைச்சர்

திரு. கருணாகரனின் கவனத்துக்குக் கொண்டு வரப்பட்டது என்பதைப் பற்றிச் சந்தேகப்படுவதற்கிடமில்லை. நெருக்கடிநிலைச் சட்டம் தளர்த்தப்பட்டபோது 'குறிப்பிட்ட விஷயம்' குறிப்பாக மாணவர்களுக்கிடையில் தீவிரமாகப் பரிசீலிக்கப்பட்டது என்பதைத் தெரிவிக்கும் ஆதாரங்கள் கிடைத்திருக்கின்றன. நாங்கள் குறிப்பிடுவது ராஜனை கஸ்டடியில் எடுக்கவில்லை என்று திரு. கருணாகரனின் பேச்சுக்கெதிராகக் கோழிக்கோடு ரீஜனல் என்ஜினீயரிங் கல்லூரி யூனியனின் எதிர் அறிக்கையாகும். அதனால் அல்லது இந்த வழக்கின் பலனாக இருக்கலாம், ராஜனைக் கைது செய்ததென்பது உண்மையா, பொய்யா என்று விசாரணை செய்வதற்காக ஒரு விசாரணைக் கமிஷனை, இந்த வழக்கின் முடிவு தெரிந்த உடன் நியமிப்பதாக அடிஷனல் அட்வகேட் ஜெனரல் வாக்குறுதி அளித்துள்ளார். உண்மையிலேயே ராஜனின் இப்போதைய நிலை என்னவென்பதை அரசு இந்த நீதிமன்றத்திற்கு அறிவிக்க இயலாத நிலையிலிருந்தால் அது மிகவும் வருத்தத்திற்குரிய ஒன்று. இதற்குக் காரணமானவர்களைத் தண்டிப்பதற்கு இதய சுத்தியுடன் கூடிய நடவடிக்கைகள் முக்கியமானவை. ஆனால் இதைவிடவும் மிக முக்கியத் தேவை, தன்னைக் காவல்துறை கஸ்டடியிலெடுத்த பிறகு தனக்கு என்ன நேர்ந்தது என்பதைத் தன் பெற்றோர்களுக்குத் தெரிவிப்பதற்கு ராஜன் கிடைக்கவில்லையென்றால் ராஜனின் தற்போதைய நிலையைப்பற்றி விசாரணை செய்து கண்டுபிடிப்பதுதான். ராஜன் இப்போதும் காவல்துறையின் கஸ்டடியில் இருக்கிறாரா, இல்லையென்றால் அவரின் கஸ்டடி எப்படி முடிவுக்கு வந்தது என்பதைக் கண்டுபிடிக்க வேண்டும். இப்படி உண்மையான நடவடிக்கைகளெதுவும் விசாரணைக் கமிஷன் சட்டப்படி உட்கொண்ட ஒரு கமிஷனை நியமிக்கலாம் என்று அந்த உறுதிமொழியில் வெளிப்படுவதாக எங்களுக்குத் தோன்றவில்லை. ராஜனை நீதிமன்றத்தில் ஆஜர்படுத்த வேண்டும் எனும் உத்தரவினை நடைமுறைப்படுத்தப்படுவதில் தோல்வியடைந்தால் எதிர்மனுதாரர்கள் நீதிமன்றத்தை அலட்சியம் செய்த குற்றத்திற்குள்ளாவார்கள் என்பதுவும் எங்களுக்குத் தெரியும். ஆனால் எங்களுடைய முக்கிய நோக்கம் இந்த வழக்கின் கோரிக்கை மீது ஏதாவது தகுந்த நிவாரணம் அளிக்க முடியுமென்றால் அதை மேற்கொண்டேயாக வேண்டும் என்பதுதான்.

42. ராஜனை 1977 ஏப்ரல் 21 அன்று இந்த நீதிமன்றத்தில் ஆஜர்படுத்தும்படி எதிர்மனுதாரர்களுக்கு நாங்கள் இந்த ரிட்டைப் பிறப்பிக்கிறோம்.

43. ஏதாவது காரணத்தால் அன்றைய தினம் ராஜனை இந்த நீதிமன்றத்தில் ஆஜர்படுத்தத் தங்களால் இயலாதென எதிர்தரப்பினருக்குத் தோன்றினால் அந்தக் காரணத்தைக் குறிப்பிட்டுள்ள மெமோவை எதிர் தரப்பு வழக்கறிஞர் 1977 ஏப்ரல் 19 அன்று உயர் நீதிமன்றப் பதிவாளரிடம் சமர்ப்பிக்கலாம். அப்படியெனில் இந்த வழக்கைக் கோடை விடுமுறைக்குப்பின் நீதிமன்றங்கள் மீண்டும் செயல்படும் 23.5.1976ஆம் தேதிக்கு மாற்றி வைத்ததாகக் கொள்ளப்படும். அன்றைய தினம் எதிர் தரப்பினர் இந்த நீதிமன்றத்தின் உத்தரவை அமல்படுத்துவதற்கான, குறிப்பாக ராஜனைக் கண்டுபிடிப்பதற்காகத் தாங்கள் மேற்கொண்ட நடவடிக்கை களைப் பற்றிய விரிவான விவரங்களை நீதிமன்றத்திற்குத் தெரிவிக்கலாம். அதன்படி இந்த வழக்கு சம்பந்தமான மேலும் உத்தரவுகள் தேவைப்படுமெனில் பிறப்பிக்கவிருக் கும் இந்த உத்தரவுடன் வழக்கு முடிவுக்குவந்துவிட்டதாகக் கருத வேண்டியதில்லை. இது போன்ற முன்னுதாரணங் களற்ற, மிகவும் அசாதாரணமான நடவடிக்கை முறையை இப்போது நாங்கள் மேற்கொண்டிருப்பதை எங்களால் உணர முடிகிறது. ஆனால் எங்களின் இந்தச் செயல்பாட்டுக் கான அதிகாரத்தைக் கேள்விக்குட்படுத்த முடியாது. ஏனென் றால் உண்மையை அறிந்துகொள்ளவும் கோரிக்கையின் மீதான பரிகாரத்தைச் செய்யவுமான ஒரு நோக்கத்தை நிறைவேற்றும் பொருட்டு நாங்கள் இந்த நடவடிக்கையினை மேற்கொண்டுள்ளோம். இந்த நீதிமன்றத்தின் மனசாட்சியைத் திருப்திப்படுத்த உதவும் இது போன்ற மற்றொரு வழியைக் குறித்து ஆலோசனை செய்ய எங்களால் முடியவில்லை.

43 (அ). இக்கட்டான ஒரு சூழ்நிலைக்கு எதிர்மனுதாரர்களின் கவனம் திசைதிருப்பப்பட்ட பிறகும்கூட அவர்கள் பொறுப் புணர்வுடன் அந்தக் குறிப்பிட்ட விஷயம் குறித்துப் பரிசீலனை செய்ய முன்வரவில்லை என்பது துரதிருஷ்டவசமானது. ஏதோ சில காவல்துறை அதிகாரிகளால் எங்கோ வைத்து நடத்தப்பட்ட தனிப்பட்ட விவகாரம் என்பதுபோல் நாங்கள் இந்தப் பொறுப்பைக் கைவிட்டுவிட முடியாது என்பதை மீண்டுமொருமுறை கூறிக்கொள்கிறோம். இந்த வழக்கில் குற்றவாளிகளுக்குத் தண்டனை விதிப்பது எங்கள் அதிகார வரம்பிற்குட்பட்டதல்ல என்றாலும் அவர் களுக்குத் தண்டனை விதிக்கப்பட வேண்டும் என்று மனப் பூர்வமாக விரும்புகிறோம்.

இந்த வழக்கின் இது வரையிலான செலவுகளை அந்தந்தத் தரப்பினரே ஏற்றுக்கொள்வார்கள்.

ஒரு தந்தையின் நினைவுக்குறிப்புகள்

காலித் ஜே:-

1. இந்த வழக்கின் முக்கியத்துவத்தையும் அனுபவப் பகிர்வையும் கவனத்தில் கொள்ளும்போது என் சக சட்டநிபுணர் சொன்னவற்றுடன் நானும் சிலவற்றைச் சேர்ப்பது சரியாக இருக்குமென்று கருதுகிறேன். என் சக சட்டநிபுணரால் இப்போது பிறப்பிக்கப்பட்ட தீர்ப்பில் இவ்வழக்கின் உண்மைகளும் ஆதாரங்களும் மிகத் தெளிவாகவே விவரிக்கப்பட்டுள்ளன. ஆகவே அதை மீண்டும் நான் விளக்கப் போவதில்லை.

2. இந்த வழக்கு மிக எளிமையான ஒரு பிரச்சனையை உணர்த்துகிறது; அதற்கான பரிகாரமும் எளிமையானதாகவே இருக்க வேண்டும். ஆனால் எதிர்தரப்பினரிடம் இதற்கனுகூலமான மனோபாவம் காணப்படவில்லை என்பதால் பரிகாரம் காண்பதில் சிரமமேற்படுகிறது. இந்த வழக்கிலுள்ள பிரச்சனை சட்டம் சம்பந்தமானது என்பதைவிட மனிதாபிமானம் சம்பந்தமானது எனலாம்.

3. தன்னுடைய ஒரே மகன் காணாமல் போனதன் காரணமாக மனநிலை பாதிக்கப்பட்ட மனைவியும், அனாதையாக்கப்பட்ட குடும்பமும், அந்தத் துயரத்தினால் வதைபட்ட இரண்டு பெண் மக்களும் கொண்ட மனமுடைந்த ஒரு தகப்பன், மாநில அரசின் அதிகாரிகளையும் மத்திய அரசின் அதிகாரிகளையும் சமீபித்து கடைசியாக, 1.3.1976 முதல் காணாமல் போன தன் மகனை ஆஜர்படுத்த இந்நீதிமன்றம் மதிப்பு மிகுந்த தன் கடமையைச் செய்யக்கோரி மிச்சமிருக்கும் கடைசி மார்க்கமாக இந்நீதிமன்றத்தினைச் சரணடைந்திருக்கிறார். எதிர்தரப்பினர் இந்தச் சிரமமான முயற்சிக்கு எங்களுடன் ஒத்துழைத்திருந்தால், உண்மையைக் கண்டறிய உதவியிருந்தால் எங்களின் பணி எளிதாக ஆகியிருக்கும். மனுதாரரின் மகனாகிய ராஜனைக் காவல் துறை ஒருபோதும் கஸ்டடியிலெடுத்ததில்லை எனும் தளராத நிலைப்பாட்டை எதிர்த் தரப்பினர் மேற்கொண்டிருந்ததால் எங்களுக்கு ஆதாரங்களைச் சேகரித்து, குறிப்பிட்ட விஷயம் பற்றித் தவிர்க்கவியலாமல் அதிகமாக விசாரணை செய்ய வேண்டியதாயிற்று.

4. மனுதாரர் சொல்வதற்கேற்ப, ரீஜனல் என்ஜினீயரிங் கல்லூரியின் முதல்வர், மனுதாரரின் மகனைக் காவல்துறை 1.3.1976. அன்று கஸ்டடியிலெடுத்ததாகப் பதிவுத்தபால் மூலம் அவருக்குத் தெரிவித்தார். அன்றுமுதல் மகனின் தற்போதைய நிலை பற்றிச் சரியாகத் தெரிந்துகொள்வதற்காக அவர் தொடர்ந்து பல முக்கியஸ்தர்களுக்குப் புகார்

மனு அனுப்பியும், நாட்டின் பல்வேறு சிறைச்சாலைகளுக்குச் சென்று விசாரித்தும், சமூகப் படிநிலைகளின் உன்னத பீடங்களிலுள்ள நபர்களைச் சந்திக்கவும் செய்துள்ளார். இந்தப் புகார் மனுக்களைப் பதிவு செய்ய நேர்ந்த விரிவான தகவல்களை அவர் தனது முதல் புகார் மனுவுடனிணைந்த முதல் வாக்குமூலத்திலும் இரண்டாவது வாக்குமூலத்திலும் தெரிவித்துள்ளார்.

5. எதிர்மனுதாரர்கள் பதிவு செய்துள்ள வாக்குமூலங்களில் கடைப்பிடித்திருக்கும் நிலைப்பாடு, ராஜனை ஒருபோதுமே காவல்துறை கஸ்டடியிலெடுத்ததில்லை என்பதுதான். அந்த எதிர் வாக்குமூலங்களையும் அதனுடன் பதிவு செய்யப்பட்ட சான்றுகளையும் நான் கவனமாகப் பரிசீலனை செய்தேன். நாங்கள் மிகுந்த வேதனையுடன் சொல்கிறோம். எதிர்மனுதாரர்கள் இந்நீதிமன்றத்தில் உண்மையைத் தெரிவிக்காமல் மறைப்பதற்கு முயற்சி செய்திருக்கிறார்கள். களங்கமற்ற நபர்களின் பதிவு செய்யப்பட்ட வாக்குமூலங்களின் அடிப்படையில் இதைத் தைரியமாகச் சொல்கிறோம்.

6. ஆரோக்கியமற்ற இந்த வழக்கின் மிக முக்கியமான ஆதாரம், கல்லூரி முதல்வரின் சாட்சியம்தான். 1.3.1976 அன்று காலை காவல்துறை ராஜனை கஸ்டடியிலெடுத்த விவரம் தனக்குத் தெரியவந்ததாக அவர் சந்தேகத்துக்கிடமற்ற முறையில் தெளிவான வார்த்தைகளில் சாட்சியமளித்துள்ளார். இந்த விஷயம் மனுதாரருக்கு அவர் அனுப்பி வைத்த பதிவுத் தபால் மூலம் தெளிவுபடுத்தப்பட்டது. அந்தக் கடிதத்தின் நகலை அவர் அப்படியே சமர்ப்பித்திருக்கிறார். இந்த விஷயத்தைக் குறித்து, கல்லூரியின் நிர்வாகக்குழுவிற்கும் மத்திய கல்வித்துறை அமைச்சகத்திற்கும் தெரிவித்ததையும் அவர் தெளிவுபடுத்தியுள்ளார். அவர் அளித்துள்ள ஆதாரங்களை யாரும் மறுக்கவில்லை. கல்லூரி முதல்வர் தரும் ஆதாரங்களை அப்படியே அங்கீகரிக்கலாம் என்று சட்ட நிபுணர் அடிஷனல் அட்வகேட் ஜெனரல் நீதிமன்றத்தில் தன் ஒப்புதல்களினூடே ஏற்பு தெரிவித்திருக்கிறார். ராஜனை கஸ்டடியிலெடுத்ததாகக் கல்லூரி முதல்வருக்குத் தெரியவந்த தகவல் பிறரிடமிருந்து கிடைத்ததுதான் என்றும், அவர்களை விசாரணை செய்யவில்லை என்பது மட்டும்தான் அந்த சாட்சியங்களுக்கெதிராக அவர் முன்வைத்த ஒரே ஒரு வாதம். மற்றொரு விதத்தில் சொல்வதானால், ராஜனை கஸ்டடியில் எடுத்ததாகக் கல்லூரி முதல்வர் அளித்திருக்கும் சாட்சியத்தைச் சரியான சாட்சியமாகக் கருத முடியாது என்பதுதான்

அந்த வாதம். இந்த வாதத்தை முழுவதுமாகப் புறக்கணிக்க நான் கொஞ்சமும் தயங்கவில்லை. 1.3.1976இல் ராஜனை கஸ்டடியிலெடுத்ததாகச் சமர்ப்பிக்கப்பட்டுள்ள கல்லூரி முதல்வரின் சாட்சியத்தை எக்காரணம் கொண்டும் புறக்கணித்துவிட இயலாது. ராஜன் பிரச்சினையில் மட்டு மல்ல, இந்தத் தேசத்தின் எந்தக் குடிமகனின் வாழ்க்கையும் கேள்விப்பட்ட ஆதாரங்கள் எனும் சொல்லுக்கான அடிப் படையாக மட்டுமே கொள்ளாமல் அதை அறிவுபூர்வமான சொல் என்ற அளவிலாவது முன் வைத்துத் தீர்மானிக்கப் படுவது சரியாக இருக்கலாம் என்பதைவிட அதுதான் சரியாக இருக்கவும் முடியும். ஒரு பொய் வழக்கை யாரும் ஜோடனை செய்வதற்கு விரும்பாத காலகட்டத் தில்தான் கல்லூரி முதல்வர் மனுதாரரின் மகனைக் காவல்துறை கஸ்டடியிலெடுத்திருப்பதான உண்மையைத் தெரிவிக்கும் விவாதத்திற்குரிய அந்தக் கடிதத்தை அனுப்பி யுள்ளார். இந்த எளிய ஆதாரத்திற்கு அதற்கே உரிய உறுதியான கம்பீரமும் உண்டு. இந்த ஆதாரத்தைப் புறக் கணிக்க எந்த அறிவுபூர்வமான சிந்தனையும் இடம் தரவில்லை.

7. ராஜன் காணாமல் போனதைப் பற்றிய ஆதாரங்களை இரண்டு முதல் பத்து வரையிலான மற்ற சாட்சிகளும் தெரிவித்திருக்கிறார்கள். அவர்கள் அளித்திருக்கும் ஆதாரங் களின் மீதான நுட்பமான பரிசீலனையில் 1.3.1976இல் காவல்துறை ராஜனை கஸ்டடியிலெடுத்திருப்பதாகவே காட்டுகிறது. அவர்கள் மீதான நம்பிக்கை கேள்விக்குட் படுத்தப்படவில்லை. அவர்கள் அளித்திருக்கும் வாக்கு மூலங்கள் ஒன்றுபோலில்லை. அவை ஒன்றுக்கொன்று முரண்பட்டவை, ஆகவே அதை வைத்து 1.3.1976 அன்று காவல்துறை ராஜனை கஸ்டடியில் எடுத்தது என்ற முடிவுக்கு அதை அடிப்படையாகக் கொள்ள முடியாது என்பதைத்தான் சட்ட நிபுணர் அடிஷனல் அட்வகேட் ஜெனரல் ஒட்டுமொத்த வாதமாக முன் வைத்திருக்கிறார். அந்த சாட்சியங்களின் மீதான அதி நுட்பமான விசார ணையில் கஸ்டடியிலெடுக்க வந்த காவல்துறையினர் யார் யார் என்பதைப் பற்றியும் அவர்களின் ஆடையலங் காரங்கள் பற்றியும் மிகச் சிறிய முரண்பாடுகள் இருப்பதாகத் தோன்றியிருக்கலாம். இந்த முரண்பாடுகள் உண்மையாக இருந்தாலும்கூட எந்த முக்கியத்துவமுமில்லாதவை. இந்த சாட்சியங்கள் மூலம் தெரியவந்த ஆதாரங்கள் ஒரேயொரு விஷயத்தில் ஒத்தியல்பு கொண்டவை. அது, காவல்துறை ராஜனை கஸ்டடியில் எடுத்த நாள்; இந்த சாட்சிகள்

பொய்சாட்சியம் அளிப்பதாகவோ, இவர்களுக்கு எதிர் மனுதாரர்களோடு தனிப்பட்ட விரோதமிருப்பதாகவோ எதிர் தரப்பினர் சுட்டிக்காட்டவில்லை. இவர்கள் இந்த வழக்கில் அவர்கள் உணர்வுபூர்வமான ஈடுபாடு கொண்டிருப்பதால் மிகைப்படுத்தப்பட்ட உண்மைகளைச் சொல்லியிருப்பதாக மட்டும்தான் எங்களிடம் எடுத்துக் காட்டப்பட்டது. இந்த எடுத்துக்காட்டில் அடிப்படை உண்மையிருப்பதாக ஏற்றுக்கொண்டாலும் 1.3.1976 அன்று காவல்துறை ராஜனை கஸ்டடியில் எடுத்திருப்பதாகக் காட்டும் ஆதாரங்களுக்கு எந்தவிதமான பாதிப்பையும் அது ஏற்படுத்தவில்லை.

8. இந்த வழக்கில் நாங்கள் ஏதாவது ஒரு தனி நபரின் குற்றத்தைக் கண்டுபிடிக்க விரும்பவில்லை. 1.3.1976இல் ராஜனைக் காவல்துறை கஸ்டடியில் எடுத்ததா இல்லையா என்ற உண்மையைக் கண்டுபிடிப்பதில் மட்டுமே நாங்கள் கவனம் செலுத்தினோம்.

9. இதில் சாட்சிகள் அளித்துள்ள ஆதாரங்களை ஒட்டு மொத்தமாகக் கணக்கில் கொண்டால் அது அறிவுபூர்வமாக எந்தச் சந்தேகத்திற்கும் இடமின்றி நிரூபணமாகியிருக்கிறது. ராஜனை 2.3.1976இல் காவல்துறையினர் துன்புறுத்தியதையும் மயக்கமுற்ற நிலையில் அங்கிருந்து அவரை எடுத்துக்கொண்டு போனதையும்தான் கடைசியாகப் பார்த்திருக்கிறார்கள். ராஜனை விடுவித்ததாகவோ, அவர் தப்பிச்சென்றுவிட்டதாகவோ, அவர் மரணமடைந்துவிட்டதாகவோ எதிர்தரப்பினர் சொல்லவில்லை. ஆகவே ராஜன் இப்போதும் காவல்துறையின் கஸ்டடியிலிருப்பதாகவே அனுமானம் கொள்ளமுடியும். இக்காரணங்களாலும் இந்த முடிவுகளின் அடிப்படையிலும் நிச்சயமாக ஒரு ரிட் பிறப்பிக்கப்பட வேண்டியதிருக்கிறது.

10. எதிர்தரப்பினர் இந்நீதிமன்றத்தில் நம்பிக்கை வைத்துச் சம்பவங்களைப் பற்றிய விளக்கங்களை உண்மையாகவும் சரியாகவும் தெரிவித்திருந்தால் பயனளிக்கும் விதமான உத்தரவுகளைப் பிறப்பிக்க எங்களுக்கு உதவியாக இருந்திருக்கும். மனுதாரர் குறுக்கு விசாரணைக்கு உட்பட தானாகவே முன்வந்தும் அரசுத் தரப்பு அவரைக் குறுக்கு விசாரணை செய்யத் தயாராகவில்லை. எதிர்தரப்பினர் அனைவருமோ அல்லது ஒருவரோ குறுக்கு விசாரணைக்குட்பட முன் வந்தால், தான் அவரை விசாரணை செய்யத் தயாராக இருப்பதாக மனுதாரரின் வழக்கறிஞர் தெரிவித்துக்கொண்டார். உண்மையைக் கண்டடையும்

எங்கள் முயற்சிக்கு எதிர்தரப்பினர் தாங்களாகவே முன் வந்திருந்தால் நாங்கள் மகிழ்ச்சியடைந்திருப்போம். ஆனால் அப்படி எதுவும் நடக்கவில்லை. எது எப்படியிருந்தாலும், இது போன்ற ஒரு வழக்கைத் தெளிவுபடுத்த நினைப்பது இந்நீதிமன்றத்தின் அதிகார வரம்பிற்குட்படாத நடவடிக்கை யாகும் என்ற அடிப்படையற்ற வாதத்தின் மறைவுக்குப் பின்னால் ஒளிந்துகொள்ள எதிர்தரப்பினரால் இயலாது. இந்த வழக்கில் எதிர்தரப்பினர் சமர்ப்பித்த வாக்குமூலங் களில் சில தேவைப்படுமளவுக்கு மனதை வெளிப்படுத்து வதாகவுமில்லை. மற்றும் சில வாக்குமூலங்கள் குறிப்பிட்ட விஷயத்தைப் பற்றித் தவறான கருத்துகளுடன் கூடியது. முதல் சாட்சி தெரிவித்திருந்த ஆதாரங்களுடன் வைத்துப் பரிசீலனை செய்யும்போது மனுதாரருக்கு அவர் அனுப்பிய கடிதத்தின் நகலும் அதற்கு அடிப்படையான பிற ஆதாரங் களும் கல்லூரி முதல்வரிடமில்லை என்ற, ஒன்று மற்றும் ஐந்தாம் எதிர்மனுதாரர்களின் வாக்குமூலங்களில் வெளிப் படும் கருத்து, வெறுமொரு முயற்சி போலவும் பொறுப் பற்ற தன்மையைக் கொண்டதுமாகும். பெருமளவும் உண்மையற்றது என்ற வரையறைக்குட்படுத்தப்பட வேண் டியவைகளாகும். இந்த வாக்குமூலங்களை என் சக சட்ட நிபுணர் தெளிவாகப் பரிசீலனை செய்து வெளிப்படுத்தி யிருப்பதால் நான் மிகவும் சுருக்கமாக, இதில் உண்மை களை எடுத்துச் சொல்வதற்கல்ல, மாறாக மறைத்து வைக்கவே அதிகம் முயற்சி செய்திருப்பதாக முடிவுக்கு வந்து எனக்கு வழங்கப்பட்ட பொறுப்பைப் பூர்த்தி செய் கிறேன்.

11. இந்த வழக்கில் மிகக் கடினமான விஷயம், பிறப்பிக்கப்பட வேண்டிய உத்தரவின் நோக்கம்தான். வழக்கின் இந்தப் பகுதியை நாங்கள் மிகுந்த கவனத்துடன் பல மணி நேரம் பரிசீலனை செய்தோம். 1.3.1976இல் மனுதாரரின் மகனைக் காவல்துறை கஸ்டடிக்குள் கொண்டு வந்தது. அவர் இப்போதும் கஸ்டடியில்தான் தொடர்கிறார் என்ற முடிவின் அடிப்படையில் மனுதாரரின் மகனாகிய ராஜனை ஆஜர்படுத்த ஆள் கொணர்வு உத்தரவைப் பிறப்பிக்க வில்லையென்றால் நாங்கள் எங்களுடைய பொறுப்பைக் கைவிட்டது போலாகும். இந்த வழக்கின் அபூர்வமான சூழ்நிலைகளைக் கணக்கில்கொண்டு இந்த வழக்கில் பிறப்பிக்கப்பட வேண்டிய உத்தரவின் வடிவம் சம்பந்த மான விஷயத்தில் நான் எனது சக சட்ட நிபுணருடன் ஆதரவுபூர்வமாக உடன்படுகிறேன்.

❍

1977 K.L.T. 526

சுப்ரமண்யன் போற்றி, காலித் ஜே.ஜே

மனுதாரர் : ஈச்சரவாரியர்

எதிர்மனுதாரர்கள்:

உள்துறைச் செயலாளரும் மற்றவர்களும்

பீனல்கோடு, 1860, எஸ். 191 - பொய்யான தகவல்களைத் தருவது - குற்றத்தின் உள்ளடக்கம்

ஒரு நபர், நீதிமன்றத்தில் வாக்குமூலம் சமர்ப்பிக்கும் போது சத்தியம் செய்ததன் காரணமாக உண்மையைச் சொல்ல நிர்பந்தப்படுகிறார்; 1. வாக்குமூலத்தில் அவர் ஏதாவது பொய் சொல்லியிருக்கிறார் 2. அந்தப் பகுதி பொய் என்பதை அவர் அறிந்திருக்கிறார். அல்லது நம்பியிருக்கிறார் – அதாவது அதை உண்மை என்று அவர் நம்பவில்லை – என்றால் அவர் பொய்யான வாக்குமூலத்தைத் தந்திருக்கிறார். ஒரு நபரின் வாக்குமூலத்தில் அல்லது சத்தியம் செய்து அளித்த வாய்மொழியில் அவர் தெரிவித்திருந்தது பொய் என்பதைத் தெளிவுபடுத்திய காரணத்தால் மட்டுமே அவர் பொய்சாட்சியமளித்ததாகக் கருத முடியாது. அந்தப் பொய் யான வாக்குமூலத்தை அவர் உண்மை என்று நம்பிச் சொன்ன தாகவுமிருக்கலாம். அல்லது கவனமின்மையால் அது நடந்த தாகவுமிருக்கலாம். இது இந்தியன் பீனல்கோடு செக்ஷன் 191இன்படி குற்றமாகக் கொள்ளப்படவேண்டுமென்றால் அந்த நபர் அந்த வாக்குமூலத்தைப் பொய் என்று தெரிந்தும் சொல்லியிருக்கிறார் அல்லது அவர் அந்த வாய்மொழியைப் பொய் என்று நம்பியிருந்தார் அல்லது அது உண்மைதான் என்பதை அவர் நம்பவில்லை என்பதை நிரூபிக்க வேண்டும். தான் சொல்வது உண்மைதான் என்று அவர் நம்பவில்லை யென்றால் அவர் பொய் சாட்சியமளித்த குற்றத்தைச் செய்த வராவார். 'பொய்சாட்சியமளித்தது' குற்றமாகக் கொள்ளப் பட அந்நபர் அதைப் பொய் என்று தெரிந்திருக்க வேண்டும் என்ற நிர்பந்தம் எதுவுமில்லை. அவர் அந்தச் சாட்சியத்தை உண்மை என்ற நம்பிக்கையில்லாமல் தெரிவிப்பதாயினும் அவர் பொய்சாட்சியமளிப்பவராவார்.

குற்றவியல் நடவடிக்கைச் சட்டம், 1973, எஸ். 340 (1) - ஒரு ஆள் கொணர்வுப் புகார் மனுவில் எதிர்மனுதாரர்கள், ஒரு நபரை கஸ்டடியி லெடுத்ததை மறுத்து பொய்யான வாக்குமூலம் சமர்ப்பித்தது -

கொலைக்குற்றத்திற்கான வழக்கு எஸ். 340 (1)-இன் படி நடவடிக்கை எடுப்பதற்குத் தடையா?

முதல் புகார் மனுவைத் தள்ளுபடி செய்தவற்காக இந்நீதிமன்றத்தைத் தவறாகப் பயன்படுத்த நினைத்து தனிப் பட்ட முறையில், தெளிவான நோக்கத்துடன் இந்நீதிமன்றத் தில் பொய்யான சாட்சியங்களை அளித்த காரணத்தால் குற்றவியல் நடவடிக்கைச் சட்டம் 1973, எஸ். 340இன் படி நடவடிக்கைக்கான காரணம் உருவாகிறது. இது இந்தியன் பீனல் கோடின்படி குற்றம். எனவே, மூன்றாம் எதிர்மனுதார ரும் ஐந்தாம் எதிர்மனுதாரரும் கொலைக்குற்றச்சாட்டை எதிர்கொள்வதான சூழ்நிலையில் அவர்களுக்கெதிரான இந்த பீனல் கோடு எஸ். 340 (1)இன்படி நடவடிக்கை எடுக்கப் பட வேண்டும் எனும் மனுதாரரின் கோரிக்கையில் பதிவு செய்துள்ள புகார் மனுவைத் தள்ளுபடி செய்வதற்குப் போது மான காரணங்கள் இருப்பதாக நாங்கள் கருதவில்லை. குற்றவியல் நடவடிக்கைச் சட்டம் எஸ். 340 (1)இன் படி நடவடிக்கையெடுக்க அனுமதியளிக்கும் வகையில் மூன்றாம் எதிர்மனுதாரருக்கும் ஐந்தாம் எதிர்மனுதாரருக்கும் எதிராக, விசாரணை செய்யும் அதிகாரம் பெற்ற முதல் வகுப்பு நீதிபதியிடம் புகார் செய்ய இடமிருக்கிறது. கொலைக் குற்றம் சாட்டப்பட்ட வழக்கிற்கான தீர்ப்பு வருவதற்கு முன் இந்தப் புகார்களின் மீதான விசாரணை நடத்தப்படுவது மூன்று மற்றும் ஐந்தாம் எதிர்மனுதாரர்களை எதிர்மறை யாகப் பாதிக்கும். இத்தகைய சூழ்நிலையில் இந்தப் புகார் களின் விசாரணை தற்காலிகமாக நிறுத்தி வைக்கப்படுவதற்கும் இடமிருக்கிறது. ஆனால் அவர்கள் விரும்பும் நீதிமன்றங்களில் முயற்சி செய்யும் உரிமையுமுள்ளது. இந்த விஷயம் அப்போ தைய நிலைமையின்படி முடிவு செய்யப்படும். எஸ். 340 (1)இன் படி எடுக்கப்படும் நடவடிக்கைகள், மூன்று மற்றும் ஐந்தாம் எதிர்மனுதாரர்களுக்கெதிரான கொலைக்குற்றச் சாட்டின் மீது நடைபெறுகின்ற விசாரணை முடிவுக்கு வருவதுவரை இந்த வழக்கை மாற்றி வைக்கவோ தள்ளுபடி செய்யவோ இயலாது.

குற்றவியல் நடவடிக்கைச் சட்டம், 1973, எஸ். 340 (1) பிரிவின்படி எப்போது நடவடிக்கை எடுக்க வேண்டும்.

1. பொய்யென்று கருதப்படும் வாக்குமூலம், எந்த மதிப்பு மில்லாததும் முக்கியத்துவமற்றதாகவும் இருந்தால் அதைப் பற்றி விசாரணை செய்வதற்காகக் குற்றவியல் நீதிமன்றம் தனது நேரத்தைப் பாழ்படுத்தத் தேவையில்லை. ஆனால் பொய்யான வாக்குமூலம் தெரிந்தே கொடுக்கப்படும்

பட்சத்தில் அதைக் கண்டுகொள்ளாது நீதிமன்றம் முகம் திருப்பிக்கொள்வதும் அநீதி இழைப்பதாகும். உண்மை யான வாக்குமூலங்கள் அளிக்கும் பட்சத்தில் நீதிமன்றம் எடுக்கப்போகும் தீர்மானங்களிலிருந்து அதனைத் திசை திருப்பும் வகையில் தெரிவிக்கப்படும் பொய்சாட்சியங்கள் தெரிந்தே செய்வதாகும். அதுதான் நிச்சயமாக இங்குள்ள சூழ்நிலை.

1971 S.C. 1367; 1973 S.C. 2190 **ஆதாரம்**

எஸ். ஈஸ்வரய்யரும் கே. ராம்குமாரும் வாதிக்காக.

அட்வகேட் ஜெனரல், பிரதிவாதிகள் 1,2,4 -க்காக
(எம்.எம்.அப்துல் காதர்)

வி.எம். நாயனார் மூன்றாம் எதிர்மனுதாரருக்காக.

டி.வி. பிரபாகரன் ஐந்தாம் எதிர்மனுதாரருக்காக.

உத்தரவு

சுப்ரமண்யன் போற்றி ஜே:

இனி நாம் இந்தத் துயரச் சம்பவத்தின் முடிவை நோக்கிப் போகின்றோம்.

2. கொடுங்கிரகங்களும் கொலைத்தீனிகளும் சினிமாவிலும் கதைகளிலும் சித்திரிக்கப்பட்டதுண்டு. அதற்கெல்லாம் இக்காலகட்டத்தில் எந்த மதிப்புமில்லை என்றுதான் நாங்கள் நினைத்திருந்தோம். ஆனால், இதோ இந்த வழக்கின் இறுதி அத்தியாயம், எங்கள் முன் மறைக்கப் படாத ஒரு பயங்கரமான உண்மைக் கதை இந்த நாட்டின் உன்னத இடத்திலுள்ள காவல்துறை அதிகாரிகளால் அமைக்கப்பட்ட ஒரு காவல்துறை முகாமில் அரங்கேறிய கொடூரமும் மனிதத்துவமற்ற ஒரு சித்திர வதையைப் பற்றிப் பேசுகிறது. அரசாங்கத்தின் உள்துறைச் செயலாளரும் போலீஸ் இன்ஸ்பெக்டர் ஜெனரலும் இப்போது அவர்கள் ஏற்கனவே கடைப்பிடித்த நிலைப் பாட்டுக்கு நேரெதிராக, இந்நீதிமன்றத்தில் ஆஜர்படுத்தச் சொன்ன ராஜனை நாங்கள் ஏற்கனவே முடிவு செய்தது போல் காவல்துறை உண்மையில் கஸ்டடியிலெடுத்திருந்தது என்று சந்தேகத்திற்கிடமின்றித் தங்களின் வருத்தத்தைத் தெரிவித்துக் கொண்டு உறுதியுடன் எங்களுக்குத் தெரிவித்திருக்கிறார்கள். ஆனால், அப்படி ஆஜர்

படுத்த, ராஜன் இனி கிடைக்கமாட்டார் என்றும் எங்களிடம் தெரிவித்துள்ளார்கள். ராஜன், காவல் துறை நடவடிக்கையின் ஒரு பகுதியான துன்புறுத்தல் நடவடிக்கை (Operation torture) காரணமாக மரணமடைந்து விட்டதாகவும் சொல்கிறார்கள். பிறரைத் துன்புறுத்தி இன்பம் காணும் காவல்துறை வாழும் உலகிற்கு ராஜன் இனி ஒரு போதும் திரும்பி வராமல் தப்பித்துவிட்டதாக எங்களிடம் தெரிவித்துவிட்ட பின் இந்த வழக்கின் நடவடிக்கைகள் முடிவுக்கு வந்தாக வேண்டும். ஏனெனில், ஆள் கொணர்வுப் புகார் மனுவின்மீதான நீதிமன்றப் பணி, வாழ்ந்துகொண்டிருக்கும் நபரை ஆஜர்படுத்த நிர்பந்தம் செய்வது மட்டும்தான்.

3. ராஜனைக் காவல்துறை கஸ்டடியிலெடுக்கவில்லை என்ற நிலைப்பாட்டை எதிர்தரப்பினர் ஏற்கனவே மேற்கொண்டிருந்தாலும் எங்களுக்கு உண்மை தெளிவாகத் தெரிந்திருந்தது. இதற்கெதிரான வாதம் பொய்யானது என்பதில் நாங்கள் உறுதியாக இருந்தோம். காவல்துறை கஸ்டடியில் எடுத்த பிறகு அவர் என்ன ஆனார் என்பது தெளிவாகத் தெரியாத நிலையில் இப்போதும் கஸ்டடியில் இருப்பதாகவே தீர்மானிக்க வேண்டும். ஆகவேதான் ராஜனை ஆஜர்படுத்த ரிட் பிறப்பித்தோம். அதை அமல்படுத்தாமலிருந்தால் சாதாரணமாகவே நீதிமன்றத்தை அவமதித்த குற்றத்திற்கான தண்டனையை அடையவேண்டும். இந்த வழக்கின் முரண்பாடான சூழ்நிலைகளின் நிர்பந்தத்திற்கேற்பதான எங்களின் யூகத்தை அடிப்படையாகக் கொண்டதுதான் எங்களின் மேற்படி அறிவுறுத்தல். ஆகவே, அதை அமல்படுத்த முடியாததற்கான காரணம் சொல்ல நாங்கள் எதிர்தரப்பினருக்கு ஒரு வாய்ப்பளித்தோம். ஒன்று, இரண்டு மற்றும் நான்காம் எதிர்மனுதாரர்கள் தெளிவுபடுத்தியுள்ள காரணம்: இந்நீதிமன்றம் ஆஜர்படுத்தச் சொல்லியிருந்த ராஜன் 1976, மார்ச் 2ஆம் தேதியன்று மரணமடைந்துவிட்டார் என்பதுதான். இந்தத் தகவல் தனியாக நியமிக்கப்பட்ட விசாரணை அதிகாரிகளால் திரட்டப்பட்ட தகவல்களை அடிப்படையாகக் கொண்டதாகச் சொல்லப்படுகிறது. (இந்த எதிர்மனுதாரர்களின்) வழக்கறிஞரின் கருத்துக்களையும் சட்ட நிபுணர் அட்வகேட் ஜெனரல் சொல்லக்கேட்டதுமான விவரங்களைப் பரிசீலனை செய்ததன் காரணமாக, ராஜன் மரணமடைந்துவிட்டார் என்றும், ஆகவே அவரை ஆஜர்படுத்த இயலாது என்றும் அட்வகேட் ஜெனரல் எங்களின் முன் தெரிவித்தது இந்த வழக்கின் நடவடிக்கைத்

தேவைகளுக்காக ஏற்றுக்கொள்ளப்படுகிறது. ராஜன் உயிருடனில்லை ஆகவே, அவரை ஆஜர்படுத்த முடியவில்லை யெனில், இந்நீதிமன்ற உத்தரவை அமல்படுத்தாமலிருந்த குற்றத்திற்காக நடவடிக்கை எடுக்கும் பிரச்சனை உருவாகாது. ராஜனை மரணம்வரை கொண்டு சென்ற சூழ்நிலைகளும் இப்படியான ஒரு சம்பவத்திற்குக் காரணமான நிலைமை உருவாக இடமளித்த எதிர்மனுதாரர்கள் ஒருவரோ, அல்லது அனைவருமோ நேரில் பார்த்ததை வைத்து அல்லது பார்க்க முடியாததை வைத்து, யாராவது சொல்லியோ சொல்லாமலோ, சட்ட அடிப்படையில் அல்லது தார்மிக அடிப்படையில் அவர்கள்தான் அதற்கான பொறுப்பு. அது எப்படியாக வேண்டுமானாலும் இருக்கலாம். ஆனால் நீதிமன்றம் தன் இலக்கை நோக்கிய நடவடிக்கைகளைப் பூர்த்தி செய்தாக வேண்டும். ஆகவே நாங்கள் அதைச் செய்கிறோம்.

4. இந்த வழக்கின் எதிர்த்தரப்பினர் பொது வாழ்க்கையிலும் ஆட்சியதிகாரத்துறைகளிலும் மிகப்பெரிய பொறுப்புகளை வகிப்பவராவார்கள். இந்தப் புகார் மனு சமர்ப்பிக்கப்பட்ட அன்று, நான்காம் எதிர்மனுதாரர் இந்நாட்டின் முதலமைச்சரும், முதல் எதிர்மனுதாரர் உள்துறைச் செயலாளரும், இரண்டாம் எதிர்மனுதாரர் போலீஸ் இன்ஸ்பெக்டர் ஜெனரலும், மூன்று மற்றும் ஐந்தாம் எதிர்மனுதாரர்கள் காவல்துறை உயர் அதிகாரிகளாகவும் இருந்தார்கள். சட்ட விரோதமாக ஒரு மாணவனைக் கைது செய்து தொடர்ந்து கஸ்டடியில் வைத்தது மட்டுமல்ல ஒவ்வொரு வாசல்களாக வந்து தட்டிப் பார்த்தும் பயனில்லாமல், இங்கேயிருந்து அங்கும் அங்கேயிருந்து இங்குமாக அலைந்த அந்த மாணவனின் தந்தையிடம் அவருக்கு என்னவாயிற்று என்று யாரும் சொல்லவும்கூட செய்யவில்லையெனும் மிக முக்கியமான குற்றச்சாட்டுக்குப் பதில் சொல்ல அவர்களிடம் இந்த நீதிமன்றம் உத்தரவிட்டது. மகனின் சட்டவிரோதமான கைதைத் தொடர்ந்து மனுதாரர் அன்று உள்துறை அமைச்சராக இருந்த ஸ்ரீ. கருணாகரனைச் சென்று ஒருமுறை சந்தித்ததாகவும் அவரிடம் புகார் செய்ததாகவும் ஸ்ரீ. கருணாகரனுக்கெதிராகத் தனியாக ஒரு குற்றச்சாட்டு இருக்கிறது. எதிர்மனுதாரர்கள் தாங்கள் வகிக்கும் பதவி சார்ந்து பொதுமக்களிடமும் அது போன்று, முக்கியமாக நீதிமன்றங்களிலும் சரியான, முழுமையான உண்மைகளைத் தெரிவிக்கக் கடமைப்பட்டவர்களாவார்கள். மனுதாரர், இந்நீதிமன்றத்தில் புகார் செய்து, நாங்கள் எதிர்த்தரப்பினரிடம் அதற்கான பதிலைச் சொல்ல

உத்தரவு பிறப்பித்தபோது நாங்கள் எதிர்தரப்பினரிடமிருந்து நேரான, சார்பு நிலையற்ற உண்மையான பதில்களைத் தான் எதிர்பார்த்தோம். ஆனால், வருத்தத்துடன் சொல்லிக் கொள்கிறோம். அவர்கள் மேற்கொண்ட நிலைப்பாடு உண்மையைக் கண்டறியும் எங்களது முயற்சிக்கு எந்தவிதத் திலும் உதவியாக இல்லை. அவர்களையும் மீறி எங்களுக்கு உண்மையைக் கண்டறிய வேண்டியதாயிற்று. இந்தச் சூழ்நிலைகளைக் கணக்கிலெடுத்து சாதாரணமாகவே எந்தத் தரப்பினருடையவும் இடைக்காலத்தடை இல்லா மலேயே நாங்கள் எதிர்த் தரப்பினரில் ஒருவரின்மீதோ அனைவரின் மீதோ, உண்மையை மறைத்து வைத்ததற்கு ஏதாவது எதிர் நடவடிக்கை வேண்டுமா என்பதை *நீதிநிர்வாக விருப்பம்* சார்ந்து தீர்மானிக்க முடியும். பொய்ச் சாட்சியமளித்த குற்றத்தைப் பற்றி விசாரணை செய்ய லாமா என்று தீர்மானிப்பதை நாங்களே சுயமாக முன் வந்து (suomoto) பரிசீலனை செய்திருக்க முடியும். இப்போது இந்த வழக்கின் மனுதாரர், எதிர்மனுதாரர்களுக்கெதிராகக் குற்றவியல் நடவடிக்கைச் சட்டம் எஸ். 340ன்படி நடவ டிக்கை எடுக்கக் கோரி விண்ணப்பம் செய்திருப்பதால் அதைக் கவனத்தில் கொள்வதுடன் அவ்விதமாகப் பரிசீல னைகள் முக்கியத் தேவையுமாகும்.

5. இந்தியன் குற்றவியல் சட்டம் பிரிவு எண்: 191, நீதி நியாய *ஒழுங்கு* நடவடிக்கையின்படி ஏதாவது ஒரு கட்டத்தில் முன் முடிவு செய்து பொய்சாட்சி சொல்லவோ ஏதாவது சட்ட நடவடிக்கைகளின்போது பயன்படுத்தும் நோக்கத்து டன் பொய்யான வாக்குமூலங்களை ஜோடனை செய்யும் நபருக்கு இரண்டு விதமான சிறைத் தண்டனைகளில் ஒன்றான ஏழுவருடம்வரை சிறைத்தண்டனையும் இத்துடன் அவர்மீது அபராதம் விதிக்கவும் இச்சட்டத்தில் இடமிருக் கிறது. இந்தியன் பீனல்கோடு எஸ்.191இல் பொய்சாட்சி அளிப்பதைக் குறித்து விவரிக்கப்பட்டுள்ளது. உண்மையைப் பேசுவதாகச் சத்தியம் செய்வதன் மூலம் சட்டபூர்வமாகக் கடமைப்பட்ட ஒருவர், பொய்யான வாய்மொழி அளித்து அதைப் பொய்யென்று தெரிந்திருக்கவோ நம்பவோ அல்லது அதை உண்மையென்று அவர் நம்பாமலிருக்கவோ செய் தால் அவர் பொய் சாட்சியமளித்ததாகக் கருதமுடியும். ஒருவர் நீதிமன்றத்தில் வாக்குமூலம் சமர்ப்பிக்கும்போது உண்மையைப் பேசுவதாகச் சத்தியம் செய்த காரணத்தால் அவர் உண்மமையைச் சொல்லக் கடமைப்பட்டுள்ளார். 1. அந்த வாக்குமூலத்தில் அவர் சொல்வது பொய்யாகவும் 2. அவரின் இந்த வாய்மொழியைப் பொய்யென்று அவர்

தெரிந்திருக்கவோ நம்பவோ அதை உண்மையென்று அவர் நம்பாமலோயிருந்தால் அவர் பொய்ச்சாட்சி சொன்னதாகக் கருதலாம். ஒரு வாக்குமூலத்திலோ, சத்தியபூர்வமாக அளிக்கும் சாட்சியத்திலோ ஒருவர் சொல்லியிருக்கும் விஷயங்கள் பொய்யென்று தெரியவந்த காரணத்துக்காக மட்டும் அவர் பொய்ச்சாட்சி சொன்னதாகக் கருதப்படமாட்டார். அவர் அந்த விஷயங்களை முழு நம்பிக்கையுடனோ அல்லது கவனமின்றியோ சொன்னதாகவுமிருக்க முடியும். அது இந்தியன் பீனல் கோடு 191ன்படி குற்றமாகக் கொள்ளப்பட வேண்டுமெனில் அந்த நபர், தான் அளித்த சாட்சியத்தைப் பொய்யென்று தெரிந்தோ அல்லது நம்பியோ அல்லது உண்மையென்று நம்பாமலோ இருந்ததாக நிரூபிக்கப்பட வேண்டும். ஒரு நபர், தான் அளித்த சாட்சியம் பொய்யானது என்பதை நிச்சயமாகத் தெரிந்திருக்கவில்லை என்பதாகவும் இருக்கலாம். அதைப் பொய்யென்று அவர் நம்பாமலிருக்கலாம். ஆனால், அந்த சாட்சியத்தை அவர் உண்மையென நம்பாமலிருந்தால் அவர் பொய் சாட்சியமளித்த குற்றவாளியாகவே கருதப்படுவார்.

6. குற்றவியல் நடவடிக்கைச் சட்டம் 1973இல் பிரிவு 195 (1) (b) ஒரு நீதிமன்றத்தின் எழுத்துபூர்வமான புகார் மனுவைத் தவிர சில வகைக் குற்றங்கள் கீழ் நீதிமன்றங்களுக்கு விசாரணைக்காக அனுப்பி வைத்தால் அவற்றை விசாரணைக்கு எடுத்துக்கொள்வதிலிருந்து கீழ் நீதிமன்றங்களை விலக்கியிருக்கிறது. ஒரு நீதிமன்றத்தின் ஒழுங்குநடவடிக்கைகளின் போதும், அதனுடன் தொடர்புள்ளதும், இந்தியன் பீனல் கோடு எஸ்.191இன் அடிப்படையிலானதுமான ஒரு குற்றத்தின்மீது அந்த நீதிமன்றத்தின் புகார் மனு இல்லாமல் நடவடிக்கை எடுக்கவியலாது. அப்படியான ஒரு புகார் மனு கொடுப்பதற்கான சூழ்நிலைகள் குற்றவியல் நடவடிக்கைச் சட்டம் எஸ்.340இல் வகைப்படுத்தப்பட்டுள்ளது.

7. ஆகவே, இந்தியன் பீனல்கோடு எஸ்.193இன்படி தண்டனைக் குற்றமான பொய்ச்சாட்சியமளித்த குற்றத்தைப் பற்றிய இந்த விசாரணையை நீதி நிர்வாக விருப்பம் சார்ந்து மேற்கொள்ள இடமிருப்பதாக இந்நீதிமன்றம் கருதுகிறதா என்பதுதான் பிரச்சனை.

8. 1976 மார்ச் 1ஆம் தேதி ராஜன் காவல்துறையால் கைது செய்யப்பட்டார் என்று முதல் புகார் மனுவில் உறுதியாகத் தெரிவித்திருந்ததை எதிர்தரப்பினர் தங்கள் வாக்குமூலங்

களில் உறுதியுடன் மறுத்திருந்தார்கள். உள்துறைச் செயலாளர், போலீஸ் இன்ஸ்பெக்டர் ஜெனரலிடமிருந்து தனக்குக் கிடைத்த தகவலான எக்ஸி. XI-ஐ அடிப்படையாகக் கொண்ட தன் எதிர்வாக்குமூலத்தில் கீழ்க்கண்டவாறு தெரிவித்திருந்தார்:

'மனுதாரரின் மகனான ராஜனைக் கைது செய்ததுமில்லை காவலில் வைத்ததுமில்லை என்று என்னால் மிகத் தெளிவாகச் சொல்ல முடியும்.'

இரண்டாம் எதிர்மனுதாரர் போலீஸ் இன்ஸ்பெக்டர் ஜெனரல் 4.4.1977இல் இந்நீதிமன்றத்தில் பதிவு செய்த தன் எதிர்வாக்குமூலத்தில் இப்படிச் சொல்கிறார்:

'...மாநிலக் காவல்துறை அதிகாரிகள் யாருமே ராஜனைக் கைது செய்யவில்லை. அவரை மாநிலக் காவல்துறை அதிகாரிகள் யாரும் தங்கள் பாதுகாப்பில் வைக்கவுமில்லை.'

அவர் தானாகவே முன்வந்து நடத்திய விசாரணையின் அடிப்படையில் அரசுக்கு அனுப்பி வைத்த தகவலைச் சுட்டிக் காட்டுகிறார். அன்றைய உள்துறையமைச்சரும், இந்தப் புகார்மனுவைப் பதிவு செய்த தேதியில் மாநில முதல் வருமாகயிருந்த நான்காம் எதிர்மனுதாரர் குறிப்பிடுகிறார்:

'1976 மார்ச் 10ஆம் தேதியன்று மனுதாரரிடம் அவர் மகன் ராஜனுக்குச் சில பிரச்சனைக்குரிய வழக்குகளில் தொடர்பிருப்பதால் கல்லூரி விடுதியிலிருந்து அவரைக் கைது செய்திருப்பதாகவும் அந்த விஷயத்தைப் பரிசீலனை செய்து மனுதாரருக்குத் தன்னால் முடிந்தவரை உதவி செய்வதாக நான் சொன்னதாக மனுதாரர் தனது மறு வாக்குமூலத்தின் இரண்டாவது பத்தியில் தெரிவித்திருக்கும் புகார் முற்றிலும் தவறானது.' மனுதாரரின் மகன் ராஜன் எப்போதாவது கஸ்டடியில் இருந்ததாக நான் ஒருபோதும் மனுதாரரிடம் சொன்னதில்லை. மூன்றாம் எதிர்மனுதாரர் கிரைம் பிராஞ்ச் போலீஸ் டெபுடி இன்ஸ்பெக்டர் ஜெனரலும், ஐந்தாம் எதிர்மனுதாரர் கோழிக்கோடு மாவட்டக் காவல்துறைக் கண்காணிப்பாளரும் ராஜனைக் காவலில் எடுக்கவில்லையென்று தெரிவித்திருக்கிறார்கள்.

மூன்றாம் எதிர்மனுதாரர் தெரிவிப்பதாவது:

'என் உத்தரவின்படி மனுதாரரின் மகனைக் கைது செய்திருப்பதாகவும் அவரை மாநிலக் காவல்துறையின் குற்றவி

யல் பிரிவு காவலில் வைத்திருப்பதாகவும் சொல்லப்படும் புகார் உண்மையல்ல.'

அவர் தொடர்ந்து தெரிவிக்கிறார்:

'...மாநிலக் காவல்துறையின் குற்றவியல் பிரிவைச் சேர்ந்த எந்த ஒரு அதிகாரியாலும் மனுதாரரின் மகன் கைது செய்யப்படவில்லை. எனக்குத் தெளிவாகத் தெரிந்தவரை மாநிலக் காவல்துறை இந்த ராஜனைக் கைது செய்யவே இல்லை.'

ஐந்தாம் எதிர்மனுதாரர், 1977 மார்ச் 4ஆம் தேதி பதிவு செய்த தன் எதிர்வாக்குமூலத்தில் தெரிவிக்கிறார்:

'மனுதாரரின் மகன் திரு.ராஜனைக் காயண்ண காவல் நிலைய சரகத்திற்குட்பட்ட குற்றவியல் எண்: 19 தொடர் பாக 1976இல் கைது செய்யவில்லை என்பதை எனக்கு உறுதியாகச் சொல்லமுடியும். ஏனென்றால், 28.2.1976 முதல் 12.3.1976 வரை நான் காயண்ண விசாரணை முகாமில் நேரடியாக ஆஜராகியிருந்தேன்.'

அவர் அந்த வாக்குமூலத்தில் மேலும் தெரிவித்திருப்ப தாவது:

'மனுதாரரின் மகன் என்னுடைய கட்டுப்பாட்டிலோ, கோழிக்கோடு மாவட்டத்திலுள்ள வேறு காவல்துறை அதிகாரிகள் யாருடைய கட்டுப்பாட்டிலுமோ இருந்த தில்லை.'

எதிர்மனுதாரர்களின் இப்படியான மறுப்பு காரணமாக திரு.ராஜன் காவல்துறையின் பாதுகாப்பில் இருந்தாரா என்பதை இந்நீதிமன்றம் கண்டுபிடிக்க வேண்டியதாயிற்று. இந்நீதிமன்றத்தில் நடந்த நிரூபணங்களின் அடிப்படையில் எங்களால் 1.3.1976இல் காவல்துறையினர், கோழிக்கோடு ரீஜனல் என்ஜினீயரிங் கல்லூரியின் விடுதிக்குள் புகுந்து ராஜனைக் கைது செய்தார்கள் என்பதைத் தெரிந்து கொள்ள முடிந்தது. விசாரணைக்காக அவரைக் கக்கயம் காவல் முகாமுக்குக் கொண்டு போனதையும், அம்முகாமில் வைத்து அவர் துன்புறுத்தப்பட்டதையும் அறிந்தோம். மூன்றாம் எதிர்மனுதாரரான மாநிலக் குற்றவியல் பிரிவின் பொறுப்பை வகித்த கிரைம் பிராஞ்ச் போலீஸ் டெபுடி இன்ஸ்பெக்டர் ஜெனரல்தான் கக்கயம் காவல் முகாமின் பொறுப்பையும் கவனித்ததாகத் தெரிகிறது. ஐந்தாம் எதிர்மனுதாரர் மாவட்டக் காவல் துறைக் கண்காணிப்பாளர் திரு.லக்ஷ்மணா, கக்கயம் விசாரணை

முகாமில் ராஜனைத் துன்புறுத்தும்போது பி.டபுள்யூ 9 அங்கிருந்திருக்கிறார். இது குறித்து இவர் அளித்த சாட்சியத்தை நாங்கள் ஏற்றுக்கொண்டோம். இச்சூழ்நிலையில் நாங்கள் எதிர்தரப்பினர்களின் பேரில் ரிட்டைப் பிறப்பித்தோம். அதைத் தொடர்ந்து மாநிலக் காவல்துறை பதிவு செய்த வழக்கு விசாரணையின் காரணமாக; ஒன்று, இரண்டு, நான்கு எனும் எதிர்மனுதாரர்கள், இந்நீதிமன்றம் முன்பே தீர்மானித்தது போல், ராஜனை 1.3.1976இல் காவல்துறை தங்கள் பாதுகாவலுக்குள் கொண்டுவந்ததாகவும், அவரைத் துன்புறுத்தியதாகவும், அதனால் அவர் 2.3.1976 அன்று மரணமடைந்ததாகவும் இது தங்களின் விசாரணையின்போது தெரியவந்த உண்மைகள் என்று இந்நீதிமன்றத்தில் தெரிவித்தார்கள். ஆகவே, 1977 ஏப்ரல் 4ஆம் தேதியன்று எதிர்மனுதாரர்கள் ஒவ்வொருவரின் வாக்குமூலங்களிலும் தெரிவிக்கப்பட்ட, 1.3.1976இல் ராஜனைக் கைது செய்யவில்லை என்ற வாக்குமூலம் பொய்யென்று முடிவு செய்வதில் எங்களுக்குச் சிரமமெதுவுமில்லை.

9. எனவே, எதிர்மனுதாரர்களுக்கெதிராக, குற்றவியல் நடைமுறைச் சட்டம் 340 (1)இன்படி நடவடிக்கை எடுக்கப்பட வேண்டுமெனில் அவர்களுக்கெதிராக நிரூபிக்கப்பட வேண்டிய மற்றொரு விஷயமுமிருக்கிறது. அதாவது, தாங்கள் அளித்த வாக்குமூலங்கள் பொய்யென்பதாக அவர்கள் அறிந்திருந்தார்கள் அல்லது நம்பியிருந்தார்கள் அல்லது உண்மையல்ல என்று நம்பியிருந்தார்கள் என்பது நிரூபிக்கப்பட வேண்டும். அப்படி நாங்கள் நிரூபித்தால், இந்த வழக்கின் சூழ்நிலைகளில், எதிர்மனுதாரர்களில் பொய்சாட்சியமளித்தவர்களுக்கெதிரான நடவடிக்கையெடுக்க நீதிநிர்வாக விருப்பம் சார்ந்து எந்தத் தயக்கமுமில்லாமல் நாங்கள் முன்வர முடியும். ஏனெனில், அந்த வாக்குமூலங்களை ஆதாரமாகக் கொண்டு இந்நீதிமன்றம் தங்களின் செயல்பாடுகளை அமைத்துக்கொள்ளவே அவர்கள் விரும்பியிருக்கிறார்கள். வாழ்க்கையின் உயர்ந்த இடத்தில், மிகப்பொறுப்பு வாய்ந்த பதவிகளை வகிக்கும் நபர்கள்தான் இப்படியான வாக்குமூலங்களை அளித்தார்கள். அதன் அடிப்படை விஷயமாக இருப்பதோ, இந்தத் தேசத்தின் தனிமனித வாழ்க்கையும் அது சார்ந்த சுதந்திரமும். மாநிலத்தின் மிக உன்னத நிலையிலுள்ள நீதிமன்றத்தில் ஒரு ஆள் கொணர்வுப் புகார் மனுவின் மீதான பதில்கள்தான் அந்த வாக்குமூலத்தில் அளிக்கப்பட்டது. இவை மட்டுமே நடவடிக்கையெடுக்கப் போதுமான காரணங்

கள் என்று தீர்மானிக்கும் பட்சத்தில், குற்றவியல் நடை முறைச் சட்டம் எஸ். 40இன் படி நடவடிக்கையெடுக்க நீதிநிர்வாக விருப்பத்திற்கு இது போதுமானதுதானா என்று முடிவு செய்வதற்கான பரிசீலனை செய்ய மிக முக்கியமான உண்மைகள் இவை. ஆகவே, 1.3.1976இல் ராஜனைக் கைது செய்யவில்லை என்று எதிர்தரப்பினர் ஒவ்வொருவரும் அளித்த வாக்குமூலங்கள் பொய்யென்பதாக அவர்கள் அறிந்தேயிருந்தார்கள் அல்லது நம்பியிருந்தார்கள் அல்லது உண்மையென்று அவர்கள் நம்பவில்லை என்று கருதப்படுவதற்கான காரணமிருக்கிறதா என்பதை முடிவு செய்வதற்கான முயற்சியை நாங்கள் மேற்கொள்ளலாம். எதிர்மனுதாரர்களில் யார் மீதாவது இது விஷயமாக விசாரணை செய்வதற்கு நேரடியான காரணமிருப்பதாக நாங்கள் முடிவு செய்தால் அதுவே எங்கள் நடவடிக்கையை நியாயப்படுத்தும். இந்த அடிப்படையில்தான் ஒவ்வொரு எதிர்மனுதாரரின் விஷயங்களும் பரிசீலனை செய்யப்படும்.

10. 4.4.1977இல், தான் இந்த நீதிமன்றத்தில் தெரிவித்த பதிலுக்கான முக்கியமான சூழ்நிலைக் காரணங்களை உள்துறைச் செயலாளர் தன்னுடைய 1977-மே, 23 வாக்குமூலத்தில் விவரித்துள்ளார். அவர் சொல்வது, போலீஸ் இன்ஸ்பெக்டர் ஜெனரல் அரசுக்கு 7.1.1977இல் அனுப்பிய கடிதத்தை அடிப்படையாகக் கொண்டு, தான் அந்தப் பதிலைச் சொன்னதாக. அந்தக் கடிதம் 1.3.1976இல் காவல்துறை கைது செய்த ராஜனைப் பற்றி பிறகு எந்த விவரமும் கிடைக்கவில்லையென்று 1976 ஆகஸ்ட், 24ஆம் தேதி அனுப்பிய மனுவில் மனுதாரர் தெரிவித்த புகாரைக் குறித்த விசாரணை முடிவைத் தெரிவிப்பதாகும். தலைமைச் செயலக உள்துறைப் பிரிவுக்கு மனுதாரரிடமிருந்து கிடைத்த புகார் மனுக்கள் வழக்கம்போல் அவ்வப்போது பரிசீலனை செய்யப்பட்டது என்பதுதான் உள்துறைச் செயலாளரின் பதிலென்பது தெளிவாகத் தெரிகிறது. கையொப்பமிடாத புகார்களின் மீது நடவடிக்கை எடுக்கப்படவில்லை. 24.8.1976 இல் புகார் மனு வழக்கம்போல் விசாரணைக்கும், பதில் அறிக்கைகளுக்குமென அனுப்பப்பட்டது. பதிவு செய்யப்பட்ட விவரங்களைத் தவிர வேறு எந்தவிதமான விசேஷத் தகவல்களும் தனக்கு வரவில்லை என்பதுதான் அவர் சொல்லும் பதில். வேறுவிதமான தகவல்கள் எதுவும், வேறு எந்த இடத்திலிருந்தும் அவருக்குக் கிடைத்ததாக எந்தத் தடயமும் நிச்சயமாக இல்லை. மனுதாரர் தரப்பு வழக்கறிஞர் அவரின் நடவடிக்கைகளை வன்மையாக விமர்சித்தார். மனுதாரர், அரசுக்குப் பல புகார் மனுக்களை

அனுப்பியும் எதற்கும் பதில் கிடைக்கவில்லை என்று சொல்கிறார். உள்துறைச் செயலாளர் தன்னுடைய உத்தியோகப் பணிகளை நிர்வகிப்பதில் சிரத்தையுடையவர் தானா என்பதுவும் ராஜனைக் காவலில் வைக்கவில்லை என்று திடமாகத் தெரிவித்தபோது அது பொய்யென்பதை அவர் அறிந்து அல்லது நம்பி அந்தச் சாட்சியத்தை அளித்தாரா என்ற பரிசீலனைக்கிடமில்லை. இந்த வழக்கு குறித்த நீதிமன்றத் தீர்ப்பில் இதற்குள் அவரின் நடவடிக்கை குறித்த எங்கள் கருத்தைப் பதிவு செய்திருக்கிறோம். ஆனால், 1977 ஏப்ரல் 4இல் வாக்குமூலம் பதிவு செய்யப் பட்டபோது அவருக்குக் குறிப்பிட்ட விஷயத்தைப்பற்றி அலுவலகப் பதிவுகளிலிருந்து கிடைத்த தகவல்களைத் தவிர மற்றப்படி எந்தத் தகவல்களும் கிடைத்ததாக நிரூபண மாகவில்லை. ஆகவே, அவருக்கெதிராக எஸ். 340 (1)இன்படி ஏதாவது நடவடிக்கையை மேற்கொள்ளப் போதுமான காரணங்களெதுவும் எங்களிடமில்லை.

11. 1977 ஏப்ரல் 4ஆம் தேதி தன் எதிர்வாக்குமூலத்தில் சொல்லப் பட்டவற்றைக் குறித்து போலீஸ் இன்ஸ்பெக்டர் ஜெனரல் மேற்கொண்ட நிலைப்பாட்டைச் சட்டநிபுணரான மனுதாரர் தரப்பு வழக்கறிஞர் திரு. ராம்குமார் கடுமையாக விமர்சித் துள்ளார். ராஜன் கொலையில் போய் முடிந்த கக்கயம் முகாமின் குற்றகரமான தகவல்களின் பொறுப்பை மூன்றாம் எதிர்மனுதாரரின் மீது சுமத்தும் போலீஸ் இன்ஸ்பெக்டர் ஜெனரலில் தற்போதைய வாதம், கக்கயம் முகாமில் எதெது நடந்ததோ அது அனைத்தும் போலீஸ் இன்ஸ்பெக்டர் ஜெனரலின் சொல்படிதான் நடந்ததென் றும் அவ்வப்போது வயர்லெஸ் மூலமாகவும் ஸ்பெஷல் பிராஞ்ச் போலீஸ் மூலமாகவும் அங்கு நடப்பவைகளைப் பற்றி அவருக்குத் தகவல்கள் கிடைத்துக்கொண்டிருந்ததால் எல்லாமே அவருக்குத் தெரிந்திருந்தது என்றும், மூன்றாம் எதிர்மனுதாரர் உறுதியாகத் தெரிவிக்குமளவில் அது அவரை இயல்பாகவே தூண்டச் செய்தது என்பது இந்த வழக்கின் போது நடந்த வினோதம். போலீஸ் இன்ஸ்பெக்டர் ஜெனரல் 8.6.1977 அன்று பதிவு செய்த மிக விரிவான பிற்சேர்க்கைகளுடனான வாக்குமூலத்தில், குறிப்பிட்ட காலத்தில் மாநிலக் குற்றவியல் பிரிவு செயல்பட்ட விதம் எப்படியிருந்தது என்பதை விளக்க முயற்சித்துள்ளார். காயண்ண காவல்நிலையத் தாக்குதல் தொடர்பாகப் பதிவு செய்யப்பட்ட 1976இல் குற்றவியல் எண் 19இன் விசாரணைக்காக கக்கயத்தில் ஒரு விசாரணை முகாம் அமைக்கப்பட்டதை அவர் ஒப்புக்கொள்கிறார். தன்னு

டைய உத்தரவின்படிதான் மூன்றாம் எதிர்மனுதாரர் கக்கயத்தில் முகாமிட்டார் என்பதை அவர் மறுக்கிறார். அவர் சொல்வது கிரைம் பிராஞ்ச் போலீஸ் டெபுடி இன்ஸ்பெக்டர் ஜெனரலின் அதிகார வரம்பு மாநில அளவிலானதென்றும், அதிகாரச் செயல்பாட்டுக்காக அவர் மாநிலத்தின் எந்தப் பகுதிக்குச் செல்வதற்கும் தன் அனுமதியைப் பெற வேண்டிய தேவையில்லை என்பதும்தான். கிரைம் பிராஞ்ச் போலீஸ் டெபுடி இன்ஸ்பெக்டர் ஜெனரல், தான் விசாரணை செய்யும் வழக்குகள் சம்பந்தமான விஷயங்களில் அரசுடன் நேரடியாகவே தொடர்பு கொள்வார் என்ற உறுதியான கருத்தை முக்கியமாகக் கவனத்தில் கொள்ளலாம் 'மிசா' வின்படி நக்ஸலைட்டுகளைப் போலீஸ் காவலில் வைப்பது உட்பட்ட எல்லா நக்ஸலைட் வழக்குகளையும் கிரைம் பிராஞ்ச் டெபுடி இன்ஸ்பெக்டர் ஜெனரலே ஒட்டு மொத்தமாகக் கவனித்து வந்ததாகவும் சொல்லப்படுகிறது. 'மிசா'வின்படி கைது செய்யப்பட்ட நக்ஸலைட்டுகள் சம்பந்தமான குறிப்புகளுக்கான நகல்கள் போலீஸ் இன்ஸ் பெக்டர் ஜெனரலுக்கு அனுப்பப்படாமல் அவர் நேரடி யாக அரசுடனேயே தொடர்பு கொள்வாராம். தான் மேற்கொள்ளும் விசாரணைகளின் விவரங்களைப் போலீஸ் இன்ஸ்பெக்டர் ஜெனரலுக்குத் தகவல் தெரிவிப்பதற்கான பொறுப்பு மூன்றாம் எதிர்மனுதாரருக்குக் கிடையாதென்றும் சொல்லப்பட்டது. 1976இல் குற்றவியல் எண் 19 குறித்த விசாரணை சம்பந்தமான அன்றாட விவரங்கள் கூடத் தெரிவிக்கவில்லை என்றும் இரண்டாவது எதிர்மனு தாரர் சொல்கிறார். ஆனால் கக்கயம் முகாமில் நடந்த 1976 குற்றவியல் எண் 19 குறித்த விசாரணையில் வடக்கு மண்டல போலீஸ் டெபுடி இன்ஸ்பெக்டர் ஜெனரலின் அதிகார வரம்பிற்குட்பட்ட காவல் நிலையங்களில் அலுவலர்களும் மற்றவர்களும் பங்கு வகித்ததாக அவர் ஒப்புக்கொள்வார். அது அந்த வழக்கு பற்றிய விசாரணை யில் குற்றவியல் பிரிவினருக்கு உதவுவதற்காக வடக்கு மண்டல போலீஸ் டெபுடி இன்ஸ்பெக்டர் ஜெனரலின் உத்தரவின் அடிப்படையில்தானாம். இரண்டாவது எதிர்மனுதாரர் சொல்வதற்கேற்ப, இந்த அலுவலர்களை யும் மற்றவர்களையும் இப்படி நியமிப்பதற்கு அனுமதி பெற வேண்டியதில்லை. கக்கயம் முகாமில் என்ன நடக் கிறது என்று தனக்குத் தெரியாது என்றும் இந்நீதிமன்றம் 13.4.1977இல் தீர்ப்பைத் தெரிவித்ததன் பின், கிரைம் பிராஞ்ச் சி.ஐ.டி. பிரிவின் 1977 குற்றவியல் எண் 304 சம்பந்தமான

விசாரணையின்போது திரட்டப்பட்ட ஆதாரங்கள் மூலம் மட்டும்தான் தனக்கு அங்கே நடந்த சம்பவங்களைப் பற்றிய தகவல்கள் கிடைத்ததாக அவர் உறுதியாகச் சொல்கிறார். தான், போலீஸ் இன்ஸ்பெக்டர் ஜெனரல் என்றாலும் குற்றவியல் பிரிவு விசாரணை செய்த வழக்கு சம்பந்தமான மூன்றாவது எதிர்மனுதாரர் தனக்குக் கீழ்ப்படிபவராக இருக்கவில்லை. அரசு உத்தரவுகளுக்கு மட்டுமே கீழ்ப்படிபவராகயிருந்தார் என்பதுதான் அவர் முன்வைத்த வாதம்.

12. இரண்டாவது எதிர்மனுதாரர் உறுதியாகத் தெரிவிக்கும் இந்த வாதம்தான், இந்த வழக்கில் அரசாங்கத்தின் பங்கினைக் குறித்த எங்களின் மதிப்பீடு; ஏனென்றால் சட்ட நிபுணரான அட்வகேட் ஜெனரல், நான்காவது எதிர்மனுதாரர் திரு. கருணாகரனுடன் ஒன்று மற்றும் இரண்டாவது எதிர்மனுதாரர்களுக்காக மட்டுமே வாதிடுகிறார்; இந்த எதிர்த்தரப்பினர்களுக்கிடையே தனிப்பட்ட விருப்பம் சார்ந்த ஒற்றுமை எதுவுமிருப்பதாக எடுத்துக் கொள்ள எந்த முகாந்தரமுமில்லை. கிரைம் பிராஞ்ச் போலீஸ் இன்ஸ்பெக்டர் ஜெனரல், போலீஸ் இன்ஸ்பெக்டர் ஜெனரலின் மூலமாக அல்ல; நேரிடையாகவே மாநில உள்துறை இலாகாவுடன் தொடர்பு வைத்திருந்தார் என்ற வாதத்தை நிரூபிப்பதற்கான சில தஸ்தாவேஜுகள் எங்களின் கவனத்திற்குக் கொண்டுவரப்பட்டன. 5.1.1976இல் அரசு உத்தரவில் போலீஸ் டெபுடி இன்ஸ்பெக்டர் ஜெனரலை எல்லாப் பயன்பாட்டுப் பொருளிலும் கிரைம் பிராஞ்ச் சி. ஐ. டி. யூனிட்டின் தலைவராக அறிவிக்கப் பட்டிருந்தது.

13. ராஜனைத் துன்புறுத்திக் கொலை செய்ததாகக் குற்றம் சாட்டப்பட்ட நாளான 1976 மார்ச் 2ஆம் தேதி தீவிரவாதிகளுக்கு முடிந்தவரை எச்சரிக்கை மரணத்தை ஏற்படுத்த வேண்டுமென்ற அறிவுறுத்தலுடன் போலீஸ் இன்ஸ்பெக்டர் ஜெனரல் மூன்றாவது எதிர்மனுதாரர் உட்பட்ட (காவல்துறை) அதிகாரிகளுக்கு நேர்முக அறிவிப்புக் (Demi Official) கடிதங்கள் அனுப்பியதாக மூன்றாவது எதிர் மனுதாரரின் வழக்கறிஞர் திரு. நாயனார் விசாரணையின் போது எடுத்துரைத்தார். தான் பிறப்பித்த உத்தரவின்படி மட்டும்தான் மூன்றாவது எதிர்மனுதாரரும் காவல்துறையின் பிற அதிகாரிகளும் நடந்துகொண்டார்கள். எனவே, பொறுப்பிலிருந்து நழுவவும் அவர்களைக் கைவிடவும் போலீஸ் இன்ஸ்பெக்டர் ஜெனரலால் முடியாது என்பது குறிப்பிடப்பட வேண்டிய விஷயம். அட்வகேட் ஜெனரல்

எங்களிடம் தந்த தஸ்தாவேஜில் குறிப்பிட்டிருப்பது, 1976 மார்ச்சில் தேதி குறிப்பிடாத அந்த டி. ஓ. வின்படி விசாரணை அதிகாரிகள் பாதுகாவலிலிருக்கும் சாட்சிகளையோ, அவர்கள் விசாரணை மேற்கொள்ளும் நபர்களையோ எப்படி நடத்த வேண்டும் என்பது குறித்த எந்த உத்தரவும் கொண்டதல்ல என்பதாகக் காயண்ண காவல்நிலையம் சூறையாடப்பட்டதைத் தொடர்ந்து இத்தகைய சம்பவங்கள் தொடராமலிருப்பதற்காகக் காவல் துறை அதிகாரிகள் எவ்விதமாகத் தங்களின் செயல்பாடுகளை அமைத்துக்கொள்வதென்றும், காவல்நிலையத்தின் மீதான தாக்குதல்களை எப்படி முறியடிப்பதென்றும் அங்கே கடைப் பிடிக்க வேண்டிய பாதுகாப்பு நடவடிக்கைகள் குறித்த அறிவுரைகளும் அடங்கியதாக இருந்தது அந்தக் கடிதம். இத்துடன் அந்த டி. ஓ. வில் குறிப்பிட்டிருப்பதாவது: 'இப்படியான எந்த முயற்சிகளையும் முறியடிப்பது மட்டுமல்ல, எதிரிகளுக்கு முடிந்த வரை உயிர்ச்சேதம் ஏற்படுமளவுக்கு அவர்களை விரட்டியடிக்க ஒவ்வொருவரும் முன்வர வேண்டும்.'

இந்த உத்தரவுக்கும் விசாரணை அதிகாரிகள் வரம்பு மீறி நடந்துகொள்ளலாம் என்பதற்கும் எந்தவிதத் தொடர்புகளுமில்லை என்பதையே இங்கு தெரிவிக்க வேண்டியதாகிறது.

14. தன்னுடைய இலாகா குழுவாகச் சேர்ந்து நடத்திய சம்பவத்திற்கான பொறுப்பைக் கை கழுவ போலீஸ் இன்ஸ்பெக்டர் ஜெனரலால் முடிகிறது என்பது மிக விசித்திரமானதாகவே எங்களுக்குப் படுகிறது. ஆனால் இந்த வழக்கின் சூழ்நிலைகளில், 1976 குற்றவியல் எண் 19 குறித்த விசாரணை போலீஸ் இன்ஸ்பெக்டர் ஜெனரலின் கண்காணிப்பில்தான் நடந்ததென்பதை நிரூபிக்கும் விதமான குறிப்புகளெதுவும் கண்டுபிடிக்கப்படவில்லை. அந்த வழக்கு சம்பந்தமான விசாரணை குறித்து அவ்வப்போது வயர்லெஸ் மூலம் தெரிவிக்கப்பட்டதாகவும் இரண்டாம் மனுதாரருக்கெதிரான எழுத்துபூர்வமான ஆதாரங்களிருப்பதாகவும் மூன்றாவது எதிர்மனுதாரரின் வழக்கறிஞர் வலுவான வாதங்களை முன்வைத்தாலும் ஆய்வுக்குத் தேவைப்படுமளவிலான, குறிப்பான எந்த ஆதாரங்களும் எங்களின் கவனத்துக்குக் கொண்டுவரப்படவில்லை.

15. மனுதாரர் திரு. ஈச்சரவாரியர் தன்னுடைய மகனைப் பற்றி ஏதாவது தகவல் கிடைப்பதற்காக வானத்தையும் பூமியையும் புரட்டிக்கொண்டிருக்கிறார் என்பதும்

அவரின் புகார் மனுக்கள் ஒன்று மற்றும் இரண்டாம் எதிர்மனுதாரர்களின் கைகளைக் கடந்து போனது என்பதும் உண்மைதான். இரண்டாம் மனுதாரரின் கைகளில் வருடத்திற்குப் பத்தாயிரத்திற்கும் அதிகமாக இத்தகைய புகார்கள் வந்து போகிறதாம். இந்த விஷயத்தை அவருடைய தரப்பிலிருந்து எடுத்துச் சொல்வதற்கான காரணம், இந்தப் புகார்களில் சொல்லப்பட்டிருக்கின்ற விஷயங்களைப் பற்றிய உண்மைகளைத் தனிப்பட்ட முறையில் விசாரணை செய்து தெரிந்துகொள்வதென்பது இயலாத விஷயம் என்பதைச் சுட்டிக்காட்டுவதற்காகத்தான் என்று புரிந்துகொள்ள முடிகிறது. மனுதாரர் திரு. ஈச்சரவாரியர் போலீஸ் இன்ஸ்பெக்டர் ஜெனரலை நேர்முகமாகச் சந்தித்ததாகவோ, இந்த வழக்கை அவரின் தனிப்பட்ட கவனத்திற்குக் கொண்டு வந்ததாகவோ சொல்லவில்லை என்ற உண்மையையும் நாங்கள் கவனத்தில் கொள்ளாமல் இருக்க முடியாது. ஆகவே, 7.1.1977 தேதியிட்ட அறிக்கையின் அடிப்படையில், தான் தெரிவித்த வாக்குமூலம் பொய்யானது என்று போலீஸ் இன்ஸ்பெக்டர் ஜெனரல் நம்பி யிருக்கவில்லை என்ற உண்மையை அது எவ்வளவு சிறு அளவிலானதாக இருப்பினும், எங்களால் புறக்கணித்துவிட முடியாது. அவசரமானதும் அவசியமானதுமான விசேஷப் பிரச்சனையைக் கையாள்வதற்காக அமைக்கப்பட்ட முகா மில் நடக்கும் சம்பவங்களைப்பற்றி போலீஸ் இன்ஸ்பெக் டர் ஜெனரல் அறியாமை பாவிப்பதை இயலாமை என்பதைத் தவிர வேறு எதுவும் சொல்வதற்கில்லை. கக்கயம் காவல் முகாம் பன்னிரண்டு நாட்கள் செயல்பட் டது. அப்போது விசாரணைத் தேவைகளுக்காகக் குற்றவியல் பிரிவைச் சாராத காவல்துறை அலுவலர்களும் அம்முகா மில் பங்கு வகித்தனர். அங்கே வைத்து, ராஜன் மரண மடைந்ததாகச் சொல்லப்படும் தேதிக்கு இரண்டு நாட் களுக்குப் பின் 1976 மார்ச் 4ஆம் தேதி அன்றைய நிதிய மைச்சர் திரு. கே. ஜி. அடியோடி அம்முகாமைப் பார்வை யிட்டார். இந்த உண்மையை மனுதாரர் உறுதியாகத் தெரிவிக்கிறார். அதை யாருமே மறுக்கவில்லையென்பதால் இயல்பாகவே நாங்கள் அதை உண்மையென்று நம்பு கிறோம். கக்கயத்தில் முகாமிட்டிருந்த காவல்துறையினர் களுக்குப் பயணச்செலவும் தினப்படியும் பெறுவதற்கான தொகை அனுமதிக்கப்பட வேண்டியதிருந்தது; அந்தப் படிவத்தில் போலீஸ் இன்ஸ்பெக்டர் ஜெனரலின் ஒப்புதல் தேவை. அதில் அவர் கையொப்பமும் வைத்திருந்தார். அவரின் செயல்பாடுகளும், பொறுப்பும் அதிகாரிகளின்

பயணச்செலவையும் தினப்படியையும் பெறுவதற்கான படிவத்தில் கையொப்பம் வைப்பது என்ற அளவில் வரையறுக்கப்பட்டுவிட்டதாகச் சொல்வதைக் கேலிக்கூத்து என்ற வட்டத்திற்குள் மட்டும்தான் பொருத்த முடியும். ஆனால் அதுதான் உண்மையென்று சட்டநிபுணர் அட்வகேட் ஜெனரல் எங்களிடம் தெரிவிக்கிறார். அது தான் சரி எனில், நாங்கள் போலீஸ் இன்ஸ்பெக்டர் ஜெனரலின் இந்த நிலைக்காகப் பரிதாபப்பட வேண்டும். இந்த வழக்கிலும் இது போன்றவைகளிலும் அவர் வெறு மொரு ரப்பர் ஸ்டாம்பாகவும் போஸ்ட் ஆஃபீஸாகவும் செயலாற்றியிருக்கிறாரே.

16. தன் வாக்குமூலத்தின் மீது சத்தியம் செய்யும்போதே, தான் சொல்லவிருப்பவை பொய்தானென்று போலீஸ் இன்ஸ்பெக்டர் ஜெனரலுக்குத் தெரியும் என்பதைக் குறிப்பிடும் சில உதாரணங்களை மனுதாரரின் வழக்கறிஞர் எடுத்துக் காட்டியிருக்கிறார். மனுதாரரின் புகார் மனுவின் மீதான அறிக்கைக்காக உள்துறைச் செயலாளர் அந்த மனுக்களை இரண்டாம் எதிர்மனுதாரருக்கு அனுப்பி வைத்தபோது அவை அவரின் கைகளினூடாகக் கடந்து போயிருந்தது. போலீஸ் இன்ஸ்பெக்டர் ஜெனரலிடம் வந்த முதல் புகார் மனு 24.8.1976 தேதியிடப்பட்டிருந்ததாகத் தெரிகிறது. அந்தப் புகார் மனு, ஒரு தகப்பன் தன்மகனைப் பற்றிய விவரமெதுவும் கிடைக்கவில்லை என்பதைப்பற்றி வருந்துவதாக இருந்தது. அதன்மீது உண்மையான, தேவை யான நடவடிக்கையை மேற்கொள்ள முயற்சித்திருக்க வேண்டும். உண்மையில் தகுந்த விசாரணைகளெதுவும் மேற்கொள்ளப்படவில்லை; அந்த அறிக்கையைக் கவனமாக வாசித்துப் பார்த்திருந்தால் போலீஸ் இன்ஸ்பெக்டர் ஜெனரலுக்கு அதன் மீதான ஏதாவது நடவடிக்கையெடுத் திருக்க முடியும். ஆனால் இந்த வாதங்களெல்லாமே போலீஸ் இன்ஸ்பெக்டர் ஜெனரல் எனும் நிலையில் தன்னுடைய பொறுப்புணர்வைக் காட்ட வேண்டிய இரண்டாம் எதிர்மனுதாரர் ஒரு ஜீவமரணப் பிரச்சனையில் காட்டிய தவறான மனோபாவம் குறித்த விமர்சனங்களாக மட்டுமே கருத முடியும். எங்களுடைய தீர்ப்பில் நாங்கள் முன்பே சொல்லியிருப்பவைகளிலிருந்து அதிகமாக இந்த விஷயத்தைப்பற்றிய எங்களின் கருத்தை விளக்க விரும்ப வில்லை. ஆனால் இரண்டாவது எதிர்மனுதாரரின் இந்த நடைமுறையை அடிப்படையாகக் கொண்டு அவர் பொய் சாட்சியளித்ததாகக் குற்றம் கண்டுபிடிக்க நாங்கள் விரும்பவில்லை. ஆகவே, அவருக்கெதிராகக் குற்றவியல்

நடைமுறைச்சட்டம் எஸ். 340 (1)ன் படி புகார் செய்ய நாங்கள் ஒப்புக்கொள்ள மறுக்கிறோம்.

17. இனி, நாங்கள் மூன்று மற்றும் ஐந்தாம் எதிர்மனு தாரர்களின் விஷயம் குறித்த விவாதத்திற்கு வருகிறோம். பொய்சாட்சி அளித்ததாக இந்த எதிர்த் தரப்பினர் மீது வழக்குத் தொடர்வதற்கான எந்த நடவடிக்கையையும் நாங்கள் மேற்கொள்ளக்கூடாது என்று மூன்றாவது எதிர் மனுதாரரின் வழக்கறிஞர் திரு. நாயனாரும் ஐந்தாம் எதிர்மனுதாரரின் வழக்கறிஞர் டி. வி. பிரபாகரனும் எழுப்பிய எதிர்ப்புக்குரல் கவனிக்கப்பட வேண்டியதுதான். ராஜனைக் காவலில் எடுத்திருந்ததாக இந்நீதிமன்றத்தின் தீர்ப்பும் ஒன்று, இரண்டு, நான்கு ஆகிய எதிர்மனுதாரர்கள் இப்போது இந்த நிலைபாட்டுக்குள் வந்துவிட்ட பிறகும்கூட கொலைக் குற்றம் சாட்டப்பட்ட மூன்று மற்றும் ஐந்தாம் எதிர்மனுதாரர்கள், ராஜனைத் தாங்களோ, காவல்துறை யின் மற்ற அதிகாரிகளோ தங்களின் கட்டுப்பாட்டுக்குள் ஒருபோதும் கொண்டு வந்ததில்லை எனும் தங்களின் நிலையில் உறுதியாகவே இருக்கிறார்கள். அவர்களுக்கெதி ரான கொலைக் குற்றத்தின்போது இந்த நிலைப்பாட்டில் நின்று தங்களின் வாதத்தை நிறுவும் உரிமை அவர்களுக்கு இருக்கிறதென்றும் இந்த வாதத்தை நிரூபிக்க முடிந்தால் தாங்கள் குற்றம் செய்யவில்லை என்ற தீர்ப்பைப்பெற அவர்களுக்கு அருகதை உண்டென்றும் அவர்கள் தரப்பு வழக்கறிஞர் உறுதியாகத் தெரிவிக்கிறார். ஆகவே பொய்ச் சாட்சி சொன்னதான குற்றச்சாட்டின் அதன் மீதான விசாரணையும் ஏற்கனவே பதிவு செய்யப்பட்டிருக்கும் கொலைவழக்கில், இவ்வகையிலான வாதத்தில் அவர்களுக் கெதிரான பாதிப்பை ஏற்படுத்தக்கூடும் என்பதுதான் அவரது வாதம். முதல் புகாரின் மீதான தீர்ப்பில் நாங்கள் தெளிவுபடுத்தியுள்ள உண்மைகளின் அடிப்படையில் இந்த வாதத்தைக் குற்றவியல் நடைமுறைச்சட்டம் எஸ். 340 (1)இன்படி நடவடிக்கை எடுப்பதை நிறுத்தி வைப்பதற்குப் போதுமான காரணமாக நாங்கள் கருதவில்லை. முதல் புகாரைத் தள்ளுபடி செய்வதற்காக, இந்நீதிமன்றத்தைத் தவறாகப் பயன்படுத்த வெளிப்படையாகவும் முன்னேற் பாட்டுடனும் இந்நீதிமன்றத்தில் பொய்சாட்சியமளித்த தால்தான் குற்றவியல் நடைமுறைச் சட்டம் எஸ். 340 (1இ)ன்படி நடவடிக்கை தேவைப்பட்டிருக்கிறது. அது இந்தியன் பீனல்கோடின்படி குற்றம்தான் என்றால் மூன்று மற்றும் ஐந்தாம் எதிர்மனுதாரர்கள் ஒரு கொலை வழக்கை மேலும் நேரிடக்கூடும் என்ற சூழ்நிலை,

குற்றவியல் நடைமுறைச்சட்டம் எஸ். 340 (1)இன்படி நடவடிக்கையெடுக்கக் கோரி மனுதாரர் சமர்ப்பித்துள்ள புகாரைத் தள்ளுபடி செய்யப் போதுமான காரணம் ஆகுமென்று நாங்கள் கருதவில்லை. குற்றவியல் நடை முறைச்சட்டம் எஸ். 340 (1)ன் படி நடவடிக்கையெடுக்க அனுமதிக்கப்படும் பட்சத்தில் அதற்கான அதிகாரம் பெற்ற, முதல் வகுப்பு நீதிபதியின் முன் மூன்று மற்றும் ஐந்தாம் எதிர்மனுதாரர்களுக்கெதிரான புகாரைப் பதிவு செய்யலாம். கொலை வழக்கின் மீதான தீர்ப்பு வருவதற்கு முன் இந்தப் புகாரின் மீதான விசாரணை மேற்கொள்ளப் பட்டால் அது மூன்று மற்றும் ஐந்தாம் எதிர்மனுதாரர் களுக்கு எதிரான பாதிப்பை ஏற்படுத்துமென்றால் இந்தச் சூழ்நிலையில் இந்த நடவடிக்கையின் மீதான விசார ணையைத் தற்காலிகமாக நிறுத்தி வைப்பதற்கு இடமிருப்ப தாலும் அத்தகைய கோரிக்கையின் மீதான பரிகாரத்திற் காக அதற்குரிய இடங்களில் மூன்று மற்றும் ஐந்தாம் எதிர்மனுதாரர்கள் தங்களின் கோரிக்கையைச் சமர்ப்பித் தும் கொள்ளலாம். அப்போது அதற்கேற்ப தீர்மானங்கள் எடுக்கப்படும். மூன்று மற்றும் ஐந்தாம் எதிர்மனுதாரர்கள் மற்றும் சிலருக்கெதிராகத் தொடுக்கப்பட்ட கொலை வழக்கின் விசாரணை முடிவுக்கு வரும்வரை எஸ். 340 (1)இன் கீழுள்ள நடவடிக்கையைத் தேவையில்லை என்று முடிவு செய்வதற்கோ நிறுத்தி வைப்பதற்கோ இடமில்லை.

18. மூன்று மற்றும் ஐந்தாவது எதிர்மனுதாரர்களின் விஷயத் தில் குற்றவியல் நடைமுறைச்சட்டம் எஸ். 340 (1)இன்படி நடவடிக்கைகள் எடுக்கப்பட வேண்டும் என்பதான இந்நீதி மன்ற முடிவு போதுமான காரணத்துடனானது. ஏனெ னில், ராஜனைக் கைது செய்யவில்லையென்ற அவர்களு டைய வாதம் பொய்யானதென்றும் அந்த சாட்சியமளிக் கும்போது அது பொய்சாட்சியென்றும் அவர்களுக்குத் தெரிந்திருந்தது என்பது இந்நீதிமன்றத்தின் முடிவு. மூன்றா வது எதிர்மனுதாரர்தான் கக்கயம் முகாமின் பொறுப்பை ஏற்றிருந்தார்; ஏற்கனவே இந்நீதிமன்றத்தில் நிரூபிக்கப்பட்ட படி ஐந்தாம் எதிர்மனுதாரர், ராஜனைத் துன்புறுத்திய அந்த நேரத்தில் அங்கே வருகை தந்திருந்தார். ஆகவே அவரின் இந்த சாட்சியம் பொய்யென்று தெரிந்தே சொன்ன தாகும். அதனால் பொய்சாட்சியளித்ததாக ஐ. பி. ஸி. எஸ் 191இன்படி இந்தக் குற்றத்திற்கு அவருக்கெதிராக விசார ணையை மேற்கொள்ள நீதி நிர்வாக விருப்பம் சார்ந்த தேவையிருப்பதாக நாங்கள் கருதுகிறோம். இந்த முடிவு மூன்று மற்றும் ஐந்தாம் எதிர்மனுதாரர்களுக்கு எதிரானது.

19. இனி நாங்கள் நான்காம் எதிர்மனுதாரராகிய திரு. கருணாகரனுக்கெதிராக நடவடிக்கை எடுப்பது பற்றிய விஷயத்துக்கு வருகிறோம். 1977 ஏப்ரல் 13ஆம் தேதியிலான தீர்ப்பின் 28ஆம் பத்தியில் நாங்கள் நான்காம் எதிர் மனுதாரர் தன் வாக்குமூலத்தில் மனுதாரரின் வாதத்தை எதிர்கொண்ட முறையைப்பற்றி விமர்சித்திருக்கிறோம். அதில் காணப்படுவதாவது:

"திருவனந்தபுரம், மன்மோகன் பாலஸின் வைத்து 10.3.1976 அன்று, தான் அன்றைய உள்துறையமைச்சர் திரு. கருணாகரனைச் சந்தித்ததாகவும் தன் மகன் ராஜன் சிக்கலான ஒரு வழக்கில் உட்பட்டிருப்பதால் கல்லூரியிலிருந்து கைது செய்யப்பட்டிருக்கிறார் என்றும் அந்தப் பிரச்சனையைப் பரிசீலனை செய்து தன்னால் முடிந்தவரை உதவுகிறேன் என்று திரு. கருணாகரன் தன்னிடம் சொன்னதாகவும் மனுதாரர், 30.3.1977 அன்று தன் வாக்குமூலத்தில் தெரிவித்திருந்தார். பிறகு 1977 ஜனவரி 4ஆம் தேதியும் 1977 – பிப்ரவரி 2ஆம் தேதியும் தான் மகாராஜாஸ் கல்லூரியின் முன்னாள் மாணவரும் கே. பி. ஸி. ஸி. தலைவருமான திரு. ஏ. கே. ஆன்டனியைச் சந்தித்ததாகவும் ராஜன் உயிருடனுள்ளார்; காவல் துறையின் பாதுகாப்பில் இருக்கிறார்; தான் இது சம்பந்தமாக உள்துறையமைச்சரைப் பார்க்கிறேன் என்று திரு. ஆன்டனி தனக்கு உறுதியளித்தார் என்றும் மனுதாரர் சொன்னார். திரு. கருணாகரன் பதிவு செய்த எதிர்வாக்குமூலத்தில் மனுதாரரின் இந்த வாக்குமூலம் விமர்சிக்கப்பட்டிருக்கிறது. அதில் சொல்லப்பட்டிருப்பதாவது:

"1976 மார்ச் 10ஆம் தேதி நான் மனுதாரரிடம் அவர் மகன் ராஜனைச் சிக்கலான சில வழக்குகளில் உட்பட்டிருப்பதால் கல்லூரியிலிருந்து கைது செய்திருப்பதாகவும் அந்தப் பிரச்சனையைப் பரிசீலனை செய்து முடிந்தவரை உதவி செய்வதாகவும் சொன்னதாகத் தன் இரண்டாவது வாக்குமூலத்தில் இரண்டாவது பத்தியில் சேர்த்துள்ள மனுதாரரின் குற்றச்சாட்டு முழுக்கத் தவறானது. மனுதாரரிடம் அவர் மகன் ராஜன் எப்போதாவது காவல்துறையின் பாதுகாவலில் இருப்பதாக நான் ஒருபோதும் சொல்லவில்லை. இந்த ராஜன் காவல்துறையின் பாதுகாவலில் இருந்ததாக இதுவரை எனக்கு எந்தத் தகவலும் வரவுமில்லை."

இது மனுதாரர் குறிப்பிட்ட குற்றச்சாட்டுக்கான நேரிடையான பதிலில்லை என்று குறிப்பிட வேண்டியதிருப்பதில் நாங்கள் வருந்துகிறோம். மனுதாரர் 1976 மார்ச் 10ஆம்

தேதி திரு. கருணாகரனைச் சந்தித்தாரா என்பதற்குக் குறிப்பாக, மனுதாரரின் வாக்குமூலத்தின் தீவிரத்தன்மையைக் கவனத்தில் கொண்டால் நேரிடையான ஒரு பதிலைத்தான் யாருமே எதிர்பார்க்க முடியும். மனுதாரர், திரு. கருணாகரனைச் சந்தித்தார் எனில் அது நிச்சயமாகத் தன் மகன் காணாமற் போனதைப் பற்றி புகார் கொடுப்பதற்காகவே இருக்கும். திரு. கருணாகரன் என்ன பதிலளித்தார் என்பதைவிடவும் இங்கே முக்கியமானது அவர் திரு. கருணாகரனைச் சந்தித்தார் என்ற உண்மைதான். தான் மனுதாரருக்கு என்ன பதிலைச் சொன்னேன் என்றுதான் திரு. கருணாகரன் சொல்லியிருக்க வேண்டும். மனுதாரர் அன்றைய உள் துறையமைச்சரைச் சந்திக்கவில்லை எனும் நிலைப்பாட்டைத் தான் எதிர் வாக்குமூலத்திலிருந்து யாருமே எதிர்பார்த்திருக்க முடியும். ஆனால் விசாரணையின்போது திரு. டி. சி. என். மேனோனிடம் இந்த விஷயத்தைக் குறிப்பாக எடுத்துக்கேட்டபோது திரு. கருணாகரன், மனுதாரர் தன்னைச் சந்தித்ததை மறுக்கவில்லை. மாறாக, ராஜனைக் கைது செய்திருப்பதாகத் தான் ஒப்புக்கொண்டதாகச் சொல்வதைத்தான் மறுக்கிறார் என்பதாகவே தெளிவுபடுத்தப்பட்டது. மனுதாரர் தன்னைச் சந்தித்த தேதி எதுவென்று திரு. கருணாகரனுக்கு உறுதியாகத் தெரியவில்லையென்றும் மனுதாரர் குறிப்பிடும் தேதியை அவர் ஒப்புக்கொள்ளவில்லையென்றும் வழக்கறிஞர் தெரிவிக்கிறார். ஒரு பார்வையாளர் தன்னை எப்போது வந்து சந்தித்தார் என்பதை ஒரு நபர் நினைவில் வைத்துக்கொள்ளவில்லை யென்பது இயல்புதான். மனுதாரர் ஒருமுறை தன்னைச் சந்தித்தார் என்றாலும் ராஜன், காவல்துறையின் பாதுகாவலில் இல்லையென்பதாகப் பேசவில்லை, வேறெதுவோதான் நான் அவரிடம் பேசினேன் எனும் வாதத்தை அவர் தன் வாக்குமூலத்தில் தெரிவித்திருந்தால் நாங்கள் திருப்தியடைந்திருப்போம். சட்டநிபுணரான அடிஷனல் அட்வகேட் ஜெனரல் முதலில் தெளிவுபடுத்தியது இதுதான். பிறகு விசாரணையின்போது அவர் சமர்ப்பித்த விசாரணைக் குறிப்பில் (hearing note) மற்றொரு நிலைப்பாட்டை மேற்கொண்டது எங்களை ஆச்சரியப்படுத்தியது. அந்த விசாரணைக் குறிப்பு நாங்கள் கேட்டுக்கொண்டபடி சமர்ப்பிக்கப்பட்டதல்ல. அப்படி விசாரணைக் குறிப்பைப் பதிவு செய்யும் முறையை நாங்கள் உற்சாகப்படுத்துவதில்லை. வழக்கு விசாரணை நடந்துகொண்டிருக்கும்போது வழக்கின் மீதான முடிவுகளுக்கு வருவதற்கு முன்பு நாங்கள் கவனத்தில் கொள்ள வேண்டும் என்பதற்காகச் சட்டநிபுணர் அடிஷனல் அட்வகேட் ஜெனரல் அந்த விசாரணைக்

குறிப்பைச் சமர்ப்பித்துக்கொண்டார். அதில் இப்படிக் குறிப்பிடப்பட்டிருந்தது:

'இங்கே விளக்கப்பட வேண்டிய முக்கியமான மற்றொரு அம்சம், தான், கேரளத்தின் அன்றைய உள்துறையமைச் சரை 10.3.1976இல் சந்தித்ததாகவும் அப்போது மிகச் சிக்கலான ஒரு குற்றவியல் வழக்குத் தொடர்பாகத் தங்களின் (மனுதாரர்) மகனைக் காவல்துறை தன் பாதுகாப்பில் எடுத்திருப்பதாக உள்துறையமைச்சர் தன்னிடம் சொன் னார் என்பதும் மனுதாரரின் குற்றச்சாட்டாகும். இந்தக் குற்றச்சாட்டு எந்தவிதமான அடிப்படையுமற்றதென்பதைத் தெரிவித்துக்கொள்ள விரும்புகிறேன். அன்றைய உள்துறை யமைச்சர் இந்நீதிமன்றத்தில் பதிவு செய்துள்ள வாக்கு மூலத்தில் இந்தக் குற்றச்சாட்டை முழுமையாக மறுத் திருப்பதுடன் சூழ்நிலைகளின் ஒத்தியல்பும் மனுதாரரின் நடைமுறைகளும் இந்தக் குற்றச்சாட்டு உண்மையல்ல என்பதையே காட்டுகிறது.'

சட்டநிபுணராகிய அடிஷனல் அட்வகேட் ஜெனரல் இந்நீதிமன்றத்தில் முன்பு தெரிவித்திருப்பதன் அடிப்படை யில் அவர் இந்த விசாரணைக் குறிப்பில் தன்னுடைய நிலைப்பாட்டை மேலும் வலுப்படுத்த முன்வரவில்லை என்று நாங்கள் கருதுகிறோம். 10.3.1976இல் அல்லது அடுத்த மற்றொரு நாளில் மனுதாரர், திரு.கருணாகரனைச் சந்தித்த தாகவும், அப்போது அவர் திரு.கருணாகரனிடம் புகார் மனு கொடுத்ததாகவும் ஒப்புக்கொள்வதாக இருந்தால் அவருக்கு திரு.கருணாகரன் அளித்த பதில், மனுதாரர் சொல்வதிலிருந்து மாறுபட்டிருந்தால் அதை எதிர்வாக்கு மூலத்தில் தெரிவித்திருக்கலாம். அது எப்படியும் இருக்கட் டும். தன் மனவருத்தம் குறித்து புகார் செய்யவே, தான் திரு.கருணாகரனைச் சந்தித்ததாக மனுதாரர் சொல்வதை எங்களால் நம்பாமலிருக்க முடியாது. அந்தச் சந்திப்பு நிகழ்ந்தது 10.3.1976இல் அல்லது அதைத் தொடர்ந்த மற்றொரு நாளில். தன் வாக்குமூலத்தின் அடிப்படையில் தன்னைக் குறுக்கு விசாரணை செய்வதற்கு மனுதாரர் ஒப்புக்கொண்டும் அவரைக் குறுக்கு விசாரணை செய்யத் தான் விரும்பவில்லையென்று சட்ட நிபுணர் அடிஷனல் அட்வகேட் ஜெனரல் தெரிவித்துவிட்டார்.'

உச்ச நீதிமன்றத்தில் அப்பீல் செய்வதற்கு அனுமதிகோரி இந்நீதிமன்றத்தில் சமர்ப்பித்த மனுவில் திரு.கருணாகர னின் வாதத்தின் மீதான இந்நீதிமன்ற முடிவை முன் னிறுத்தி குறிப்பான ஒரு காரணம் சுட்டிக்காட்டியிருப்

பதால் எங்களுக்கு அதனைப் பரிசீலிக்க வேண்டியதிருக் கிறது. (அதன் மீது) இந்நீதிமன்றம் இப்படி முடிவு செய்தது :

'இது முன்னிறுத்தப்பட்டதற்கான காரணம்: 'எல்' மனு தாரரின் மகனைக் கல்லூரியிலிருந்து கைது செய்திருப்பதாக உள்துறையமைச்சர் சொன்னதை முழுவதுமாக அவரே மறுத்திருக்கும் நிலையிலும் மனுதாரர், திரு. கருணாகரனைச் சந்தித்தார் எனும் வாதத்தில் மௌனம் காக்கப்படுகிறது. இது குறித்த காரணமாக 'எல்'லில் குறிப்பிடப்பட்டிருப்பது உண்மையில் என்னவென்று நாங்கள் சட்ட நிபுணர் அடிஷ னல் அட்வகேட் ஜெனரலிடம் கேட்டபோது, நான்காம் எதிர்மனுதாரரின் வாக்குமூலத்தில் சொல்லப்பட்டிருப் பவைகளைத் தவிர வேறெதுவும் தனக்குச் சொல்வதற் கில்லை என்று தெரிவித்தார்.'

நாங்கள் (ஏற்கனவே) சுட்டிக்காட்டியதுபோல், நான்காம் எதிர்மனுதாரரின் வாக்குமூலத்தில் நேரிடையான எந்தப் பதிலும் இல்லையென்பதால்தான் எங்களுக்குத் தீர்ப்பில் இவ்விதமாக நிரூபிக்க வேண்டியதாயிற்று. அப்பீல் செய்ய அனுமதிகோரும் மனுவைச் சமர்ப்பித்தபோது சட்ட நிபுண ரான அட்வகேட் ஜெனரலிடம் நாங்கள் இந்தக் கேள்வியைத் தெளிவாகக் கேட்டபோதும் அவர் சரியான பதிலைத் தெரிவிக்கும் நிலையில் இல்லை. அதன்பின் மேல் நடவடிக் கைகளுக்காக வழக்கை மாற்றி வைத்த 23.5.1977 அன்று நான்காம் எதிர்மனுதாரர் புதிய ஒரு வாக்குமூலம் சமர்ப் பித்தார். அந்த வாக்குமூலத்தில் திரு. கருணாகரனும், காவல்துறை ராஜனைத் தங்களின் பாதுகாப்புக்குள் கொண்டு வந்ததாகவும் அவர் துன்புறுத்தப்பட்டதாகவும் அதைத் தொடர்ந்து அவர் மரணமடைந்ததாகவும் உறுதியாகத் தெரிவித்தார். மனுதாரர், 1977 மார்ச், 30ஆம் தேதி தன்னுடைய வாக்குமூலத்தில் தெளிவாகத் தெரிவித் திருந்த விஷயங்களையும் அதற்குப் பதிலாக 4.4.1977ல் சமர்ப்பிக்கப்பட்டதும் இந்நீதிமன்றத் தீர்ப்பில் நிரூபிக்கப் பட்டதுமான தன்னுடைய (நான்காம் எதிர்மனுதாரர்) வாக்குமூலத்தின் அடிப்படையில் 23.5.1977 வாக்குமூலத்தில் நான்காவது எதிர்மனுதாரர் இப்படிச் சொல்லியிருந்தார்.

'முதல் புகார் மனுவில் மனுதாரர் திரு. ஈச்சரவாரியர் 1976 மார்ச், 10ஆம் தேதியோ அதனையடுத்த நாட்களிலோ என்னைச் சந்தித்து 29.2.1976 அன்று காயண்ண காவல் நிலையத்தைச் சிலர் சூறையாடியது தொடர்பாகப் பதிவு செய்யப்பட்டுள்ள குற்றவியல் வழக்கில் தன் மகனும் உட்பட்டிருப்பதாகத் தான் சந்தேகிப்பதாக என்னிடம்

தெரிவித்து, அந்த வழக்கிலிருந்து தன் மகனை விடுவிப்பதற்கு நான் என் செல்வாக்கைப் பயன்படுத்த வேண்டும் என்று கேட்டுக்கொள்ளவும் செய்தார். இது காவல்துறையின் விசாரணையிலிருக்கும் வழக்கென்பதால் விசாரணை மேற்கொண்டிருக்கும் காவல்துறைக்குப் பரிந்துரையளிப்பதன்மூலம் விசாரணையில் தலையீடு செய்வது உள்துறையமைச்சர் என்ற நிலையில் எனக்கு ஏற்புடையதல்ல என்றும் நான் அவருக்குச் சொன்னேன்.'

20. உள்துறையமைச்சரின் தலையீட்டைத் தான் கேட்டுக்கொண்டதாகவும் அவர் அதற்கு உடன்படவில்லையென்றும் சொல்வதன்மூலம் தன்னை மனரீதியாகக் காயப்படுத்தியதுடன் அவமானப்படுத்தியுமிருப்பதாக மனுதாரர் ஆத்திரம் கொண்டார். மனுதாரரின் நிலை என்னவென்றால் அவர் மகனுக்கெதிராக எவ்வித நடவடிக்கைகளை மேற்கொள்வதாயினும் அவருக்கு வருத்தமில்லை; மகனைக் குறித்த தற்போதைய நிலை என்னவென்பதைத் தெரிந்து கொள்ளவே அவர் விரும்பினார். இது இவ்வாறிருக்க, அவர் நான்காம் எதிர்மனுதாரரைத் தன்வசப்படுத்த முயற்சி செய்ததாக மனவேதனைப்படுத்தும் கருத்தைத் தெரிவிப்பதன்மூலம் நான்காம் எதிர்மனுதாரர் உண்மைக்குப் புறம்பான தன் இயல்பான மனப்பாங்கைத் தொடர்ந்து நிரூபித்து வருகிறார். இந்நிலைப்பாட்டை எடுத்துக்காட்டி மனுதாரர் 31.5.1977 அன்று மற்றொரு எதிர் வாக்குமூலமும் அத்துடன் அன்றைய தினமே, பொய் சாட்சியளித்ததாக நான்காம் எதிர்மனுதாரர் மீது நடவடிக்கை எடுக்கப்பட வேண்டும் என்ற விண்ணப்பமும் 1977இல், ஸி. எம். பி 7406உம் பதிவு செய்யப்பட்டது. அதைத் தொடர்ந்து திரு. கருணாகரன் 8.6.1977இல் ஒரு துணை வாக்குமூலம் பதிவு செய்தார். அதில் அவர் மனுதாரரின் உறுதியான கருத்துகளுக்கு, தான் தனக்குக் கிடைத்த முதல் வாய்ப்பில் சரியான பதிலைத் தராமலிருந்ததற்கான காரணத்தை விவரித்துள்ளார். அந்த விளக்கம் இதுதான்:

'மனுதாரர் 10.3.1976ஆம் தேதியிலோ அதைத் தொடர்ந்த நாட்களிலோ என்னை வந்து சந்தித்தபோது நான் சொன்ன பதில் முழுவதுமாக வெளிப்படுத்தாமலிருந்தது வேண்டுமென்று செய்ததல்ல.'

அதே நேரத்தில் நான்காம் எதிர்மனுதாரர் சொன்னதைப் பற்றிய மனுதாரரின் கருத்துகளைச் சுட்டிக்காட்டி நான்காம் எதிர்மனுதாரர் துணை வாக்குமூலத்தில் சொல்லப்பட்டிருப்பது இதுதான்:

'22.5.1977இல் என்னுடைய வாக்குமூலத்தின் 8ஆம் பத்தி யில் நான் தெரிவித்துள்ள விஷயங்கள் என் நினைவிலிருந்த வைகளாகும். 10.3.1976-லோ அதையடுத்தோ மனுதாரர் என்னை வந்து சந்தித்தபோது நடந்ததை என்னால் நினைவு படுத்திக்கொள்ள இயன்றவரை, அந்த வாக்குமூலத்தின் 8ஆம் பத்தியில் தெரிவிக்கப்பட்டுள்ளது.' இது இங்கே இத்துடன் முடிந்துவிடவில்லை. இதைத் தொடர்ந்து வந்த கருத்துக்கள் இதோ:

'இதற்கெதிராக மனுதாரர் உறுதியாகத் தெரிவித்திருப் பவைகளில் எதுவுமே உண்மையல்ல.'

தான் நினைவிலுள்ள விஷயங்களைத்தான் சொல்கிறேன் என்று நான்காம் எதிர்மனுதாரர் தெரிவிக்கும்போது, அதன் காரணமாகத் தனக்கு தவறு நேர்ந்திருக்கவும் கூடும் என்பதுதான் அவர் சொல்ல நினைப்பதென்றால், மனு தாரர் உறுதியாகச் சொன்ன விஷயங்களை மறுப்பதான அடுத்த கருத்தை அப்பட்டமான உண்மையாகக் கொள் வதற்கிடமளிக்கவில்லை. தன்னுடைய வாதத்தை முழுமை யாகவும் உறுதியுடனும் வெளிப்படுத்துவதற்கு இந்த வழக்கைப் பற்றிய அவருடைய கருத்துக்களை நேர் முறையிலானதும் சந்தேகத்திற்கிடமற்ற வார்த்தைகளிலும் இந்நீதிமன்றத்தில் தெரிவிப்பதற்கு இந்த நிமிடத்தில்கூட நான்காம் எதிர்மனுதாரர் தயாரில்லை என்பது எங்களை ஆச்சரியத்திலாழ்த்துகிறது. தனக்கெதிரான இந்தப் புகாரை உண்மையுடன் அணுகும் பொறுப்புக்கு எங்களை ஆளாக் கும் இந்த வழக்கில், முக்கியமாக, தன் தரப்பை விளக்க திரு. கருணாகரனுக்குப் பல வாய்ப்புகளை நாங்கள் அளித் தும் அவரின் எதிர் வாக்குமூலங்களிலிருந்து எங்களுக்கு ஏதேனும் ஒத்துழைப்பு கிடைத்ததாகத் தெரியவில்லை. அவர், ஜூன் 8ஆம் தேதி சமர்ப்பித்த கடைசி வாக்கு மூலத்தில்கூட மனுதாரரின் நிலைப்பாட்டிற்கெதிரான நேரடி விளக்கமோ, இருபொருள்படும்படியல்லாத கருத்தையோ முன்வைக்கவில்லை. 10.3.1976-லோ அதைத்தொடர்ந்த நாட்களிலோ திரு. ஈச்சரவாரியர் அவரைச் சந்தித்தபோது திரு. கருணாகரனுக்கு ராஜன் கைது குறித்த விவரம் கிடைத்ததா; ராஜன் கைது செய்யப்பட்டுள்ளார் என்று அவர் நம்பினாரா; அந்தச் சந்திப்பிற்குப் பிறகு இதுவரை யிலும் அவரின் நம்பிக்கை என்னவாகயிருந்தது; குறிப்பாக, ஈச்சரவாரியரிடமிருந்து தொடர்ந்து புகார் மனுக்கள் கிடைத்தபோது; போலீஸ் இன்ஸ்பெக்டர் ஜெனரலைப் புறக்கணித்து நேரிடையான தொடர்புகளை மேற்கொண்டி ருந்த மூன்றாம் எதிர்மனுதாரருடன் இவ்விஷயம் குறித்து

எப்போதாவது அவர் கலந்து பேசினாரா – இதுபோன்ற விஷயங்களைப்பற்றி உண்மையான கருத்துக்களைத் தெரிவித்திருக்கலாம். அல்லது, ஏதோ ஒரு சிலதையாவது தெரிவிக்கக்கூடும் என்று நாங்கள் எதிர்பார்த்திருந்தோம். ஆள் கொணர்வு மனுவின் மீதான பதிலைப் பதிவு செய்யும் போதாவது. போகட்டும், ஆகக் கடைசியான வாக்குமூலத் திலாவது – அப்படிச் செய்வதற்கான கடமை மனுதாரரோ டும், நீதிமன்றத்தோடும் அவருக்கிருக்கிறது. 1977 மே மாதம் 23ஆம் தேதி பதிவு செய்யப்பட்ட வாக்குமூலத்தில் அவர் குறிப்பிடுகிறார்:

‘ராஜன் காவல் துறையின் கட்டுப்பாட்டில் இல்லை யென்று நான் மக்களவையில் தெரிவித்தது போலீஸ் இன்ஸ்பெக்டர் ஜெனரலின், 7.1.1977 தேதியிட்ட அறிக்கையை அடிப்படையாகக் கொண்டதுதான். *இந்த விஷயத்தைப் பற்றித் தெரிந்துகொள்ள எனக்கு இந்த ஒரு அறிக்கையைத் தவிர வேறு எந்த வழியுமில்லாமலிருந்தது.*’ (அடிக்கோடு எங்களுடையது)

இது முன்பே, 1976 – மார்ச் மாதத்திலேயே திரு. ஈச்சர வாரியர் மூலமாக அவருக்குத் தகவல் கிடைத்தது என்பத னுடன் முரண்படுகிறது. அவருக்கு வேறு வழிகளும் நிறையவே இருந்தன. தகவலை அறிந்துகொள்ள மூன்றாம் எதிர்மனுதாரரிடம் அவர் கேட்க முடியும். மாநில உள்துறையமைச்சருக்குத் தகவல்களை அறிந்துகொள்ள வேறு மார்க்கமில்லை என்ற கருத்துக்கு மதிப்பளிப்பது இருக்கட்டும், அதைப் புரிந்துகொள்வதுகூட சிரமம்தான். அதே வாக்குமூலத்தின் அடுத்த வாசகங்கள் விசித்திரமான வாசிப்புக்குரியது. அது, ‘போலீஸ் இன்ஸ்பெக்டர் ஜெனர லின் அறிக்கையில் சொல்லப்பட்டிருந்த விஷயங்களைத் தவறானது என்று சந்தேகிக்க எனக்கு எந்த முகாந்திரமு மில்லை’ என்பதுதான். கைது நடவடிக்கை முடிந்து அதிகத் தாமதமில்லாமல் 1976 மார்ச் மாதத்திலேயே அந்தக் கைது குறித்து மனுதாரரால் நான்காம் எதிர்மனுதாரருக்குத் தெரி விக்கப்படுகிறது; நான்காம் எதிர்மனுதாரரான உள்துறைய மைச்சருக்கு அந்தத் தகவல் உண்மைதானா, இல்லையா என்று சந்தேகிப்பதற்கான எந்த முகாந்திரமுமில்லை என்ற நிலை. நாங்கள் முன் தீர்ப்பில், எப்படியோ சிரமப்பட்டுத் தயார்செய்த அறிக்கையால், சதிக்குள்ளாகி உள்துறை யமைச்சர் வஞ்சிக்கப்பட்டார் என்பது எங்களை ஆச்சரியப் படுத்துகிறது.

21. இந்நீதிமன்றத்தில் இவ்வழக்கின் முதல் புகார் மனு சமர்ப் பிக்கப்பட்டதுமே ராஜன் கைது குறித்த உண்மை நிலையை

அறிய ஒரு விசாரணைக் கமிஷனை நியமிக்க தான் தயாராகயிருப்பதாகச் சட்ட நிபுணர் அடிஷனல் அட்வகேட் ஜெனரலிடம் ஆலோசனை கூறியதைக் குறிப்பிட்டு நான்காம் எதிர்மனுதாரர் தன் வாக்குமூலத்தில் தெரிவித்துள்ளார். ஆள் கொணர்வு உத்தரவு கோரி அந்த மனு சமர்ப்பிக்கப்படுவதற்கு முன் அப்படியான ஒரு கமிஷனை நியமிப்பதற்கான யோசனை ஒருபோதும் சொல்லப்பட்டதாகத் தெரியவில்லை. உண்மையில், இந்த வழக்கின் ஆதாரங்களைத் திரட்டி, பிறகு விசாரணை நடந்துகொண்டிருக்கும் போதுதான் விசாரணைக் கமிஷன் நியமிப்பது குறித்த ஆலோசனையைச் சட்டநிபுணர் அடிஷனல் அட்வகேட் ஜெனரல் நீதிமன்றத்தில் தெரிவித் தார். நான்காம் எதிர்மனுதாரர், தன்னுடைய 23.4.1977 வாக்குமூலத்தில் தெரிவித்தது போல், இந்நீதிமன்றத்தில் தகுதியான ஒரு நீதிபதி தலைமையில் ஒரு விசாரணைக் கமிஷனை நியமித்து 'குறிப்பிட்ட விஷயத்'தைப்பற்றிய விசாரணையை மேற்கொள்ள அரசு தயாராகயிருக்கிறது என்பதை நீதிமன்றத்தில் அறிவிக்க சட்ட நிபுணர் அடிஷனல் அட்வகேட் ஜெனரலுக்கு ஆலோசனை சொல்லப்பட்டதை ஒப்புக்கொண்டாலும் அந்த நல்ல மனோபாவம் எவ்விதத்திலும் திரு. கருணாகரனுக்கு உதவியாக இருக்க முடியாது. ஏனென்றால், அதைப் பற்றித் தன்னுடைய வாக்குமூலத்தில் அவர் சொல்லியிருப் பது இதுதான்:

'ரிட் மனு பதிவு செய்த பிறகு குறிப்பிட்ட விஷயத்தைப் பற்றி அதிகமாக விசாரணை செய்ய வேண்டும் என்று எனக்குத் தோன்றியது. ஆகவே, கனம் நீதிமன்றத்தில் உயர்திரு. நீதிபதி ஒருவர் தலைமையில் குறிப்பிட்ட விஷயத்தைப் பற்றி விசாரணை செய்ய அரசு தயாராக யிருக்கிறதென்பதைத் தெரிவிக்க, ஆதாரங்கள் திரட்டப் படுவதற்கு முனபே நான் அடிஷனல் அட்வகேட் ஜெனர லுக்கு யோசனை தெரிவித்திருந்தேன்.'

ராஜன் கைது செய்யப்பட்டதை மறுத்து 1977 ஏப்ரல் 4ஆம் தேதி எதிர்மனுதாரரால் பதிவு செய்யப்பட்ட பதிலு டன் இதனை ஒப்புமைப்படுத்திப் பார்க்க முடியவில்லை. குறிப்பிட்ட விஷயத்தைப்பற்றி மேலும் விசாரணை செய்ய வேண்டுமென்பதுவும் அது உன்னத நீதி அமைப்பு சார்ந்த ஒரு குழுவின் கீழ் நடைபெற வேண்டும் என்பதுவும் இந்த வழக்கின் மீதான ஆதாரங்கள் திரட்டப்படுவதற்கு முன்பே திரு. கருணாகரனுக்குத் தோன்றியிருந்தால் – அப்படியல்லவா இப்போது சொல்லப்படுகிறது – அதிலிருந்து

ராஜன் கைது செய்யப்படவில்லையென்று 1977 ஏப்ரல் 4ஆம் தேதி மறு வாக்குமூலம் பதிவு செய்தபோதே திரு. கருணாகரனுக்கு அந்த விஷயத்தில் சந்தேகமிருந்தது என்பது தெளிவாகிறது. அன்று அவருக்குக் 'குறிப்பிட்ட இந்த ராஜன் எப்போதாவது காவல் துறையின் பாதுகாவலில் இருந்ததாக இன்றுவரை எனக்குத் தெரியாது' என்று முடிவாகச் சொல்லியிருக்க முடியாது. தகவல்; அறிவு பெறுவதற்கான ஒரு மார்க்கம். அத்தகையத் தகவலின் உண்மை நிலை பற்றிச் சந்தேகமேற்படும்போது நம்பிக்கை பற்றிய பிரச்சனை உருவாகிறது. ஏற்கனவே நாங்கள் சுட்டிக்காட்டியதுபோல், ராஜன் கைதைப் பற்றி 1976 மார்ச் 10ஆம் தேதியோ அதைத் தொடர்ந்தோ நான்காம் எதிர்மனுதாரருக்குத் தகவல் கிடைத்தது. அதனால் அந்த விஷயத்தைப்பற்றி அவர் ஒருபோதுமே அறிந்திருக்கவில்லை என்று சொல்வது உண்மைக்குப் புறம்பானது.

22. வெளிப்படையாகப் பேசுவதென்பது உண்மைக்குத் துணையாக மேற்கொள்ளப்படும் உயர்வான நடவடிக்கை. இவ்வழக்கில் அது ஆபத்தில் சிக்கிக்கொண்டது என்பதுதான் எங்களின் ஆதங்கம். எங்களின், 1977 ஏப்ரல் 13ஆம் தேதி தீர்ப்புக்கு முன் இவ்வழக்கு, விசாரணைக்காக வந்தபோது, சட்டமேதை அடிஷனல் அட்வகேட் ஜெனரல், தான் இந்த வழக்கைப் பற்றிய காவல்துறையின் வார்த்தைகளை உண்மையென்று முழுமையாக நம்பவில்லையென்று பல தடவை எங்களிடம் சொல்லியிருக்கிறார். 'குறிப்பிட்ட விஷயம்' இந்நீதிமன்றத்திற்கு வந்தபோதாவது, அப்போது முதலமைச்சர் பதவிக்கு வந்திருந்த உள்துறையமைச்சர் இந்த விஷயத்தைப் பற்றி மேலும் விசாரணை செய்து, இப்போது பொய்யென்று ஒப்புக்கொள்ளப்பட்டுள்ள ஒரு வாதம் முன்வைக்கப்படுவதற்கு முன்பே உண்மையைக் கண்டுபிடிக்க முயற்சிப்பதில் இந்நீதிமன்றத்திற்கு உதவியாக இருந்திருக்கலாம். 1977 ஜூன் 8ஆம் தேதி பதிவு செய்த துணை வாக்குமூலத்தில் மேற்கொண்டுள்ள நிலை, அடிஷனல் அட்வகேட் ஜெனரலைப் புறக்கணிக்கும் வகையில் அமைந்திருக்கிறது. அந்தத் துணை வாக்குமூலத்தில் இப்படியாகச் சொல்லப்பட்டுள்ளது:

'ராஜன் கைதைக் குறித்து காவல்துறை அதிகாரிகள் தெரிவித்திருக்கும் கதையை நான் முழுவதுமாக நம்பவில்லையென்று அடிஷனல் அட்வகேட் ஜெனரல் தெரிவித்துள்ளதாகச் சொல்லப்படும் கருத்து என் அறிவுறுத்தலின்படி சொல்லப்பட்டதல்ல என்பதைத் தெரிவித்துக் கொள்கிறேன்.'

இந்தப் பிரச்சனைக்குள் அதிகம் நுழைந்து செல்ல நாங்கள் விரும்பவில்லை; முன்பு இந்த வழக்கு எங்களின் முன் விவாதிக்கப்பட்டபோது அடிஷனல் அட்வகேட் ஜெனரல் முன்வைத்த எந்தக் கருத்தையும் அடிப்படையாகக் கொள்ள நாங்கள் விரும்பவில்லை.

23. நான்காம் எதிர்மனுதாரரின் வழக்கை, ஒன்று மற்றும் இரண்டாம் எதிர்மனுதாரர்களுடையதிலிருந்து வேறு படுத்தும் இரண்டு அம்சங்கள் பிரதானமானவை. ஒன்று; ராஜன் கைதைத் தொடர்ந்து காலதாமதமேதுமின்றி மனுதாரர் நேரிடையாக நான்காம் எதிர்மனுதாரரைச் சந்தித்திருந்தார். இரண்டு; ராஜனைக் கைது செய்தது குறித்த விவரத்தைக் காலதாமதமின்றி 1976 மார்ச் மாதத் திலேயே மனுதாரர் நான்காம் எதிர்மனுதாரருக்குத் தெரிவித் தார் என்பது நிரூபணமாகியிருக்க, நான்காம் எதிர் மனுதாரருக்கெதிராக மாறியிருக்கும் இந்த பிரதான அம்சங்களுக்கான பதிலுக்கு விளக்கம் அளிக்கப்பட வில்லை.

24. சுருக்கமாக, திரு. கருணாகரனுக்கு 1976 மார்ச் 10ஆம் தேதியோ அதைத் தொடர்ந்தோ ராஜன் கைது செய்யப்பட் டது தெரிந்திருந்தது. அன்று தனக்குக் கிடைத்த தகவலைக் குறித்த உண்மை நிலையைச் சந்தேகிக்கக் காரணமாக அமைந்த சூழலையும், எதுவாயினும் 1977 ஜனவரி 7 வரையிலாவது, அவர் சாட்சியப்படுத்தவில்லை. அன்று வரையிலான தன் நம்பிக்கையைக் குறித்து அவர் மௌனம் காக்கிறார். மனுதாரரிடமிருந்து பல புகார் மனுக்கள் உள்துறை இலாகாவிற்குக் கிடைத்தன; மனுதாரர், தன் வழக்கின் மீதான முயற்சிகளைத் தொடர்ந்து மேற் கொண்டு வருகிறார் என்ற விஷயம் தனக்குத் தெரியா தென்று நான்காம் எதிர்மனுதாரரால் சொல்ல முடியாத நிலையுமிருந்தது. அதுபோன்ற எந்த ஒரு கருத்தும் பொய் யாகவே இருக்க முடியும் என்று Exh. P3 நிரூபிக்கிறது. மூன்றாம் எதிர்மனுதாரர் திரு. ஜெயராம் படிக்கல், போலீஸ் இன்ஸ்பெக்டர் ஜெனரலைப் பொருட்படுத்தா மல் உள்துறை இலாகாவுடன் நேரிடையான தொடர்பு வைத்திருக்கிறார். தான் எப்போதாவது மூன்றாம் எதிர் மனுதாரரிடம் 'குறிப்பிட்ட விஷயத்'தைப் பற்றி விசாரித்த துண்டா என்பதைப் பற்றி நான்காம் எதிர்மனுதாரர் எதுவும் சொல்லவில்லை. 7.1.1977 அறிக்கையின் அடிப்படை யில் மட்டும் திரு. கருணாகரனுக்கு, ராஜனைக் கைது செய்திருப்பதாக அன்றுவரை அவர் உறுதியாக நம்பியிருந் தால், ராஜனைக் கைது செய்யவில்லை என்ற உறுதியான

முடிவுக்கு அவரால் வந்திருக்க முடியாது. எதுவாயினும், தன் மகனைக் கைது செய்திருப்பதாக ஒரு தகப்பன் தொடர்ந்து புகார் செய்துகொண்டிருக்கும் பட்சத்தில், சாதாரணமாக, அந்த விஷயத்தைப் பற்றி மேலும் விசாரணை செய்ய அவர் உத்தரவிட்டிருக்க வேண்டும் என்றுதான் யாருமே எதிர்பார்த்திருப்பார்கள். திரு. கருணாகரன் இப்போது சொல்வது, முதல் புகார் மனுவின் மீதான உண்மைகள் கண்டுபிடிக்கப்படுவதற்கு முன்பே அரசு ஒரு விசாரணைக் கமிஷன் இதற்காக நியமிக்கும் ஆலோசனையிலிருக்கிறதென்பதைத் தெரிவிக்கும்படி தான் சட்ட நிபுணர் அடிஷனல் அட்வகேட் ஜெனரலிடம் சொல்லியிருந்தேன் என்பதாகும். அப்படியான தகவல்கூட ஆதாரங்களைத் தேடுதல் முடிவடைவதற்கு முன் இந்நீதிமன்றத்தில் தெரிவிக்கப்படவில்லை. அதுபோக, இப்படிச் சொன்னதன் பொருளும் 4.4.1977 அன்று தன் கருத்தைப் பதிவுசெய்த போது தன் நிலைப்பாடு உண்மைதானென்று திரு. கருணாகரனுக்கு நிச்சயமில்லை என்பதைத்தான் காட்டுகிறது. என்றாலும் ராஜன் ஒருபோதும் காவல்துறை பாதுகாப்பிற்குள் இருந்ததில்லை என்று அவர் உறுதியாகத் தெரிவித்தார். மனுதாரர் குறிப்பிட்டுள்ள விவாதத்திற்குரிய ஆதாரங்களை நாங்கள் ஏற்றுக்கொள்ளவில்லை; அவற்றைப் பற்றி இனி நாங்கள் விமர்சிப்போம். இந்த வழக்கின் பொதுவான சூழ்நிலைகள், கிடைத்த உண்மைகள் ஆகியவற்றின் அடிப்படையில் நான்காம் எதிர்மனுதாரருக்கெதிரான விசாரணைக்குக் காரணமிருப்பதாக ஆதாரங்களின் கீழ் நாங்கள் முடிவு செய்துள்ளோம். இந்த விசாரணை குற்றவியல் நடைமுறைச் சட்டம் எஸ். 340 (1)ன் கீழ் நாங்கள் பிறப்பிக்கும் உத்தரவை அடிப்படையாகக் கொண்டிருக்கும். நாங்கள் இப்போது, அதிகமாகத் தேவைப்படாததும் ஒரே விசாரணையில் வெளிப்படும்படியானதுமான, மனுதாரரின் வழக்கறிஞர் எங்களிடம் தெரிவித்துள்ள விஷயங்களைப்பற்றிக் குறிப்பிடுகிறோம்.

25. மனுதாரரின் மகன் ராஜன் ஒரு கொலை வழக்கில் உட்பட்டிருப்பதாகவும் ஆகவேதான் அவரைக் காவலில் வைத்திருப்பதாகவும் நான்காம் எதிர்மனுதாரர் தேர்தல் பிரச்சாரத்தின்போது பல பொதுக்கூட்டங்களில் பேசியதாகச் சொல்லப்படுகிறதென்று முதல் மனுவில் மனுதாரர் உறுதியாகச் சொல்லியிருந்தார். மனுதாரரின் இந்த வாதத்தைத் திரு. கருணாகரன் மறுத்தார். மனுதாரரின் தரப்பை உறுதி செய்யும் இரண்டு சாட்சிகள் இவ்வழக்கின் ஆரம்பக்கட்ட நடவடிக்கைகளின்போது விசாரிக்கப்பட்

டார்கள். தன்னுடைய தேர்தல் பிரச்சாரத்தின்போது திரு. கருணாகரன் ராஜன் கைதானதைப் பற்றிப் பேசியதாக அவர்கள் சாட்சியமளித்தார்கள். நாங்கள் அந்த சாட்சியங்களை நம்பியிருந்தால் அது, திரு. கருணாகரன், ராஜனின் கைதைப்பற்றி ஏற்கனவே அறிந்திருந்தார் என்று முடிவெடுப்பதற்குச் சமானமாக இருந்திருக்கும். திரு. கருணாகரன் குறுக்கு விசாரணைக்குட்பட முன்வராத காரணத்தினால் இதற்கெதிரான வாதங்களெதுவும் எங்கள் முன்வைக்கப்படவில்லை. நாங்கள் அந்த சாட்சிகள் தெரிவித்த கருத்துக்களின் மீது அனுகூலமானதோ, பிரதிகூலமானதோ எந்த அபிப்ராயங்களையும் பிரகடனப்படுத்தவில்லை. அதைப் பற்றிய எங்களின் கருத்து இதுதான்:

'இறுதிக்கட்டத் தேர்தல் பிரச்சார ஊர்வலத்தில் திரு. கருணாகரன் ராஜன் கைது செய்யப்பட்டிருப்பதாக ஒப்புக் கொண்டு, அவருக்குத் தடை செய்யப்பட்ட ஒரு இயக்கத்துடன் தொடர்பிருப்பதால்தான் அவர் கைதானார் என்று விளக்கமும் அளித்திருக்கிறாராம். பி. டபிள்யூ. 10, பி. டபிள்யூ. 11 ஆகிய இருவரும் அந்தச் சொற்பொழிவைக் கேட்டதாகச் சொல்கிறார்கள். அவர்கள் அரசியல் ரீதியாக எதிர்முகாமைச் சேர்ந்தவர்கள் என்பதால் அவர்கள் சுயவிருப்ப சாட்சிகள் என்று அவர்களின் சாட்சியங்கள் மீதான குறுக்கு விசாரணையில் தெரியவந்தது, அவர்களின் சாட்சியங்களை ஏற்றுக்கொள்ளாமலிருப்பதற்கு இது போதுமான காரணமாகாது. ஆனால் நாங்கள் மற்றொரு காரணத்தால் அந்த சாட்சியங்களை எங்களின் தீர்மானத்திற்கான அடிப்படையாக எடுத்துக்கொள்ளவில்லை. மனுதாரரின் புகாரை ஏற்றுக்கொள்வதற்கு அன்று உள்துறையமைச்சராக இருந்த திரு. கருணாகரன் ராஜனைக் காவலில் வைத்திருந்ததாக ஒப்புக்கொண்ட வாதத்தை நாங்கள் நம்புவதே போதுமாகயிருந்தது. ஒப்புக்கொண்டதாகக் கூறப்படுவதை மறுத்திருக்கும் பட்சத்தில் ஒப்புக்கொண்டதை நேரடியாகக் கேட்ட சாட்சிகளை நாங்கள் எங்களுடைய தீர்மானத்திற்கு ஆதாரமாக எடுத்துக் கொள்ளலாம். எக்ஸி. பி. 3 எனும் கடிதத்தின் விஷயமும் இதுவேதான். அதைப்பற்றி நாங்கள் தகுந்த இடத்தில் குறிப்பிடுவோம்.'

திரு. விஸ்வநாதமேனோன் எம்.பி.க்கு எழுதியதாக ஒப்புக் கொள்ளப்பட்ட கடிதம் எக்ஸி. பி. 3இன் விளக்கத்தைப் பற்றியும் விவாதமிருந்தது. அந்த விஷயம் இந்நீதிமன்றத்தின் முந்தைய தீர்ப்பின் 30வது பத்தியில் விவாதிக்கப்பட்டது. அப்போது தெரிவிக்கப்பட்டதாவது:

‘Exh. P3 பதில் அவரே கையொப்பமிட்டது. 1976 – மார்ச்சிலோ அதைத் தொடர்ந்தோ மனுதாரர் குறிப்பிட்ட விஷயம் தொடர்பாக உள்துறையமைச்சரைச் சந்திக்கவும் மாதங்களுக்கு முன்பே அந்த விஷயத்தை முடிவுக்குக் கொண்டு வராமலும் இருந்திருந்தால், சாதாரணமாக உள்துறையமைச்சருக்கு ராஜன் காவலில் இல்லையென்ப தால் எந்த நடவடிக்கையும் தேவையில்லை என்று சொல்ல இயன்றிருக்கும். 1.3.1976க்குப் பிறகு தாமதிக்காமலேயே மனுதாரர் உள்துறையமைச்சருடன் இது விஷயமாகத் தொடர்புகொண்டிருந்தும் 1976 – டிசம்பர் வரையும் மாநில அரசுக்கோ அதன் அதிகாரிகளுக்கோ ராஜன் கைது செய்யப்படவில்லையென்ற அபிப்ராயம் உருவாகி யிருக்கவில்லை என்பதற்காகவாவது Exh. P3 சரியான சாட்சியம்தான். அதில், ராஜனை விடுதலை செய்வதென் பது மிகுந்த விவாதத்திற்குரிய விஷயம் என்று தான் சொல்ல வரவில்லை என்கிறார் உள்துறையமைச்சர். சரியான வாசிப்பில் எக்ஸி. பி. 3 எனும் கடிதத்தில் ‘குறிப் பிட்ட விஷயம்’ என்ற வார்த்தைகளிலிருந்து தெரிய வருவது அதுதானென்றாலும் புகார் மனுவைப் பரி சீலனை செய்து வருவதாகவே நான் சொல்ல வந்தேன் என்று கூறுமிடத்தையும் நாங்கள் புறக்கணித்துவிடவில்லை. இதில் எங்களுக்குத் தவறு ஏற்படுகிறதென்றால் அது கடிதம் எழுதியவரின் விளக்கத்தை ஏற்றுகொண்டதால் ஏற்பட்ட தவறாக இருக்க வேண்டும் என்றே நாங்கள் விரும்புகிறோம்.

Exh. P3 ஐ நாங்கள் இப்படிக் குறிப்பிட்டதன் மூலம் நான் காம் எதிர்மனுதாரருக்கெதிரான நடவடிக்கைக்கு எக்ஸி. பி. 3ஐ அடிப்படையாகக் கொள்வதற்கான நியாயங்கள் ஒன்று கூடி வரவில்லை. ஆனால், ராஜனைக் கைது செய்திருப்ப தாக நான்காம் எதிர்மனுதாரர் தேர்தல் பிரச்சாரப் பொதுக்கூட்டங்களில் ஒப்புக்கொண்டாரா என்பதற்கான ஆதாரம் இப்போதும் கைவசப்படவில்லை. நான்காம் எதிர்மனுதாரர் பொய்சாட்சியமளித்தாரா என்பதைத் தீர்மானிப்பதில் இதற்கும் ஒரு பங்கிருப்பதாகச் சொல்ல முடியும். மனுதாரர், 1977 ஜூன் 10ஆம் தேதி பதிவு செய்த மறு வாக்குமூலத்தில் கேபினட் அமைச்சர்களுக்கிடையே நடந்த சில ரகசிய சர்ச்சைகளைக் குறித்துச் சொல்லியிருக் கிறார். அந்த வாக்குமூலத்தின் 8வது பத்தியில் சொல்லப் பட்டிருப்பதாவது:

‘நான்காம் எதிர்மனுதாரர் உள்துறையமைச்சராகயிருந்த அமைச்சரவையில் சில மாண்புமிகு அமைச்சர்கள் கூடி

தங்களுக்குள் ரகசிய விவாதமொன்று நடத்தியதாகத் தகவல் வெளிவந்திருப்பதை இங்கே முக்கியமாகக் கவனத்தில்கொள்ள வேண்டும் என்று நான் பணிவோடு கேட்டுக் கொள்கிறேன். பல்லாயிரக்கணக்கிலான வழக்குகளில் என் மகனின் வழக்குக்காக மட்டும் அமைச்சரவை உறுப்பினர்களுக்கிடையே ரகசிய விவாதம் நடத்தப்பட வேண்டியதற்கான காரணம் என்னவென்பது புரியவில்லை.'

இந்த விஷயமும் நாங்கள் பதில் சொல்ல விரும்பாத ஒன்றாகும். ராஜன் வழக்கு, அமைச்சரவையில் விவாதத்திற்காக அனுப்பிவைக்கப்பட்டது அல்லது அமைச்சரவை உறுப்பினர்களால் அந்த விஷயம் விவாதிக்கப்பட்டது. முதலமைச்சரும் பிற அமைச்சர்களும் இவ்விஷயத்தைப் பற்றி அறிந்திருந்தார்கள் என்பதை நிரூபிக்கும் ஆதாரங்களெதுவும் இருந்தால் அது விசாரணையின்போது முக்கியமாகக் கொள்ளப்படலாம். அதைப்பற்றி நாங்கள் இப்போது எதுவும் சொல்ல வேண்டியதில்லை. மனுதாரரின் வாக்குமூலத்தில், உணவு மற்றும் விவசாயத்துறையமைச்சர் திரு. இ. ஜான்ஜேக்கப் ஆலப்புழையில் நடத்திய ஒரு கூட்டத்தில் சொன்னதையும் உறுதியாகத் தெரிவித்திருந்தார். ராஜன் காவல்துறையின் விசாரணையின்போது மரணமடைந்தார். அது மேலதிகாரிகளின் உத்தரவின் அடிப்படையில் நடந்ததாக அவர் தெரிவித்தார் என்று சொல்லப்பட்டிருக்கிறது. இந்தத் தகவல் இந்த வழக்கில் எந்த இடத்தில் பயன்படும் என்று குறப்பிடப்படவில்லை. தகவலைத் தெரிவித்த காலகட்டத்தில் திரு. ஜான்ஜேக்கப் பொறுப்பிலுள்ள அமைச்சரல்ல. கக்கயம் விசாரணை முகாமிற்கு ரீஜனல் என்ஜினீயரிங் கல்லூரியின் மாணவர்கள் உட்பட பலரைக் கொண்டுவந்திருந்தாலும் அவர்களில் ஒருவரை மட்டும் விடுவித்ததாகச் சொல்லப்படுகிறது. அந்த நபர் பாப்புலர் ஆட்டோ மொபைல்ஸ் கம்பெனியின் பங்குதாரர் ஒருவரின் மகனாகிய திரு. ஜான் கெ. போள். தன் உத்தரவின்படி அவரை விடுதலை செய்ததாகக் கூறப்படுவதை உள்துறையமைச்சர் மறுக்கிறார். அப்படியான விடுதலைகளில் எதுவும் அவர் உத்தரவின்படி நடந்ததாக நிரூபிக்கும் சான்றுகள் எதுவும் இப்போது இல்லை.

26. இங்கே குறிப்பிட்ட சூழ்நிலைகளின்படி நான்காம் எதிர் மனுதாரருக்கெதிரான 'பொய் சாட்சியமளித்த'தற்கான பொதுவான ஆதாரங்கள் இருப்பதாக நாங்கள் கருதுகிறோம். அது இந்தப் பகுதியில் அதிகாரம் பெற்ற முதல் வகுப்பு நீதிபதியை வைத்து விசாரணை செய்யப்பட வேண்டும். நாங்கள் திரும்பவும் குறிப்பிடுகிறோம்; பொய்

சாட்சியமளித்தல் என்பது குற்றமாகக் கருதப்படுவதற்கு அந்த சாட்சியத்தையளிப்பவர் அதைப் பொய்யென்று தெரிந்து சொல்வது மட்டுமல்ல, தான் சொல்வதை உண்மை என்று நம்பாமலிருந்தாலும் அது பொய்சாட்சி யாகவே கருதப்படும். திரு. கருணாகரன், தன்னுடைய *4.4.1977* வாக்குமூலத்தில் தெரிவித்திருந்த விஷயத்தை உண்மையென்று நம்பவில்லை என்பதாக இந்த வழக்கின் சூழல் அடிப்படையில் பொதுவான கருத்தாக எங்களுக்குத் தெரிகிறது.

27. பொய்சாட்சியமளித்ததற்காக விசாரணை செய்யப்பட வேண்டியது நீதிநிர்வாக விருப்பத்திற்கு உகந்ததாக எங்களுக்குத் தோன்றினால் மட்டுமே நாங்கள் அதற்கான உத்தரவைப் பிறப்பிக்கவேண்டும். சட்ட நிபுணர் அட்வ கேட் ஜெனரல் *சாஜுராம் எதிர்மனுதாரர் ராதே ஸ்யாம்* (A.I.R. 1971 S.C. 1367) *சந்தேக் சிங் எதிர்மனுதாரர் இஸ்ஹார் ஹுசைன்* (A.I.R. 1973 S.C. 2190) எனும் வழக்குகளின் மீதான உச்ச நீதிமன்ற அறிக்கைகளை நாங்கள் கவனத்தில் கொண்டோம். இதில் முதல் வழக்கில் உச்ச நீதிமன்றம் குறிப்பிட்டிருப்பதாவது:

‘பொய்சாட்சியமளித்தது முன்முடிவின்படியும் தெரிந்தே செய்தது என்றும் தெரியவரும் பட்சத்தில் தண்டிக்கப்படு வதைச் சந்தேகமேதுமின்றிக் கடைப்பிடித்தேயாக வேண்டும் எனும் போதும் மட்டும்தான் நீதிமன்றங்கள் பொய் சாட்சியளித்ததாக விசாரணை நடத்தும் உத்தரவைப் பிறப்பிக்க வேண்டும். பொய்சாட்சியமளிப்பதுவும் பொய் யாக வாக்குமூலங்கள் அளிப்பதுவும் உறுதியான முறை யில், பயனுள்ள விதத்தில் கட்டுப்படுத்தப்பட வேண்டிய பாதகச் செயல்கள்தான் என்பதில் எந்தவித சந்தேகமு மில்லை. ஆனால், தேவையான கவனமோ, எச்சரிக் கையோ இல்லாமல் விரைவாகவும் அதிகமாகவும் உறுதி யாகத் தெரியாமலும் சந்தேகத்துக்குக்கிடமான உண்மை களின் அடிப்படையிலும் பொய்சாட்சியமளித்ததாக விசா ரணை செய்ய முன்வருவது அந்த நடைமுறையின் நோக்கத்தையே சிதைத்துவிடக்கூடும். விசாரணைக்கு உத்தரவு பிறப்பிப்பதானது, நீதிநிர்வாக விருப்பம் சார்ந்து குற்றம் செய்தவரைத் தண்டிப்பது முக்கியமான தேவை என்று தீர்மானிக்கும்போது மட்டும்தான். மாறாக, களங்க மேதுமில்லாத, எளிய, குறிப்பிடும்படியான பிரச்சனை களற்ற ஒரு விஷயத்தை சாட்சியப்படுத்தியதாகத் தெரிய வந்த காரணத்துக்காக மட்டுமே இதனைக் கடைப்பிடிப்பது

சரியாகாது. உறுதியாகத் தெரிந்த, முக்கியமான ஒரு விஷயத்தில், தெளிவாகத் தெரிந்த, முன்முடிவின்படி செய்த பொய்யாக இருக்க வேண்டும்; குற்றச்சாட்டிற்கு அறிவூர்வமான அடிப்படையிருப்பதாக நீதிமன்றத்திற்குத் தெளிவாகத் தெரிந்திருக்கவும் வேண்டும்.

இங்கே நாங்கள் பரிசீலனைக்கு எடுத்துக்கொண்டது, ஒரு சாட்சியத்தில் முக்கியமல்லாத, குறிப்பிட்டுச் சொல்லும் படியானதல்லாத, தவறாக விளங்கிக்கொண்ட விஷயமல்ல. பொய்சாட்சியென்று கருதப்படுபவை எந்த வித முக்கியத்துவமற்றதாக இருந்தால் அதைக் குறித்த விசாரணையை மேற்கொண்டு குற்றவியல் நீதிமன்றத்தின் நேரத்தைப் பாழ்படுத்தத் தேவையில்லை. ஆனால் முன்முடிவின்படிதான் அந்த சாட்சியமளிக்கப்பட்டதாகத் தெரியும் பட்சத்தில் அந்தப் பொய்களுக்கெதிராக முகம் திருப்பிக் கொள்வது நீதிமன்றத்திற்குச் செய்யும் அநீதியாகும். உண்மையாக சாட்சியமளிக்கும்போது மேற்கொள்ள நேரும் தீர்மானங்களிலிருந்து திசை திருப்பி வேறுமாதிரியான தீர்மானங்களை மேற்கொள்ளச் செய்யும் பொருட்டு நீதிமன்றத்தைத் தவறாகப் பயன்படுத்தும் நோக்கங்களுடன்தான் ஒரு பொய்சாட்சியமளிக்கப் பட்டதாகத் தெரியும்பட்சத்தில் அது முன்முடிவின்படி சொன்ன பொய் சாட்சியம்தான். இந்த வழக்கின் விசேஷத் தன்மையும் இதுதான், நிச்சயமாகக் குறிப்பிட முடியும். ஆகவே, உச்ச நீதிமன்றம் சுட்டிக்காட்டிய விதிகளை இந்த வழக்கிற்குப் பாதகமாகக் கொள்ள எந்த இடமும் இருப்பதாக எங்களுக்குத் தெரியவில்லை. *சந்தேக் சிங் எதிர்மனுதாரர் இஸ்ஹர் ஹுசைன்* (A.I.R. 1973 S.C. 2190) என்ற வழக்கில் உச்ச நீதிமன்றம் இப்படித் தீர்ப்பளித் திருந்தது:

'சரியோ, தவறோ, ஒவ்வொரு சாட்சியங்களையும் விசாரணை செய்ய உத்தாரவு பிறப்பிப்பதற்கு நீதிமன்றம் கடமைப்பட்டதல்ல. எது சரி என்று தீர்மானிக்கும்போது வெளிப்படையான எல்லாச் சூழ்நிலைகளையும் கருத்தில் கொண்டு நீதிமன்றம் சட்டத்தை விரிவாகப் பரிசீலனை செய்து பயன்படுத்த வேண்டும். விசாரணையை மேற்கொள்ள நீதிமன்றம் உத்தரவிடுவதற்கான நோக்கம், நீதிநிர்வாகத்தின் உன்னத நடைமுறைகளைப் பாதுகாக்கும் விருப்பம் சார்ந்த பரிசீலனைதான். மாறாக அது, தனிப்பட்ட முறையிலான பகை காரணமாகவோ, பழி தீர்ப்பதற்கோ, சுயவிருப்பத்தை நிறைவேற்றுவதற்கோ அல்ல.

ஏதாவது ஒரு தரப்பின் தேவையைப் பூர்த்திச் செய்வதற்காக வும் அல்ல. இதுபோன்ற குற்றங்களைச் செய்தவர்கள் மீது தினமும் விசாரணையை மேற்கொள்வது இந்த நடவடிக்கையின் நோக்கத்தையே சிதைத்துவிடும். தண்ட னையளிக்கப்படுவதற்கான காரணங்கள் இன்றியமையா மையின் அடிப்படையிலும், முன் முடிவு செய்திருப்பதாகத் தெளிவாகத் தெரியும் வழக்குகளிலும் மட்டுமே நீதிமன்றம் விசாரணைக்கு உத்தரவிடலாம்.'

இங்கேயும் பொய்சாட்சியம் முன் முடிவு செய்து சொல்லப் பட்டதுதானா, என்பதே பிரச்சனை. அதைப்பற்றி நாங்கள் ஏற்கனவே விளக்கமளித்து இருக்கிறோம். முடிவாக, குற்ற வியல் நடைமுறைச் சட்டம் எஸ். 340 (1)இன் கீழ் நடவ டிக்கை எடுக்க வேண்டுமா என்று ஆலோசனை செய்த தில், முதல் எதிர்மனுதாரர் பேரிலும் இரண்டாம் எதிர் மனுதாரர் பேரிலும் இந்த நடவடிக்கை தேவையில்லை என்றும் ஆனால், மூன்றாவது, நான்காவது, ஐந்தாவது எதிர்மனுதாரர்கள் பேரில் இத்தகைய நடவடிக்கை தேவை யென்றும் நாங்கள் தீர்மானித்துள்ளோம். இந்த நடவடிக்கை அவர்கள் செய்ததும் இந்த உத்தரவின் மூன்றாவது பத்தி யில் சொல்லப்பட்டதுமான அந்த சாட்சியத்தின் பொய் யான அம்சங்களை அடிப்படையாகக் கொண்டது. இதன் படி, இந்தியன் பீனல்கோடு எஸ். 191இன் கீழ் ஐ. பி. ஸி. எஸ் 193இன் கீழ் குற்றமாகக் கருதப்படும் பொய் சாட்சியளித்த தான குற்றத்தின்பேரில் எரணாகுளம் குற்றவியல் தலைமை நீதிமன்றத்தில் புகார் மனுக்கள் பதிவுச் செய்யப்படும். அப்புகார் மனுக்களில் கையொப்பமிடுவதற்காக நாங்கள் உயர் நீதிமன்றப் பதிவாளரை நியமிக்கிறோம். மேல் நடவ டிக்கையெடுப்பதற்காக அப்புகார் மனுக்கள் எரணாகுளம் குற்றவியல் தலைமை நீதிமன்றத்திற்கு அனுப்பப்பட வேண் டும். மூன்று மற்றும் ஐந்தாம் எதிர்மனுதாரர்களுக்குச் சட்ட உதவி கிடைப்பதாயின், அந்த புகார் மனுக்களைத் தொடர்ந்து மேற்கொள்ளப்படும் நடவடிக்கைகளின் மீதான இடைக்காலத் தடைக்கான உகந்த பரிகார மார்க்கங்களை அவர்கள் தேடிக்கொள்ளலாம்; அதன்படி ஏதாவது கோரிக் கைகளை விடுக்க அவர்களுக்கிருக்கும் உரிமையை இந்த உத்தரவு தடை விதிக்கவில்லை. மேலே சொன்னவாறு நாங்கள் முடிவு செய்துள்ளோம்.

குளச்சல் யூசுஃப்பின் பிற நூல்கள்
[காலச்சுவடு வெளியீடு]

எழுதியது

பாரசீக மகாகவிகள் (2018)

மொழிபெயர்த்தவை

மீஸான் கற்கள் (2004) – புனத்தில் குஞ்ஞுப்துல்லா
மஹ்ஷர் பெருவெளி (2006) – புனத்தில் குஞ்ஞுப்துல்லா
அழியா முத்திரை (2007) – இ.பி. ஸ்ரீகுமார்
பஷீர் கதைகள்: தேர்ந்தெடுக்கப்பட்ட நாற்பது கதைகள் (2020)
   – தேர்வும் தொகுப்பும்: சுகுமாரன்
நளினி ஜமீலா (2006) – ஒரு பாலியல் தொழிலாளியின் சுயசரிதை
அடூர் கோபாலகிருஷ்ணன் (2008) – இடம் பொருள் கலை
பால்யகால சகி (2009) – வைக்கம் முகம்மது பஷீர்
பாத்துமாவின் ஆடு (2010) – வைக்கம் முகம்மது பஷீர்
ஆமென் (2010) – சிஸ்டர் ஜெஸ்மி
ஆனைவாரியும் பொன்குருசும் (2011) – வைக்கம் முகம்மது பஷீர்
உண்மையும் பொய்யும் (2011) – வைக்கம் முகம்மது பஷீர்
பர்ஸா (2009) – கதீஜா மும்தாஜ்
எங்க உப்பப்பாவுக்கொரு ஆனையிருந்தது (2009)
   – வைக்கம் முகம்மது பஷீர்
சப்தங்கள் (2009) – வைக்கம் முகம்மது பஷீர்
சின்ன அரயத்தி (2010) – நாராயண்
திருடன் மணியன்பிள்ளை (2013) – ஜி.ஆர். இந்துகோபன்
பஷீர் நாவல்கள் (2016) – வைக்கம் முகம்மது பஷீர்
நாலுகெட்டு (2018) – எம்.டி. வாசுதேவன் நாயர்
காலம் (2020) – எம்.டி. வாசுதேவன் நாயர்